അർജുൻ

arjun
bengali novel
•
sunil gangopadhyay
•
translation
raseena k k
•
first edition
march 2013
•
second edition
march 2014
•
published
chintha publishers, thiruvananthapuram
•
typesetting
minerva graphotechs, attukal
•
printed
akshara offset, thiruvananthapuram
•
cover
ambeesh
•

വിതരണം
ദേശാഭിമാനി ബുക്ക് ഹൗസ്
H O തിരുവനന്തപുരം–695 035
www.chinthapublishers.com
chinthapublishers@gmail.com

ബ്രാഞ്ചുകൾ

ഹെഡ്ഡാഫീസ് ബ്രാഞ്ച് കുന്നുകുഴി • സ്റ്റാച്യു തിരുവനന്തപുരം • കെ എസ് ആർ ടി സി ബസ് സ്റ്റേഷൻ ആലപ്പുഴ • കെ എസ് ആർ ടി സി ബസ് സ്റ്റേഷൻ എറണാകുളം • മച്ചിങ്ങൽ ലെയ്ൻ തൃശൂർ • ഐ ജി റോഡ് കോഴിക്കോട് • മാവൂർ റോഡ് കോഴിക്കോട് • എൻ ജി ഒ യൂണിയൻ ബിൽഡിങ് കണ്ണൂർ • സെൻട്രൽ ബസ് ടെർമിനൽ കോംപ്ലക്സ് താവക്കര കണ്ണൂർ

CR - 1373 / 3452

അർജ്ജുൻ
ബംഗാളി നോവൽ

സുനിൽ ഗംഗോപാധ്യായ

പരിഭാഷ
റസീന കെ കെ

ചിന്ത പബ്ലിഷേഴ്സ്
തിരുവനന്തപുരം-695 035

സുനിൽ ഗംഗോപാധ്യായ (1934–2012)

നോവലിസ്റ്റ്, കവി, ചെറുകഥാകൃത്ത്, ബാലസാഹിത്യകാരൻ എന്നീ നിലകളിൽ പ്രശസ്തൻ. കേന്ദ്ര സാഹിത്യ അക്കാദമി പ്രസിഡന്റ് ആയിരുന്നു 1934 സെപ്തംബർ 7 ന് ബംഗ്ലാദേശിലെ ഫരിദ്പൂരിൽ ജനനം. കൽക്കത്ത യൂണിവേഴ്സിറ്റിയിൽനിന്ന് ബംഗാളിസാഹിത്യത്തിൽ ബിരുദാനന്തര ബിരുദം. ആദ്യത്തെ കവിതാ മാഗസിനായ *കൃതിബാസി*ന്റെ സ്ഥാപക എഡിറ്ററായിരുന്നു. അക്കാലത്തെ പുതുതലമുറയിലെ എഴുത്തുകാരുടെ വേദിയായിരുന്നു അത്. പിന്നീട് കൊൽക്കത്തയിലെ പ്രധാന പ്രസിദ്ധീകരണ സ്ഥാപനമായ ആനന്ദബസാർ ഗ്രൂപ്പിന്റെ പല പ്രസിദ്ധീകരണങ്ങളിലും വളരെക്കാലം എഴുതി. കേന്ദ്രസാഹിത്യ അക്കാദമിയുടെ വൈസ്പ്രസിഡന്റ് സ്ഥാനവും അലങ്കരിച്ചിട്ടുണ്ട്. സാഹിത്യഅക്കാദമി അവാർഡ് ഉൾപ്പെടെ നിരവധി പുരസ്കാരങ്ങൾ ലഭിച്ചിട്ടുണ്ട്. *അർജുൻ, പ്രതിധ്വന്ദി, അരണ്യർ ദിൻ രാത്* തുടങ്ങിയ കൃതികൾ സത്യജിത് റായ് സിനിമയാക്കി. *സേ സാമയ്, പ്രഥം അലോ, പർബോവസ്ചിം* തുടങ്ങിയ ശ്രദ്ധേയമായ ചരിത്രാഖ്യായികകൾ രചിച്ചു. ആദ്യനോവൽ *ആത്മപ്രകാശ്*. സിനിമയാക്കിയ കൃതികൾ കൂടാതെ *പുരുഷ്, അഗ്നിപുത്രോ, സരോൾ സത്യ, ബന്ധു ബന്ധാവ്* തുടങ്ങി നിരവധി കൃതികൾ എഴുതി. 2012 സെപ്തംബറിൽ അന്തരിച്ചു.

റസീന കെ കെ

മലപ്പുറം ജില്ലയിലെ കൊണ്ടോട്ടിയിൽ കെ എം കോയാമുവിന്റെയും പുഴയ്ക്കൽ മൈമൂനയുടെയും മകൾ. കോഴിക്കോട് ഗുരുവായൂരപ്പൻ കോളേജിൽനിന്ന് ഇംഗ്ലീഷ് സാഹിത്യത്തിൽ ബിരുദാനന്തരബിരുദം. ബി എഡ് പഠനത്തിനുശേഷം പ്ലസ്ടു അധ്യാപികയായി ജോലി നോക്കുന്നു.

ഭർത്താവ് : പത്രപ്രവർത്തകനായ അൻഷാദ് കുട്ടുകുന്നം.
മകൾ : അയാന എ.

ഒന്ന്

സൂക്ഷിച്ചുനോക്കൂ, ആ പെൺകുട്ടിയെ നിങ്ങൾക്ക് ശരിക്കും കാണാനാവില്ലെന്നുറപ്പാണ്. നേരം അത്രയ്ക്ക് ഇരുട്ടിയിരിക്കുന്നു. അവരുടെ വീട്ടിലും അയൽപക്കങ്ങളിലും എല്ലാം വൈദ്യുതി ഇതാ ഇപ്പൊ പോയിട്ടേ ഉള്ളൂ. കറണ്ടിപ്പൊവരും എന്ന വൃഥാസ്വപ്നവും ആയി പുസ്തകത്തിനു മുമ്പിൽ അതേ ഇരിപ്പു തുടരുകയാണ് അവൾ. ഏകദേശം 21 വയസായിക്കാണും അവൾക്ക്. നീണ്ടമുടി തൂങ്ങിക്കിടക്കുന്നു. നോക്കൂ, ഇപ്പോൾ ഇരുട്ടിൽ കാര്യങ്ങൾ തെളിഞ്ഞു തെളിഞ്ഞു വരുന്നില്ലേ....... തുറന്നു കിടന്ന ജനലുവഴി നിലാവിന്റെ നരച്ചനിറം ആ മുറിയിൽ പാളി വീഴുന്നുണ്ട്.

മുറിയിൽ കസേരകളോ മേശയോ ഒന്നുംതന്നെ ഇല്ല. പുസ്തകങ്ങളും പേപ്പറും എല്ലാം നിരന്നു കിടക്കുന്ന മെത്തയിൽ ഇരുന്നാണ് അവൾ പഠിക്കുന്നത്. ഇടയ്ക്കിടെ അവൾ പേന കടിക്കുന്നുണ്ട്. അവളുടെ ഒരു ശീലമാണ് അത്. ഇരുട്ടത്തിരുന്നു മടുത്ത അവൾ എഴുന്നേറ്റ് ജനലിനു നേരെ നടന്നു. അവൾ അത്ര സുന്ദരിയൊന്നുമല്ല. പക്ഷേ, ആരോഗ്യമുള്ള പ്രായത്തിന്റെ തുടിപ്പുള്ള ശരീരം. ഇരുണ്ടനിറം. പുറത്തൊന്നും പോവേണ്ടാത്തതിനാൽ അലസമായ സാരിയാണ് വേഷം. അവളുടെ പേര്.....

അടുത്ത മുറിയിൽനിന്നും അവളെ അമ്മ വിളിക്കുന്നു:

"ലാബീ. മെഴുകുതിരി എവിടെ വച്ചിരിക്കുന്നു....?"

നിങ്ങൾക്കീ പേരിഷ്ടപ്പെട്ടോ? ഇല്ലല്ലൊ..... കൊള്ളില്ല, അല്ലേ? അവളുടെ അച്ഛൻ, അമ്മ, മുത്തച്ഛൻ, അയൽവാസികൾ വരെ അവളെ ലാബി എന്നാണു വിളിക്കുക. കോളേജിൽ പക്ഷേ, ലബൊൺയ (മഹതി) എന്ന പേരിലാണവൾ അറിയപ്പെടുന്നത്. അവളുടെ ബി എ ഫൈനൽസിന് ഇനി 17 ദിവസമേ ബാക്കിയുള്ളൂ. ഇപ്പോൾ രാത്രി ഏകദേശം 8.30 ആയി

ട്ടുണ്ടാവും. ലബൊൺയ ജീവിക്കുന്ന ഈ ഡം ഡം കോളനിയിൽ ഇത്തരം പവർക്കട്ട് ഒരു പതിവാണ്. അവയുടെ ദൈർഘ്യം ഒട്ടുറപ്പിക്കാനും കഴിയില്ല. ഇതെന്തൊരു അനീതിയാണ്. കറണ്ടുകമ്പിയുടെ മീതെക്കൂടി വല്ല മരക്കമ്പും വീണതാണെന്നു കരുതാൻ ഇന്നൊരു കാറ്റുപോലും വീശിയിട്ടില്ല. ഒരുവർഷം മുമ്പുവരെ ലബൊൺയയുടെ വീട്ടിൽ കറണ്ടു കണക്ഷൻ തന്നെ ഉണ്ടായിരുന്നില്ലെന്നതും സത്യമാണ്. പക്ഷേ, ഇക്കഴിഞ്ഞ ഒരു വർഷംകൊണ്ട് ചിമ്മിനിയും റാന്തലും എല്ലാം അപ്രത്യക്ഷമായിക്കഴിഞ്ഞു.

കറണ്ടു പോവുംവരെ ആളുകൾ സംസാരിക്കുന്നതിന്റെ ഒരു ഒച്ചപ്പാട് അവിടെ കേൾക്കാനുണ്ടായിരുന്നു. പക്ഷേ, ഇപ്പോൾ എന്ത് ശ്മശാന മൂകത. നരച്ച് നിറംമങ്ങിയ നേർത്ത നിലാവത്ത് ആ പ്രദേശമാകെ നിറം കെട്ട്, ജീവനറ്റതുപോലെ കാണപ്പെട്ടു. ജീവൻ തിരിച്ചുനൽകുന്ന ഏതോ മാന്ത്രികന്റെ കരസ്പർശം കാത്തുകിടക്കുംപോലെ തോന്നിച്ചു.

കുടുസുമുറിക്കകത്ത് അസ്വസ്ഥപ്പെട്ടുകൊണ്ട് ലബൊൺയ ഇരിപ്പു തുടർന്നു. കൂട്ടിനുള്ളിൽ അസ്വസ്ഥപ്പെട്ട് ചുറ്റിക്കറങ്ങുന്ന ഒരു മൈനയെ ഓർമപ്പെടുത്തി അവൾ. ലബൊൺയ ഒരു സുന്ദരിയൊന്നുമല്ല. പക്ഷേ അവളുടെ കണ്ണുകൾ മനോഹരമാണ്. ദുഃഖവും ചിന്താമഗ്നവും ആവുമ്പോൾ ആ കണ്ണുകൾ കൂടുതൽ ഇരുണ്ട്, ആഴമുള്ളതാവും. മുഖത്ത് കുലീനമായ പ്രകാശം ഉദിക്കും. ഇത് മിക്കവാറും കാണാറില്ല. പക്ഷേ ആ കുലീനത്വം തിരിച്ചറിഞ്ഞു തന്നെയാണ് അച്ഛൻ അവൾക്ക് ലബൊൺയ എന്നു പേരിട്ടത്. ലബൊൺയ ഒരു തന്റേടിയാണ്. ദുഃഖത്തെക്കാളും ദേഷ്യമാണ് മുമ്പിൽ. സൗമ്യമായ പേരിന് ഒട്ടും ചേരാത്ത വിധമുള്ള പെരുമാറ്റം. അതുകൊണ്ടു തന്നെ അവൾ അത്ര വലിയ ലബൊൺയ ഒന്നുമല്ല (മഹതിയൊന്നുമല്ല) വെറും ലാബി തന്നെ!

അമ്മ രണ്ടുമൂന്നു തവണ അവളോട് മെഴുകുതിരി എവിടെ എന്നന്വേഷിച്ചു. പക്ഷേ ഒരു മറുപടിയും പറഞ്ഞില്ല. അവൾ മുടി മുമ്പിലെക്കെടുത്തിട്ട് അതിൽ വിരലുകൾകൊണ്ട് ചുറ്റിയും അഴിച്ചുകൊണ്ടുമിരുന്നു. അമ്മ മറുപടി ഒന്നും കേൾക്കാനില്ലാഞ്ഞതുകൊണ്ട് ചോദിക്കുന്നത് നിർത്തി. സ്വയംതോന്നിയാലെ ലബൊൺയ മറുപടി പറയൂ. കൂടെക്കൂടെയുള്ള അന്വേഷണങ്ങൾ അവളുടെ ദേഷ്യം കൂട്ടും. ഫാനില്ലാത്ത മുറിയാണെങ്കിൽപ്പോലും ഇരുട്ടത്ത് ചൂടുകൂടുമ്പോലെ നിങ്ങൾക്ക് തോന്നും. ലബൊൺയയുടെ നെറ്റിയിലും വിയർപ്പുതുള്ളികൾ ഉരുണ്ടുകൂടിത്തുടങ്ങി.

അമ്മ ചോദ്യംനിർത്തി കുറച്ച് കഴിഞ്ഞതും ലബൊൺയ സ്വയം മെഴുകുതിരി തിരഞ്ഞു തുടങ്ങി. മെഴുകുതിരി വെക്കാനായി അങ്ങനെ പ്രത്യേകിച്ചൊരു സ്ഥലമൊന്നും മുറിക്കകത്തില്ല. അതും ബെഡ്ഡിൽ തന്നെയാണ്, ലബൊൺയ ആണെങ്കിൽ അതിന്റെ പുറത്തിരുന്നാണ് തിരയുന്നത്! ലബൊൺയ കഴിഞ്ഞവർഷം ഫൈനലിൽ തോറ്റുപോയതാണ്. ഇത്തവണയെങ്കിലും ജയിക്കണം, അതാണവളുടെ ഏകചിന്ത, ജയിച്ചേ മതിയാവൂ. എന്നിട്ടും ഈ ലൈനിങ്ങനെ പോവുന്നു. സമയവും.

എത്ര തിരഞ്ഞിട്ടും മെഴുകുതിരി കിട്ടാഞ്ഞതിനാൽ ലബൊൺയക്ക് ദേഷ്യം വന്നു. ഈ മുറിയിൽ, സുന്ദരിയല്ലെങ്കിലും ആരോഗ്യവതിയായ ഈ പെൺകുട്ടി തനിച്ചാണ് — അവളുടെ മനസിനെ അലട്ടുന്ന ഏക പ്രശ്നം എങ്ങനെയെങ്കിലും പരീക്ഷ പാസാവണം എന്നാണ്. പാസായേ പറ്റൂ. അവൾക്കീ ഇരുട്ടിൽ തുടരാൻവയ്യ.

ലബൊൺയ വീണ്ടും ജനലരികിൽ പോയിനിന്നു. മുടി മുമ്പോട്ടിട്ട് അതിൽ വിരലോടിച്ചുകൊണ്ടാണ് നിൽപ്പ്. പുറത്ത് ഇരുട്ട് കുറവാണ്. നിരത്തിന്റെ മറുവശത്തെ വീടുകളിൽ വെളിച്ചമുണ്ട്. നിരത്തിനിരുവശവും വീടുകൾ മുഖാമുഖം നിൽക്കുന്നു. ഒന്ന് ഇരുട്ടത്ത്, മറ്റേത് പ്രകാശപൂരിതം. തറയിൽ പറ്റിവളരുന്ന ഒരു ചെടിയും, ഒരു മുന്തിരിമരവും എല്ലാം വീടിനുമുമ്പിൽ വളരുന്നുണ്ട്. തന്റെ സഹോദരൻ നാരുവിന്റെ ചുമലിൽ ചാഞ്ഞുകൊണ്ട് മുത്തച്ഛൻ നിഷിനാഥ് റോഡിനുനേരെ നടക്കുന്നത് ലബൊൺയ കണ്ടു. ഈ പവർക്കട്ടിന്റെ നേരത്തുതന്നെ മുത്തച്ഛന് പുറത്തിറങ്ങണോ? തറയിൽക്കിടന്ന കല്ലിൽത്തട്ടി അദ്ദേഹത്തിന് കാലിടറുന്നതും ലബൊൺയ കണ്ടു.

ലബൊൺയ മറ്റൊരു ദിക്കിലേക്ക്, നോട്ടംമാറ്റി. നിഴലുപോലെ രണ്ടു രൂപങ്ങൾ അവിടെ കാണായി. ആദ്യം എരിയുന്ന രണ്ടു കനലുകൾ പാഞ്ഞുവരുമ്പോലെയാണ് അവൾക്ക് തോന്നിയത്. കാരണം രണ്ടുപേരും സിഗരറ്റ് കത്തിച്ച് വലിക്കുന്നുണ്ട്. പിന്നെ കൈകളും മുഖവും ശരീരവും എല്ലാം കണ്ടു. സുകനും ദിബ്യയും, രണ്ടുപേരും പെട്ടെന്നുനിന്നു. പതിവുപോലെ ഒരു തവണയെങ്കിലും അവർ ലബൊൺയയുടെ ജനലിനു നേരെ നോക്കാതിരിക്കില്ല. അവരുടെ ദൃഷ്ടിയിൽ പെടാതിരിക്കാനായി അവൾ അൽപ്പം മാറിനിന്നു. പിന്നെ സാരികൊണ്ടു ശരീരം നന്നായി പുതച്ചു. നമുക്ക് അവളെ വിട്ട്, ഈ രണ്ടു യുവാക്കളെ ശ്രദ്ധിക്കാം. സുകൻ 32 വയസുള്ള യുവാവാണ്. പക്ഷേ കാഴ്ചയ്ക്ക്, 22, 23 ലധികം മതിക്കില്ല. മെലിഞ്ഞു ക്ഷീണിച്ച ശരീരം. മുഖത്തിനിയും കുറെ വർഷങ്ങളുടെ യുവത്വം ബാക്കിയാണ്. നന്നായി പാട്ടു പാടും. അവൻ ഒരു ബേക്കറിയിൽ ജോലിചെയ്യുന്നുണ്ട്. അതവൻ അവന്റെ തൊഴിൽരഹിതരായ സുഹൃത്തുക്കളോട് എടുത്തു പറയാറും ഉണ്ട്.

ദിബ്യ, ഓൾ ബംഗാൾ മല്ലയുദ്ധത്തിൽ ജൂനിയർ ഗ്രൂപ്പിൽ റണ്ണർ അപ് ആയ ആളാണ്. ആ കലയുടെ എല്ലാ ട്രിക്കും വശമാക്കാഞ്ഞതിനാൽ അവന് ഒന്നാം സ്ഥാനം നേടാനായില്ല. പക്ഷേ അവന്റെ ശരീരത്തിൽ ഒരു തുണ്ടുമാംസംപോലും ഉറച്ചതല്ലാതായിട്ടില്ല. മുഖത്തെ മൃദുലതയും ശരീരത്തിന്റെ സൗന്ദര്യവും ഒക്കെക്കൂടി അവനെ ഒരു സുന്ദരക്കുട്ടപ്പനാക്കി.

സുകനും, ദിബ്യയും ഒരുമിച്ച് അവരുടെ സിഗരറ്റുകുറ്റികൾ ദൂരേക്കെറിഞ്ഞു.

"ഒരാഴ്ചയിൽ ഒരുതവണ കറണ്ടുപോവും." സുകൻ പറഞ്ഞു. "എത്രകാലമാണിതു സഹിക്കുക?"

"ഉം" ദിബ്യ മൂളി.

കോളനി നിൽക്കുന്ന സ്ഥലം പ്രധാന റോഡിന്റെ നിരപ്പിൽനിന്നും ഉയർന്നിട്ടാണ്. കൽക്കട്ടക്കാരായ ജന്മികളൊ സമീന്താർമാരൊ ഒക്കെയായിരുന്നു ഈ ഭൂമിയുടെ ഉടമസ്ഥർ. മൊത്തത്തിൽ ഈ പ്രദേശം മൂന്നര ബിഗാസോളംവരും. ചുറ്റും ഒരു വലിയ കന്മതിൽ ഉണ്ടായിരുന്നു. ഇപ്പോ മതിലിനിടയിൽ വലിയവിടവുകൾ ഉണ്ടായിക്കഴിഞ്ഞിരിക്കുന്നു. നടുക്ക് ഒരു വലിയ പത്തായപ്പുര ഉണ്ട്. അതിന് മൂന്ന് വലിയ മുറികൾ ഉണ്ട്. ഒരുകാലത്ത് എല്ലാ മുറികളും പ്രകാശമാനമായിരുന്നു. നടുത്തളത്തിൽ വലിയ പിയാനോ ഉണ്ടായിരുന്നു. ചുമരുകൾ യൂറോപ്യൻ യുവതികളുടെ നഗ്നചിത്രങ്ങൾകൊണ്ട് അലംകൃതമായിരുന്നു. അക്കാലത്ത് ആ കെട്ടിടം നൃത്തകലയ്ക്ക് പേരുകേട്ടതായിരുന്നു. അടുത്തായി സാമാന്യം വലിയ ഒരു തടാകമുണ്ട്. അതിന്റെ ചുറ്റുവശത്തും കല്ലുപാകി കോൺക്രീറ്റ് പടിക്കെട്ടുകൾ കെട്ടി ഒരുക്കിയിരിക്കുന്നു.

ഇന്ന് ഈ പ്രദേശം അതിക്രമിച്ചുകേറി താമസിച്ച കുടിയേറ്റക്കാരുടെ കോളനിയാണ്. 34 കുടുംബങ്ങളാണിവിടെ സ്വന്തം സാമ്രാജ്യമാക്കി വീടുപണിത് താമസിക്കുന്നത്. കുറച്ചുകാലം മുമ്പുവരെ അടിത്തറ വെറും നിലവും, ചുമരുകൾ ടിന്നും മറ്റും ഒക്കെ ആയിരുന്നു. നിയമപരമായി അവകാശം നേടാത്ത ഭൂമിയിൽ അടിത്തറ കെട്ടുവാൻ ആർക്കും അവകാശമില്ല. പക്ഷേ ഏറെക്കാലത്തെ കാത്തിരിപ്പിനുശേഷം അവർ കെട്ടിടങ്ങൾ പണിതു. കല്ലിന്റെ ആവശ്യത്തിനായി ചുറ്റുമതിൽ ഏറെയും അവർതന്നെയാണ് പൊളിച്ചത്. വെറും രണ്ടു കുടുംബങ്ങൾക്ക് മാത്രമേ ഡാൻസ് ഹാളിൽ ഇടമുണ്ടായിരുന്നുള്ളൂ.

മിക്ക വീടുകളിലും റാന്തൽ വിളക്കൊ, മെഴുകുതിരിയോ എരിയുന്നതു കാണാം. അയൽപക്കങ്ങളിലെല്ലാം കള്ളന്മാരുടെ ശല്യമുണ്ട്. ഈ ഇരുട്ട് അവർക്ക് നല്ല അവസരം ഒരുക്കിക്കൊടുക്കും. എല്ലാ വീടുകളിലേയും മുൻവശത്തെ വാതിൽ അടച്ചുപൂട്ടിയിരിക്കുകയാണ്. രാത്രി മുഴുവനും പവർക്കട്ട് തുടരും. ഇതിവിടെ പതിവാണ്.

സുകനും, ദിബ്യയും കോളനി മുഴുവനും ചുറ്റിക്കറങ്ങി. ഇങ്ങനെ കറങ്ങുപോവുന്ന നേരത്തെല്ലാം അവർക്കിതു പതിവാണ്. അതിനാരും അവരെ പ്രത്യേകിച്ച് ചുമതലപ്പെടുത്തിയിട്ടൊന്നും ഇല്ല. ദിബ്യയെപ്പോലെ തൊഴിൽരഹിതനും ധൈര്യശാലിയും ആയ ഒരാളിൽ എല്ലാവരുടെയും സംരക്ഷകനാവാനുള്ള ആഗ്രഹമുണ്ടാവുക സ്വാഭാവികമാണ്. തടാകത്തിന് ചുറ്റും നടക്കുന്നതിനിടയിൽ കരിയിലകൾക്കിടയിലൂടെ എന്തോ അരിച്ചുവരുന്ന ശബ്ദം അവർ കേട്ടു. ഇവിടെ പാമ്പുകൾ പതിവാണ്. ആദ്യമായി കോളനി സ്ഥാപിക്കപ്പെട്ട സമയത്ത് ഇഷ്ടംപോലെ പാമ്പുകളെ ഇവിടെനിന്നും കൊന്നിട്ടുണ്ട്. കോളനിയാവുംമുമ്പ് ഈ സ്ഥാനത്ത് ഇതിന്റെ ഉടമസ്ഥൻ വളരെ അപൂർവമായെ വരാറുണ്ടായിരുന്നുള്ളൂ — വർഷത്തിൽ രണ്ടോ, മൂന്നോ തവണ. അതുകൊണ്ട് പാമ്പുകൾ ധാരാളമായി പെറ്റുപെരുകി. ആൾപ്പെരുമാറ്റം വന്നപ്പോൾ മിക്കതും

അപ്രത്യക്ഷമായി — കൂട്ടത്തിൽ പിടിവാശിക്കാർ ചിലർ അവയുടെ മാളം വിട്ടുപോവാൻ വിസമ്മതിച്ചു. ഭൂവുടമ അയാളുടെ ഭൂമിയിൽ നിറയെ പല തരം മരങ്ങൾ വെച്ചുപിടിപ്പിച്ചിട്ടുണ്ട്. എഴുപതോളം തെങ്ങുകൾ കോള നിക്കാരെ തേങ്ങയുടെ കാര്യത്തിൽ സ്വയം പര്യാപ്തരാക്കി. ചിലർ തേങ്ങ വിൽക്കുകവരെ ചെയ്തു.

ദിബ്യ പാമ്പിനെ തിരഞ്ഞുനോക്കി. മൻസൂൺ കാലത്തുമാത്രം കാണുന്ന ജലപ്പാമ്പാണതെങ്കിൽ പേടിക്കാനില്ല. കയ്യിലൊരു വടിയോ മറ്റോ ഉണ്ടായിരുന്നെങ്കിൽ കരിയിലക്കൂന ചികഞ്ഞുമാറ്റി തിരയാമായി രുന്നു എന്നവൻ ആഗ്രഹിച്ചു.

കോളനിയിലെ മിക്ക ആളുകളും ഇപ്പോ കൽക്കട്ടയിലെ പ്രാദേശി കഭാഷ പഠിച്ചിട്ടുണ്ട്. പക്ഷേ അവരുടെ സ്വന്തം ഈസ്റ്റ് ബംഗാളി ഭാഷയും അവർ ഉപയോഗിക്കുന്നുണ്ട്. ദിബ്യക്കും സുകനും ഇപ്പോ ചെയ്യുന്നതു പോലെ രണ്ടും കൂട്ടിക്കലർത്തിയാണ് അവരുടെ സംസാരം.

“നീയെന്താ ടോർച്ച് എടുക്കാത്തത്?” ദിബ്യ ചോദിച്ചു.

“ബാറ്ററിയില്ല” സുകൻ.

“ബാറ്ററി ഇല്ലങ്കിപ്പിന്നെ ടോർച്ച് എന്തിനാ?”

“ഉം.... നിനക്കെന്താ ഒരെണ്ണം വാങ്ങിത്തന്നാൽ? നീയിപ്പഴും എനിക്ക് രണ്ടു രൂപ കടം തരാനുണ്ട്. അറിയില്ലേ?”

“തിരിച്ചുതരുമ്പോ ഞാൻ പലിശ അടക്കം തന്നേക്കാം.”

അടുത്തുള്ള വീടിനടുത്തെത്തിയപ്പോൾ ദിബ്യ വിളിച്ചുകൂവി. “ബാസു അങ്കിൾ ഉണ്ടോ?”....

നേർത്ത ഒരു സ്ത്രീശബ്ദം അകത്തുനിന്നും മറുപടി പറഞ്ഞു.

“ഇല്ല. അദ്ദേഹം ജോലികഴിഞ്ഞ് ഇതുവരേക്കും എത്തിയില്ല.”

“ശരി. പുറത്തിറങ്ങുമ്പോ സൂക്ഷിക്കണം. ഒരു പാമ്പിവിടെ കിടന്നു കറങ്ങുന്നു.”

മെലിഞ്ഞ രണ്ട് കുട്ടികൾ ജനലരികിലേക്ക് ഓടിവന്നു ചോദിച്ചു.

“ദിബ്യാട്ടാ.... എവിടയാ പാമ്പിനെ കണ്ടത്? എവിടയാ?”

“അതുപോയി. തടാകത്തിനടുത്തേക്കൊന്നും ലൈറ്റ് ഇല്ലാതെ പോവല്ലെ....”

കുട്ടികൾക്ക് സന്തോഷമായി. ദിബ്യയുടെ സ്വഭാവം എല്ലാവർക്കും അറിയാം. ഇന്നു വെളിച്ചം വന്നാൽ ഇന്നുതന്നെ, അല്ലെങ്കിൽ നാളെ നേരം പുലർന്നാലുടൻ അവൻ ഒരു പാമ്പുവേട്ടയ്ക്കിറങ്ങും എന്ന് ഉറപ്പാണ്. അതാണ് തമാശ.

രണ്ടു യുവാക്കളും ലബൊൺയയുടെ വീടിന്റെ അടുത്തുകൂടെയാണ് നടന്നുപോയത്. പക്ഷേ അവളെ ജനലരികിൽ കാണാഞ്ഞ് അവർ നിരാ ശരായി. അവളുടെ മുത്തച്ഛനേയും നാരുവിനേയും അവർ കണ്ടു.

“എവിടെ പോയിരുന്നു നാരൂ?” ദിബ്യ ചോദിച്ചു.

“കടയിൽ”

“ഇന്നു രാത്രി അത്താഴത്തിന് എന്തു മീനാ....?”

"മീനില്ല, മാംസമാണ്." നാരു പറഞ്ഞു.

"ഞാനും സുകനും രാത്രി അമ്മയുടെ പാചകം രുചിനോക്കാൻ വരുന്നുണ്ടെന്നു പറഞ്ഞേക്കണം." ദിബ്യ പറഞ്ഞു.

"വരണം" മുത്തച്ഛൻ നിഷി ഹൃദ്യമായി ക്ഷണിച്ചു.

"തീർച്ചയായും വരണം നാരുവിന്റെ അമ്മയിന്ന് ചക്കയും ഉണ്ടാക്കുന്നുണ്ട്."

വീടിനു മുമ്പിലെ ഇത്തിരി സ്ഥലത്ത് മുളകും മുന്തിരിമരവും എല്ലാം വളരുന്നുണ്ട്. മരത്തിനു കീഴെ തണലത്ത് മുളകൊണ്ടുള്ള ഒരു ചെറിയ ഇരിപ്പിടം ഉണ്ടാക്കി, കിളവൻ മിക്ക സമയത്തും അവിടെ ഇരിപ്പുണ്ടാവും.

●

നമ്മൾ കണ്ടതുപോലെ മുത്തച്ഛൻ നിഷി, നാരുവിന്റെ ചുമലിൽ തൂങ്ങിക്കൊണ്ട് കടകളുടെ നേരെ നടക്കുകയാണ്. പെട്ടെന്നുള്ള ഒരലർച്ച കേട്ട് അയാൾനിന്നു.

"അതെന്താ നാരു, അവരെന്തിനാ അലറുന്നത്?"

"ഓ.... അതവർ ലൈൻ വീണ്ടും പോയതിന് അലറുന്നതാ."

മുത്തച്ഛൻ സ്വയം ചിരിച്ചു. അത് സ്വയം ആസ്വദിച്ചുകൊണ്ടുള്ള ഒരു ചിരിയാണ്. നിഷി അന്ധനാണ്. 38 വർഷം മുമ്പ് അദ്ദേഹത്തിന് കാഴ്ച പൂർണമായും നഷ്ടപ്പെട്ടു. യുവത്വം കടക്കുംമുമ്പേ അയാൾക്കീ ഭൂമിയിലെ കാഴ്ചകൾ അവസാനിച്ചു. നാരുവാണ് അയാളുടെ ഏകതുണ.

"ഈ കിളവൻ മരിച്ചെങ്കി എത്ര നന്നായേനെ. ഇയാൾ ജീവിച്ചിരിക്കുന്നോളം മറ്റുള്ളവരെ വെറുതേ ഇങ്ങനെ ബുദ്ധിമുട്ടിക്കുന്നതെന്തിന്?" ഇങ്ങനെ ചിന്തിക്കുന്നവരാണിപ്പോ ഭൂമിയിൽ ഏറെയും. പക്ഷേ ലബൊൺയിയുടെ കുടുംബം ആ കൂട്ടത്തിലല്ല. അവരെല്ലാവരും മുത്തച്ഛന്റെ സൗകര്യങ്ങൾ നന്നായി ശ്രദ്ധിക്കും. അതിനു പിറകിൽ പല കാരണങ്ങളുണ്ട്. അതിലൊന്ന് അയാൾക്ക് ഗവൺമെന്റിൽനിന്നും മാസം 75 രൂപ സ്റ്റൈപെന്റ് കിട്ടുന്നുണ്ട് എന്നതാണ്. അയാളുടെ മരണശേഷം ആർക്കാണത് കിട്ടുക? നാരുവിന് ദിവസവും 10 പൈസ വീതം കിട്ടും. അവന്റെ പ്രായത്തിലുള്ള ഒരു കുട്ടിക്കും ഈ കോളനിയിൽ ഇങ്ങനെ ഒരു വരുമാനം ഇല്ല. അതുകൊണ്ട് തന്നെ മുത്തച്ഛന് ആവശ്യമുള്ളപ്പോഴൊക്കെ തന്റെ തോളിൽ ചാഞ്ഞുകൊണ്ട് എവിടെവേണമെങ്കിലും പോവാൻ നാരു തയാറാണ്.

നാരുവിന്റെ അച്ഛൻ കോളനിക്കടുത്തുതന്നെ ഒരു അലക്കുകട തുടങ്ങിയിട്ടുണ്ട്. തുടക്കത്തിലെ കുറച്ചുകാലത്തെ കഷ്ടപ്പാടുകൾക്കുശേഷം ബിസിനസ് അഭിവൃദ്ധിപ്പെട്ടു. അതിനുശേഷം അയാളൊരു പലചരക്കുകട തുടങ്ങി. അത് മൊത്തത്തിൽ നഷ്ടമായിരുന്നു. കോളനിയിലെ ഒറ്റ ആളുപോലും പണം കൊടുത്ത് സാധനം വാങ്ങിയില്ല — എല്ലാവരും കടമായാണ് വാങ്ങിയത്. അലക്കുകട വിജയമായിരുന്നു. കാരണം അവിടെ കോളനിയിൽനിന്ന് ഒരു കസ്റ്റമർപോലും ഉണ്ടായിരുന്നില്ല. മാത്രവുമല്ല

കടംപറഞ്ഞ് പലചരക്കു വാങ്ങുംപോലെ കടംപറഞ്ഞാരും തുണി അലക്കിക്കാറും ഇല്ല. അലക്കുകാർ പലരും കരാറിലേർപ്പെട്ടിട്ടുണ്ട്. എങ്കിലും പെട്ടെന്നുള്ള ഓർഡർ വരുന്ന ചില സമയത്ത് ലബൊൺയയുടെ അമ്മ വീട്ടിൽ വെച്ചുതന്നെ കടയിലേക്ക് വസ്ത്രങ്ങൾ അലക്കി കൊടുക്കാറുണ്ട്. ഇതുകാരണം വഴക്കുകൂടുമ്പോഴെല്ലാം ലബൊൺയയെ പലരും 'അലക്കുകാരന്റെ മോളെ' എന്നുവിളിച്ച് അധിക്ഷേപിച്ചു.

റോഡിലെ കല്ലിൽത്തട്ടി വീഴാൻ പോയപ്പോൾ മുത്തച്ഛന് നന്നായി വേദനിച്ചു. നിങ്ങൾക്കു പ്രായമാവുമ്പോളറിയാം, ചെറിയ വേദനപോലും ശരീരത്തെ വല്ലാതെ തളർത്തും. അയാൾ അസ്വസ്ഥപ്പെട്ടു.

"എന്താ ചെറുക്കാ, എന്നെപ്പോലെ നിനക്കും കണ്ണു കാണാതായോ? ഒരു കല്ലുകടിക്കുന്നുണ്ടെന്നെന്നോട് പറയാത്തതെന്ത്?"

"വരൂ.... അതുപോട്ടെ! ഇവിടെ ഒരു കല്ലുണ്ട് എന്നകാര്യം ഇന്നലെ ഞാൻ പറഞ്ഞതല്ലേ?"

"ശരി. നിനക്കതെടുത്ത് മാറ്റിക്കൂടായിരുന്നോ?!!

"ഓ.... അതൊന്നും കഴിയില്ല. അത് മണ്ണിൽ ആഴ്ന്നിറങ്ങി കിടപ്പാണ്."

കിളവൻ നിലത്തു കുത്തിയിരുന്ന് കല്ല് ഇളക്കിമാറ്റാൻ ഒരു ശ്രമംനടത്തി. അയാൾ കല്ല് പരതി കണ്ടുപിടിച്ചു പക്ഷേ ഇളക്കാൻ ശ്രമിച്ചിട്ട് സാധിച്ചില്ല. അത്രക്ക് ശക്തിയൊന്നും അയാൾക്കില്ലെന്ന് കണ്ടാലേ അറിയാം.

ഉടനെതന്നെ തൊട്ടടുത്തുനിന്ന് ഒരു വലിയ അലർച്ച കേട്ടു. നാരു വേഗം മുത്തച്ഛന്റെ കൈ കടന്നുപിടിച്ചു.

"വേഗം ..... മുത്തച്ഛാ.... വേഗം വരൂ."

"അതെന്താടാ ആ ശബ്ദം?"

"ഒരു ടാക്സിയും റിക്ഷായും കൂട്ടി ഇടിച്ചു."

"എവിടെ?"

"നമ്മുടെ കടയുടെ മുമ്പിൽത്തന്നെ."

"ആർക്കെങ്കിലും പരിക്കു പറ്റിയോ? റിക്ഷയ്ക്കകത്ത് ആരാ?"

"വേഗം വരൂ..... നമുക്ക് പോയി നോക്കാം."

"നാരൂ ടാസ്കി ഡ്രൈവറെയാണോ ആ അടിക്കുന്നത്? ആ കരയുന്നതാരാ?"

കിളവന്റെ കൈ നാരുവിന്റെ ചുമലിൽനിന്നും ഊർന്നുപോയി. നാരു വെപ്രാളത്തിനിടെ അതൊന്നുമറിയാതെ കുറച്ചുദൂരം മുന്നോട്ടോടി – പിന്നെയും തിരികെ വന്ന് തളർന്ന് തുടങ്ങിയ കിളവനെ തനിക്കൊപ്പം വലിച്ചുകൊണ്ടുപോയി. എങ്ങനെ ഒക്കെയോ മുത്തച്ഛനെ അവരുടെ കടയിൽ കൊണ്ടിരുത്തിയിട്ട് നാരു അപകടം നടന്നതു കാണാനോടിപ്പോയി.

ടാക്സി, സൈക്കിൾ റിക്ഷയെ ചെറുതായിട്ട് ഇടിച്ചു. ചെറുതായിട്ടാണ് ഇടിച്ചതെങ്കിലും റിക്ഷയുടെ ബാലൻസ് പോയി. അത് അടുത്തു കിടന്ന കുഴിയിലേക്ക് മറിഞ്ഞുപോയി. മുഴുവനും മറിഞ്ഞില്ലെങ്കിലും വണ്ടി ചെരിഞ്ഞപ്പോൾ അകത്തിരുന്ന രണ്ടു യാത്രക്കാരും മണ്ണിലേക്ക് തെറിച്ചുവീണു. പരിക്കൊന്നും ഇല്ലെങ്കിലും, അവർ മണ്ണിൽ കുഴഞ്ഞുപോയി.

ഇരുട്ടിൽ കുറേ രൂപങ്ങൾ ഒരുമിച്ചു കൂടി. ഇതുപോലത്തെ അപകടങ്ങൾ ഇരുട്ടിനെ മായിച്ചുകളയും. സുകൻ ഉച്ചത്തിൽ അലറി വിളിച്ചു. ദിബ്യ പഞ്ചാബിക്കാരനായ ആ ടാക്സി ഡ്രൈവറുടെ ചുമലിൽ പിടുത്തമിട്ടു. ഡ്രൈവർ ഒരു ഭീമാകാരനാണ്. പക്ഷേ ദിബ്യ വിചാരിച്ചാൽ അയാളുടെ തലതല്ലിപ്പൊട്ടിക്കാനും മടിക്കില്ല. മാത്രവുമല്ല ദിബ്യ തുടക്കമിട്ടാൽ മതി പിന്നെ എല്ലാവരുംകൂടി സന്തോഷമായിട്ടങ്ങ് സഹായിച്ചോളും. എല്ലാവരുംകൂടി ഒരാളെ അടിച്ചിടുന്നതിലും വലിയ രസമുണ്ടോ? പാപം ആർക്കും പ്രത്യേകിച്ച് ഏൽക്കുകയും ഇല്ല.

ഡ്രൈവറാണെങ്കിൽ ഒരു എടുത്തുചാട്ടക്കാരനായിരുന്നു. വിനയപൂർവം മാപ്പു പറഞ്ഞ് തടി രക്ഷപ്പെടുത്തേണ്ടതിനു പകരം അയാൾ റിക്ഷാക്കാരന്റെമേൽ പഴിചാരാൻ നോക്കി. ജനക്കൂട്ടത്തിൽ നിന്നും അയാൾക്കെതിരായി മറുമുറുപ്പുയർന്നു. ദിബ്യ അയാൾക്കു നേരെ മുഷ്ടി ചുരുട്ടിക്കൊണ്ട് ഭീഷണിയുടെ സ്വരത്തിൽ ചോദിച്ചു "ഇനിയും തന്റേടം പറയുന്നോടാ".

ഈ സമയത്ത് അവിടത്തെ പ്ലൈവുഡ് ഫാക്ടറി ഉടമസ്ഥനായ പഞ്ചാബിക്കാരൻ പ്രശ്നത്തിൽക്കേറി ഇടപെട്ടു. കേൾസിങ് എന്നാണയാളുടെ പേര്. ദിബ്യക്കടുത്തേക്ക് വന്നു. അയാൾ ദിബ്യയുടെ ചുമലുകളിൽ മൃദുവായി കൈവച്ചു.

"നീ എന്തിനാ ദിബ്യബാബു ഈ പാവത്തെ അടിക്കുന്നത്."

ദിബ്യ ചിരിച്ചുകൊണ്ട് കേൾസിങ്ങിനു നേരെ തിരിഞ്ഞു. അവൻ അയാളുമായി വളരെ സൗഹൃദത്തിലായിരുന്നു.

"നിങ്ങൾക്കറിയാവുന്ന ആളാണോ കേൾസിങ് ഇത്?"

ജനക്കൂട്ടത്തിൽനിന്നും വീണ്ടും മറുമുറുപ്പുയർന്നു.

"ഇതു പഞ്ചാബികളാണ്. അവർ എപ്പഴും ഒറ്റക്കെട്ടാവും. ഒരാൾക്ക് പ്രശ്നം വന്നാൽ എല്ലാവരും സഹായിക്കാനോടിവരും." ആൾക്കൂട്ടം മുറുമുറുത്തു തുടങ്ങി.

ടാക്സിക്കകത്തുണ്ടായിരുന്ന യാത്രക്കാർ അനങ്ങാതിരിക്കുകയായിരുന്നു. മുഖം കരിങ്കല്ലുപോലെ വികാരരഹിതം. കാര്യങ്ങൾ പന്തികേടിലാവുകയാണെങ്കിൽ അവർക്ക് വാതിൽ തുറന്നിറങ്ങി ആൾക്കൂട്ടത്തിൽ ലയിക്കാവുന്നതേ ഉള്ളൂ.

ദിബ്യ വീണ്ടും കേൾസിങ്ങിനെ നോക്കി ചിരിച്ചു. അവൻ ശരിക്കും ആ ഡ്രൈവറെ കൊല്ലാനോ മറ്റോ കരുതിയിരുന്നോ? ആവശ്യമില്ലാതെ ആളുകളെ ഉപദ്രവിക്കുന്നതിനൊന്നും ദിബ്യ മടിക്കില്ല. റിക്ഷയ്ക്കകത്തെ യാത്രക്കാർ മരിച്ചിരുന്നെങ്കിൽ അല്ലെങ്കിൽ കയ്യോ കാലോ ഒടിഞ്ഞിരുന്നെങ്കിലും ഡ്രൈവറെ കൊല്ലാതെ വിടരുതെന്നാണ് ദിബ്യയുടെ നയം. പക്ഷേ കുഴിയിലേക്ക് ഉരുണ്ടു വീണതിനും, മണ്ണിൽ കുഴഞ്ഞതിനും എല്ലാംകൂടി ഒന്ന് മാപ്പു പറയിച്ചാൽമതി. അല്ലങ്കി ഒന്നോ രണ്ടോ അടികൊടുത്താലും കുഴപ്പമില്ല.

●

നാരുവിന്റെ അച്ഛൻ ബിസ്പാനന്ദിന്റെ കടയ്ക്കു മുമ്പിലാണീ അപകടം. അയാൾ ഈ സമയത്തെല്ലാം വലിയ ആവേശത്തോടെ ഒരു പഴയ രസീതുബുക്കിന്റെ താളുകൾ തിരക്കിട്ടു മറിച്ചുകൊണ്ടിരിക്കുകയായിരുന്നു. മേശപ്പുറത്ത് ഒരു മെഴുകുതിരി എരിയുന്നവെട്ടമേ ഉള്ളൂ അവിടെ.

"അടി തുടങ്ങിയോ?" മുത്തച്ഛൻ ചോദിച്ചു.

"എന്തിനെങ്കിലുമൊക്കെയായി ആളുകൾ ഇപ്പോ അടിയുണ്ടാക്കിക്കൊണ്ടേ ഇരിക്കുന്നു. എന്താണിവിടെ കുഴപ്പം?"

"അതൊക്കെ നമ്മളെന്തിനറിയണം?" ബിസ്വാനന്ദ് താൽപ്പര്യമില്ലാത്ത സ്വരത്തിൽ പറഞ്ഞു. "അഥവാ പൊലീസു വന്നു ചോദിച്ചാൽ നമ്മൾ സത്യം പറയണം. അതായത് ഒന്നും കണ്ടില്ല ... കേട്ടില്ല."

ബിസ്വാനന്ദിന്റ മുഖത്ത് പ്രതിഷേധമായിരുന്നു. ഒരുപാടാളുകൾ തന്നെ പറ്റിച്ചിട്ടുണ്ടെന്നയാൾ വിശ്വസിക്കുന്നു. അയാൾക്കു പ്രതികാരം ചെയ്യാനൊന്നും ഉദ്ദേശ്യമില്ല. പക്ഷേ വേറാരുടെയും കാര്യത്തിൽ തല പുണ്ണാക്കാനൊന്നും അയാൾക്കാഗ്രഹമില്ല. തന്റെ അലക്കുകട നല്ലതു പോലെ നടത്തിക്കൊണ്ടുപോവണമെന്ന ഒറ്റ ഉദ്ദേശ്യമേ അയാൾക്കുള്ളൂ. വീട്ടിലെ ഒരുപാട് അംഗങ്ങൾക്ക് വിശപ്പടക്കാനുള്ള ഏക ഉപജീവന മാർഗമാണിത്. പുറത്തെ ആൾക്കൂട്ടത്തിലേക്കു നോക്കാൻ ഒരിക്കൽപ്പോലും അയാൾ മിനക്കെട്ടില്ല.

മെഴുകുതിരി കാറ്റിൽ വിറച്ചുകൊണ്ടിരുന്നു. കിളവൻ അതിലേക്കു തന്നെ തുറിച്ചുനോക്കി. വെളിച്ചം മാത്രമേ കാണുന്നുള്ളൂ എന്നു തോന്നിച്ചു ആ ഇരുപ്പിൽ. പക്ഷേ അയാളുടെ കണ്ണുകൾ ഒരു പ്രകാശരശ്മിയെപ്പോലും സ്വീകരിച്ചിരുന്നില്ല. ചെറിയ നിശ്ശബ്ദതക്കുശേഷം അയാൾ വീണ്ടും;

"വെളിച്ചം ഇപ്പഴും തിരിച്ചുവന്നില്ലല്ലൊ?"

"ഇല്ല"

"അവരെന്തിനാ എല്ലാ ദിവസവും ഇങ്ങനെ പവർക്കട്ടാക്കുന്നത്?" അയാൾ ആകാംക്ഷയോടെ ചോദിച്ചു.

"അതൊക്കെ അവർക്കേ അറിയാവൂ."

"ലാബിക്കാണെങ്കി പരീക്ഷയടുത്തു. ഈ ഇരുട്ടത്ത് അവളെങ്ങനെ പഠിക്കും."

ബിസ്വാനന്ദിന് അസുഖകരമായ മറ്റൊരു ചിന്തകൂടി അപ്പോൾ ഉണ്ടായി. ലോകം തന്നെ നശിപ്പിക്കാനായി ഒരുങ്ങിയിരിക്കുകയാണെന്ന് അവനുതോന്നി. ലബൊൺയക്ക് ശേഷം ജനിച്ച അയാളുടെ ഒരു മകൻ മരിച്ചുപോയി. അവനുണ്ടായിരുന്നെങ്കിൽ ഇന്നവന് 18 വയസായേനെ. തനിക്കൊരു സഹായമായേനെ. ലബൊൺയ കഴിഞ്ഞവർഷം ഒരു വിഷയത്തിന് തോറ്റുപോയി. ഈ വർഷമെങ്കിലും പാസായാൽ അവൾക്ക് വല്ല സ്കൂളിലും ജോലികിട്ടും. അങ്ങനെ കുടുംബത്തിന് ഒരു സഹായമാകും. സ്കൂൾ ജോലിക്കല്ലാതെ മറ്റൊന്നിനും അവളെ അയയ്ക്കാൻ

അയാൾക്കിഷ്ടമല്ല. കല്യാണം കഴിച്ചയയ്ക്കാനുംമാത്രം പണവും കൈയിലില്ല.

"വീട്ടിൽ വിളക്കു വല്ലതും കത്തിച്ചിട്ടുണ്ടോ?" അയാൾ അച്ഛനോട് അന്വേഷിച്ചു. സൂര്യനുദിക്കുന്നതുപോലും അറിയാത്ത ഒരാൾ ഒരു റാന്തലു കത്തിച്ചത് എങ്ങനെ അറിയാനാണ്?

കുറച്ച് മെഴുകുതിരിയുമായി നാരുവിനെ അപ്പോഴത്തന്നെ വീട്ടിലേക്കയയ്ക്കാൻ ബിസ്വാനന്ദ് തീരുമാനിച്ചു. ഈ രാത്രി ഇനി കറണ്ടു വരില്ല. ലബൊൺയക്ക് പഠിക്കണം. പക്ഷേ ഒന്നിലധികം തവണ അലറി വിളിച്ചിട്ടും നാരു വിളികേട്ടില്ല. ടാക്സി, റിക്ഷാ സംഭവത്തിൽ അവൻ മുഴുകിപ്പോയിരിക്കുന്നു. ദിബ്യയുടെ സ്വരം കടയ്ക്കകത്തേക്കുവരെ കേൾക്കാം.

വീടിനകത്തിരുന്ന് ക്ഷമ നശിച്ചപ്പോൾ ലബൊൺയ പുറത്തേക്കിറങ്ങി നടന്നു. റോഡിനറ്റത്തു നിന്നുള്ള ഒച്ചപ്പാട് അവളും കേട്ടു. ആ വഴിക്ക് പോവാൻ അവൾ ഇഷ്ടപ്പെട്ടില്ല. ആണുങ്ങൾ ആരും വീടിനകത്തുണ്ടാവില്ല. എല്ലാവരും ഇരുട്ടത്ത് ആ ആൾക്കൂട്ടത്തിനടുത്തായിരിക്കും. പക്ഷേ ഒരാളെ മാത്രം അവിടെ കാണാനാവില്ലെന്ന് ലബൊൺയക്ക് അറിയാം.

മുത്തച്ഛൻ വീഴാൻപോയ അതേ കല്ലിൽത്തടഞ്ഞ് അവളും വീഴാൻ പോയി. അവൾ അന്ധയായതുകൊണ്ടല്ല പക്ഷേ അത്രക്ക് ഇരുട്ടാണവിടെ. അവിടെ ഒരു കല്ലുണ്ടെന്ന കാര്യം ലബൊൺയക്ക് അറിയാഞ്ഞിട്ടല്ല. പക്ഷേ, അവളും ശ്രദ്ധിച്ചില്ല. ലബൊൺയ കോളനിക്കകത്ത് ചെരിപ്പിടാതെയാണ് നടക്കാറ്. അവൾക്കാകെ ഒരു ജോഡി സാൻഡൽസേ ഉള്ളൂ. അതവൾ കോളെജിലേക്കിടുന്നതാണ്.

ഇപ്പോ ഇരുട്ടത്തും നന്നായി കാണാം. മരങ്ങൾക്കിടയിൽ കരിയിലകൾ അനങ്ങുന്നത് അവൾക്ക് കേൾക്കാം. അതിനർഥം പാമ്പ് ഇപ്പഴും അവിടെത്തന്നെ ഇഴയുന്നുണ്ട്. പാമ്പിനെ ഓടിക്കാൻ ശബ്ദമുണ്ടാക്കാനായി അവൾ തറയിൽ അമർത്തിച്ചവുട്ടി. പാമ്പുകൾ വെറുതേ മനുഷ്യരെ ഉപദ്രവിക്കില്ല.

തടാകത്തിനടുത്തെങ്ങും ആരും ഉണ്ടായിരുന്നില്ല. വെള്ളത്തിന്റെ വജ്രത്തിളക്കം ആഴത്തിൽ കാണാം. നരച്ച നിലാവത്ത് ജലത്തിനടിയിലെ കുഞ്ഞുചെടികൾ ഉലയുന്നതുപോലും കാണാം. ചിലപ്പോഴൊക്കെ സ്ത്രീകൾ വന്ന് അതൊക്കെ പറിച്ചുകൊണ്ടുപോയി കറിവെക്കും. എന്നാലും അവ തീർന്നുപോവില്ല.

ലബൊൺയ ഡാൻസ് ഹാളിനരികിലേക്കു വന്നു. ചവിട്ടുപടികളോളം നിണ്ടു കിടക്കുന്ന വരാന്ത. ഒരു വലിയ മുറി നല്ല വൃത്തിയായി പരമ്പു കൊണ്ട് മൂടിയിട്ടുണ്ട്. ലബൊൺയ ചവിട്ടുപടി കേറിച്ചെന്ന് വിളിച്ചു.

''പിഷിമാ ...... രാഗാപിഷിമാ....."

ഒരുത്തരവും കേട്ടില്ല. ലബൊൺയ ഒന്നും പ്രതീക്ഷിച്ചല്ല വിളിച്ചത്. എല്ലാ ദിവസവും ഈ നേരത്ത് പിഷിമ അടുത്ത വീട്ടിൽ ഹിന്ദു

ഇതിഹാസം വായിക്കുന്നത് കേൾക്കാൻ അടുത്തുള്ള കോളനിയിലേക്കു പോവും എന്ന കാര്യം ലബൊൺയക്ക് അറിയാം. എന്നിട്ടും ലബൊൺയ 'പിഷിമാ' എന്നു നീട്ടി വിളിച്ചു. കേറിച്ചെല്ലുമ്പോ പ്രായമായ ആരുടെ യെങ്കിലും പേരുവിളിക്കുക അവിടത്തെ ഒരു രീതിയാണ്. ലബൊൺയ വാതിലിനുനേരെ മൂന്നുനാലടികൂടി നടന്നു. ഇപ്പൊഴവൾ 'അർജുൻനാ......' എന്നാണ് വിളിച്ചത്.

പക്ഷേ വീണ്ടും മറുപടി ഒന്നും കേട്ടില്ല. ലബൊൺയ വാതിൽ തള്ളി ത്തുറന്ന് അകത്തേക്കുകയറി, ആദ്യം അവൾക്കൊന്നും കാണാനായില്ല. പിന്നെ കണ്ണുകൾ ഇരുട്ടിനോട് പൊരുത്തപ്പെട്ടപ്പോൾ ജനലരികിൽ മേശ മേൽ തലചായ്ച്ചുകൊണ്ട് നിൽപ്പുണ്ടായിരുന്നു. ഒരു പന്തികേടുള്ള നിൽപ്പ്. ഒരുപക്ഷേ അയാളുറങ്ങുകയാണോ. സമയം 8 മണിയേ ആയി ട്ടുള്ളൂ. ലബൊൺയ അടുത്തുചെന്ന് ചുമലുകളിൽ കൈവച്ച് വിളിച്ചു – "അർജുനാ..."

കൈയിലെന്തോ ഒട്ടിപ്പിടിച്ചതുപോലെ തോന്നി, അവൾ കൈ പിൻവ ലിച്ച് സൂക്ഷിച്ചുനോക്കി. നല്ല ഉയരമുള്ള അയാൾ പകുതിയോളം മേശ യിലും ബാക്കി തറയിലും ആയാണ് കിടക്കുന്നത്. തന്റെ കൈയിൽ ഒട്ടി പിടിച്ചത് ചോരയാണെന്നുകൂടി തിരിച്ചറിഞ്ഞതോടെ അവൾ അലറിവി ളിച്ചു.

"ജെതിമാ... ഓടിവരൂ, ജെതിമാ.... ഹരൻദ, ഓടിവാ..."

ആളുകളും വെളിച്ചവും എത്തിയതോടെ ആ യുവാവിന്റെ തലയിലും ചുമലിലും ഉള്ള വലിയ മുറിവുകൾ കാണാനായി. ശരീരത്തിലും തറ യിലും രക്തം തളംകെട്ടി കിടക്കുന്നു. അയാളുടെ വയസൻ നായ മുറിക്കു ചുറ്റും അസ്വസ്ഥനായി ചുറ്റിത്തിരിയുന്നു. ഇടക്കിടെ അതു തറയിൽനിന്നും തന്റെ യജമാനന്റെ ചോര നക്കിക്കുടിക്കുന്നു. റാന്തൽവെളിച്ചം, ആകാം ക്ഷാഭരിതരായ കുറേ മുഖങ്ങൾ, ദേഹമാസകലം മുറിവേറ്റ ഒരു യുവാ വിന്റെ ബോധരഹിതമായ ശരീരം, രക്തം നക്കിക്കുടിക്കുന്ന ഒരു നായ — ഇതാണ് നമുക്ക് മുമ്പിലിപ്പോഴത്തെ ചിത്രം.

രണ്ട്

എന്റെ പേര് അർജൻ റായ് ചൗധരി. മരിച്ചുപോയ കിച്ചിമോൻ റായ് ചൗധരിയാണ് എന്റെ അച്ഛൻ. എന്റെ മൂത്തസഹോദരന്റെ പേര് ഷോമ നാദ് എന്നാണ്. എന്റെ അമ്മയുടെ .... ഇല്ല, ഒരാൾ ഒരിക്കലും തന്റെ അമ്മയുടെ പേര് പറഞ്ഞുകൂടാ, ഒരാളുടെ അമ്മയുടെ പേര് അത് തന്നെ യാണ് — അമ്മ! അതാണ് ഞങ്ങൾ ഞങ്ങളുടെ കുട്ടിക്കാലത്ത് പഠിച്ച ത്. എന്റെ കൈവെള്ളയിൽ ജന്മനാ ഒരു വലിയ അടയാളമുണ്ട്. ഒരിക്കൽ ഞാനെന്റെ മേശപ്പുറത്ത് ഒരു പുഴുവിനെ കണ്ടു. അതു പൂമ്പാറ്റയായി മാറുമോ എന്നു നോക്കാനായി ഞാനതിനെ പിടിച്ച് ഒരു കുപ്പിക്കകത്തിട്ടു. എന്റെ അമ്മ ഉറങ്ങാൻ കിടക്കുമ്പോ ലൈറ്റണക്കാറില്ല. സ്വിച്ചിനടുത്തു നിന്നും ബെഡ്ഡിലേക്ക് ഇരുട്ടത്ത് നടക്കാൻ അമ്മയ്ക്ക് പേടിയാണ്. വെറും പതിമൂന്നു വയസുള്ളപ്പൊ ഞാൻ വെള്ളത്തിൽ മുങ്ങിപ്പോവേണ്ടതായി രുന്നു. പിന്നൊരിക്കൽ ഒരു പെൺകുട്ടിയെ ഞാൻ വെള്ളത്തിൽ നിന്നും രക്ഷിച്ചിട്ടും ഉണ്ട്. നോക്കൂ, എല്ലാക്കാര്യങ്ങളും എനിക്ക് നല്ല ഓർമയുണ്ട്.

എന്റെ പേര് അർജ്ജുൻ റായ് ചൗധരി. എനിക്ക് ഇരുപത്തഞ്ച് വയ സായി. ഒരുപക്ഷേ ഇരുപത്താറ്. രണ്ടര വർഷങ്ങൾക്കു മുമ്പ് ഞാനെന്റെ എം എസ് സി പരീക്ഷ പൂർത്തിയാക്കി. ഞാൻ ഡം ഡം കോളനിയിൽ ജീവിക്കുന്നു. ദേഷ്പുരം കോളനിയിൽ. ഞങ്ങളുടെ വീടിനെ ഡാൻസ് ഹാൾ എന്നാണ് വിളിക്കുന്നത്. എന്റെ മുറിയിൽ മൂന്ന് ഓന്തുകൾ ജീവി ക്കുന്നുണ്ട്. അതിലൊന്ന് ശരീരമാസകലം വെള്ളയും കറുപ്പും വരകളുള്ള ഒരു വിചിത്രജന്തുവാണ്. ഞാൻ ചെറുതായിട്ട് പുകവലിക്കും. ഇപ്പോ ശുക്‌ല എനിക്ക് ഒരു ലൈറ്റർ സമ്മാനംതന്നു. പക്ഷേ ഞാനത് എവിടെ സൂക്ഷിക്കും? ആരും എന്റെ മേശയും പുസ്തകവും ഒന്നും കുഴച്ചുമറി ക്കില്ലന്നാണെന്റെ പ്രതീക്ഷ.

H_2O വെള്ളമാണ് O_2 Oxygen, O_3 Ozone ഒരു H ആറ്റത്തിന്റെ ഭാരം O ആറ്റത്തിന്റെ 6 ൽ 1 ന് തുല്യമാണ്. എനിക്കെല്ലാം കൃത്യമായി ഓർമയുണ്ട്.

ഞാൻ രക്ഷപ്പെട്ടു. അത്ര പെട്ടെന്ന് മരിക്കാൻ ജനിച്ചവനല്ല ഞാൻ. ഇത് ഒരു ആശുപത്രി കിടക്കയാണ്. ചുമരിനോട് ചേർന്നാണീ ബെഡ്സ് ഇട്ടിരിക്കുന്നത്. എന്റെ കൈ ഒന്ന് നീട്ടിയാൽ എനിക്ക് ചുമരിൽ തൊടാം. പക്ഷേ എന്റെ രണ്ട് കൈകളും കെട്ടിവെച്ചിരിക്കുകയാണ്. അവർ എന്തു കൊണ്ടാണ് എന്നോടിങ്ങനെ ചെയ്തത്? എന്താണിതിന്റെ ഒക്കെ അർഥം? അവർക്ക് മനുഷ്യരെ ഇങ്ങനെ ആശുപത്രികളിൽ തടവിലിടാനാവുമോ? പക്ഷേ ഒന്നുണ്ട്, ഞാനൊരു ജയിൽപ്പുള്ളിയാണെന്ന് ഞാൻ സ്വയം കരുതുന്നതെന്തിന്? എനിക്ക് നല്ല ക്ഷീണമുണ്ട്. അതു തീർച്ച. ചുമരുകൾ സ്വയം പൊട്ടിക്കാനാവില്ല എനിക്ക്.

ഇതൊരു വലിയ വാർഡ് ആണ്. ഇരുപത്തഞ്ചോ മുപ്പതോ രോഗികളുണ്ടാവും ഇവിടെ. ആ നേഴ്സിന്റെ കാലിനടിയിൽ റബ്ബർ ചക്രങ്ങളാണോ, എനിക്ക് അത്ഭുതം തോന്നുന്നു. അല്ലെങ്കിൽപ്പിന്നെ അവർക്കെങ്ങനെ ഇത്ര നിശബ്ദമായി, ഒഴുകി, ഒരു സിനിമയിൽ തിരമാലകൾ ഇളകുംപോലെ നടക്കാനാവുന്നത്. ഇത് ഏത് ആശുപത്രിയാണാവോ. മെഡിക്കൽ കോളേജ് ആശുപത്രിയോ, ഏതാണാവോ?

ഇല്ല, ഞാൻ എന്തായാലും രക്ഷപ്പെടും. എന്റെ തലയിലാണ് മുറിവ്, പക്ഷേ അതത്രക്ക് പേടിക്കാനുള്ളതല്ല. ഒരുവിധം എല്ലാവർക്കും ചിലപ്പോൾ തല മുറിയാറുണ്ട്. എന്റെ ഓർമകൾ നഷ്ടപ്പെടുമോ എന്ന ഭയം മാത്രമേ എനിക്കുള്ളൂ. ഇന്നലെയും മുമ്പുള്ള ദിവസവും, ഞാൻ ഇവിടെ വന്നനാൾ കാര്യങ്ങൾ കുറച്ച് ബുദ്ധിമുട്ടായിരുന്നു. എനിക്കൊന്നും ഓർക്കാൻ കഴിഞ്ഞില്ല, എന്റെ പേരുപോലും. പക്ഷേ അതെന്റെ ക്ഷീണം കൊണ്ടല്ല. എന്റെ പേര് അർജുൻ റായ് ചൗധരി, എന്റെ പേര് എ ആർ ചൗധരി..... നോക്കൂ, ഞാൻ എല്ലാം കൃത്യമായി ഓർക്കുന്നു. ഓർമകൾ നഷ്ടപ്പെട്ട എനിക്കിനി പേടിക്കണ്ട. എനിക്കെന്റെ തീസിസ് എഴുതി മുഴുമിപ്പിക്കണം. അതുമല്ല, ഭൂമിയിൽ ഒന്നുമല്ലാതെ ജീവിച്ചിരുന്നിട്ടെന്താ ഉപയോഗം... ഹൊ... വയ്യ. എല്ലാം ഓർമയുണ്ട്. എനിക്കെല്ലാം ഓർമയുണ്ട്.

●

"എന്താണ് സംഭവിച്ചതെന്ന് ഓർമയുണ്ടോ? സംശയാസ്പദമായി എന്തെങ്കിലും ശ്രദ്ധിച്ചിരുന്നോ? അപരിചിതരായ വല്ലവരേയും കണ്ടിരുന്നോ?"

"ഇല്ല. അങ്ങനെ പ്രത്യേകിച്ചൊന്നും എനിക്കോർമയില്ല. പെട്ടെന്ന് കറണ്ടുപോയി. അപ്പോൾ ഞാൻ ജനലരികിൽ ഇരിക്കുകയായിരുന്നു. ആരോ എന്നെ പുറത്തുനിന്നും കുത്തുകയായിരുന്നു, ഒരുപക്ഷേ വല്ല ആയുധവും എന്റെ നേരെ എറിഞ്ഞതുമാകാം. എന്നിട്ട് ഉടനെ ഓടിപ്പോയതാവാം?"

"ആരെയും കണ്ടില്ല എന്നുറപ്പാണോ?"

"ഉറപ്പ്."

"വല്ലതും കേട്ടിരുന്നോ? ആരുടെ എങ്കിലും സംസാരമോ മറ്റൊ?"

"ഇല്ല. അങ്ങനെ ഒന്നും കേട്ടില്ല. പക്ഷേ ഒരു ശബ്ദം കേട്ടത് ഞാൻ ഓർക്കുന്നുണ്ട്. ചങ്ങല കിലുക്കംപോലെ ഒരു ശബ്ദം. അതേ ഒരു വലിയ ചങ്ങല വലിച്ചുപൊട്ടിച്ചതു പോലെയുള്ള ശബ്ദമായിരുന്നു അത്."

"ചങ്ങല?"

"അതെ, അതെല്ലാം ഒരു സ്വപ്നംപോലെ തോന്നുന്നു. ബോധം പോവുന്നതിനു തൊട്ടുമുമ്പ് രണ്ട് കാര്യങ്ങൾ ഞാൻ വ്യക്തമായി കേട്ടു. ഒന്ന് ഈ ചങ്ങല പൊട്ടിയ ശബ്ദം, പിന്നെ, അടക്കിപ്പിടിച്ച കരച്ചിലു പോലെ ഒരു ശബ്ദം. അത് തീരെ അസാധ്യമായൊരു ശബ്ദമാണ്. ആരാണ് കരയുക? എന്റെ അമ്മ വീട്ടിലിരിക്കുന്നു. പക്ഷേ എന്റെ നായ ചിലപ്പോഴൊക്കെ അതുപോലത്തെ ശബ്ദമുണ്ടാക്കാറുണ്ട്. കരച്ചിലു പോലെ ഒരു ശബ്ദം.... പക്ഷേ ചങ്ങല പൊട്ടിക്കുംപോലത്തെ ശബ്ദം...."

"ഹോ..... അത് നിസാരം. അവിടെ എവിടെയും ചങ്ങല ഒന്നും ഇല്ല.... പക്ഷേ പ്രതി അവിടെ ഒരു ഇരുമ്പുകമ്പി ഇട്ടിട്ടുണ്ട്. അതുവന്ന് വീണതിന്റെയും തറ പൊട്ടിയതിന്റെയും ഒക്കെ ശബ്ദമാവും നിങ്ങൾ കേട്ടത്. നിങ്ങൾ മരിക്കാതിരിക്കുന്നു എന്നത് വലിയ ഭാഗ്യംതന്നെ."

"ശരി. ഞാനെന്തിന് മരിക്കണം?"

"ആരും മരിക്കാനാഗ്രഹിക്കുന്നില്ല, എന്നിട്ടും ദിവസവും എത്രയോ പേര് മരിക്കുന്നു. എന്തായാലും ഞാൻ നിങ്ങളെ സംസാരിച്ച് ശല്യം ചെയ്യുന്നില്ല. നിങ്ങൾക്കാരെയെങ്കിലും സംശയമുണ്ടോ?"

"ഇല്ല. എനിക്കാരേയും സംശയമില്ല."

"നിങ്ങളോടാർക്കെങ്കിലും വിരോധമുള്ളതായിട്ടോ മറ്റോ അറിയാമോ?"

"ഇല്ല. എനിക്കറിയുന്ന എല്ലാവരേയും എനിക്ക് വിശ്വാസമാണ്. ആരെയും സംശയിക്കാൻ എനിക്ക് ന്യായമില്ല."

"കഴിഞ്ഞ ദിവസങ്ങൾക്കിടെ നിങ്ങൾ ആരോടെങ്കിലും വല്ല വഴക്കും ഉണ്ടാക്കിയിരുന്നോ?"

"ഇല്ല."

"ഉം... സ്ത്രീകളുമായി....?"

"നിങ്ങളെന്താ ഉദ്ദേശിക്കുന്നത്?"

"ഞാൻ പറയുന്നതെന്താന്നുവെച്ചാൽ, നിങ്ങളൊരു യുവാവല്ലേ, പെൺകുട്ടികളുടെ പേരിലൊക്കെ ആരോടെങ്കിലും മത്സരം ഉണ്ടാവാനും മറ്റുംവളരെ എളുപ്പമാണ്. അങ്ങനെവല്ലതും...."

"ഹാ. എനിക്കു മനസിലായി. ഇല്ല. അങ്ങനെ ഒന്നും ഒരിക്കലും സംഭവിക്കില്ലാന്ന് നിങ്ങൾക്ക് വിശ്വസിക്കാം."

"നന്നായി ചിന്തിക്ക്. നിങ്ങളുടെ കാമുകി എന്തെങ്കിലും വിധത്തിൽ മറ്റൊരാളുമായി അടുക്കാനിടയായിട്ടുണ്ടാവുമോ?"

"അങ്ങനെ ഒന്നും ചിന്തിക്കാനൊന്നും ഇല്ല."

"നിങ്ങൾ ഈ അടുത്തെങ്ങാനും പാർട്ടി മാറിയിട്ടുണ്ടോ?"

"ഞാനൊരിക്കലും ഒരു പാർട്ടിയുടെയും അംഗമല്ല. എനിക്കതിനൊട്ട് സമയവുമില്ല."

"ഓ... ശരി. നിങ്ങളുടെ തലമുറയിൽ ഒരു ചെറുപ്പക്കാരന് രാഷ്ട്രീയത്തിലിറങ്ങാൻ സമയമില്ലെന്നു പറഞ്ഞാൽ ഞാൻ വിശ്വസിക്കണോ?"

"ഞാൻ പറഞ്ഞല്ലോ എനിക്കു സമയം കിട്ടാറില്ല."

"നോക്കൂ സഹോദരാ, യുവാക്കൾ എപ്പോഴും അവരുടെ പാർട്ടിക്കു വേണ്ടി പ്രവർത്തിക്കാൻ സമയം കണ്ടെത്തുന്നു. അവർക്ക് അതിന് പ്രത്യേകം സമയം വേണ്ട എന്നതാണു കാര്യം."

"ജീവിതം തന്നെ ഞങ്ങൾക്ക് പ്രശ്നമാണ്. അതിനു പുറമേ ഞങ്ങൾ പാർട്ടി പ്രവർത്തനത്തിന് പോയാൽ ഞങ്ങൾ പട്ടിണിയിലാവും."

".......... എന്നോട് സത്യം പറയൂ. നിങ്ങൾക്ക് ഒരു ഭയവും വേണ്ട. ഈ കേസന്വേഷണത്തിന് നിങ്ങൾ പറയുന്ന സത്യങ്ങൾ ഞങ്ങൾക്ക് സഹായകരമാകും. ഇക്കാലത്ത് മിക്ക കുറ്റകൃത്യങ്ങളും പാർട്ടിക്കകത്തുള്ള വഴക്കുകൊണ്ടുണ്ടാവുന്നതാണ്."

"എനിക്ക് കൂടുതലൊന്നും പറയാനില്ല."

"ഞാൻ പിന്നീട് വീണ്ടുംവരും. നിങ്ങൾക്കപ്പൊ വല്ലതും ഓർക്കാനാവുമെന്ന് അറിയാല്ലോ?"

•

എനിക്കെല്ലാം ഓർമയുണ്ട്. ഇപ്പഴും എന്റെ തല അസഹനീയമായി വേദനിക്കുന്നു. പക്ഷേ ഒരു കാര്യത്തിൽ എനിക്ക് സന്തോഷമുണ്ട്. കാരണം എനിക്കെന്റെ ഓർമകൾ നഷ്ടപ്പെട്ടിട്ടില്ല. എന്റെ അമ്മ ഹൃദയം പൊട്ടി കരയുന്നുണ്ടാവും. എന്നെ വന്നു കാണാൻ അവർ അമ്മയെ സമ്മതിക്കില്ലേ? ഞാനമ്മയുടെ ഏകമകനാണ്. ഞാൻ അർഥമാക്കിയതെന്താന്ന് വെച്ചാൽ, എന്റെ സഹോദരൻ മരിച്ചു. ഒരു കണക്കിന് അവൻ മരിച്ചതു തന്നെയാണ് നല്ലത്. ജീവനോടെ ഉണ്ടായിരുന്നെങ്കിൽ അവൻ കൂടുതൽ അനുഭവിക്കേണ്ടതായി വന്നേനെ.

എന്റെ സഹോദരൻ അസാധാരണമായ വിധത്തിൽ ഒരു മാന്യനായിരുന്നു. വളരെ വളരെ സിംപിൾ ആയ ഒരു വ്യക്തി. അവൻ ഒരു വട്ടനാണെന്ന് എല്ലാവരും കരുതി, ആളുകൾ ഭ്രാന്തനെന്നു പറഞ്ഞ് അവനെ കളിയാക്കുകയും ചെയ്തു. ഒരിക്കലും അവനാരെയും ഉപദ്രവിച്ചിട്ടില്ല, വെറുതെ ചുറ്റിക്കറങ്ങും. ചിലപ്പൊ സ്വയം സംസാരിക്കും. ചിലപ്പോ പക്ഷിമൃഗാദികളോട് — പക്ഷേ അതിനൊക്കെ എന്താ കുഴപ്പം? എന്നിട്ടും പക്ഷേ ജനങ്ങൾ അവനെ സ്വബുദ്ധിയോടെ ജീവിക്കാൻ സമ്മതിച്ചില്ല. എനിക്കോർമയുണ്ട്, ഒരുദിവസം ബിശ്വനാഥ് അങ്കിളിന്റെ കടയ്ക്ക് മുമ്പിൽവെച്ച്, അല്ല, അദ്ദേഹം അന്ന് അലക്കുകട തുടങ്ങിയിട്ടില്ല, അത് പലചരക്കു കടയായിരുന്നു — ഏതായാലും അവിടെവച്ച് കുറെ ചെറു

ക്കൻമാർ പാവം എന്റെ സഹോദരനെ ശല്യം ചെയ്തു. അവർ ചുറ്റും കൂടി അവന്റെ വസ്ത്രങ്ങളെല്ലാം ഉരിഞ്ഞുകളഞ്ഞു. ആ കാഴ്ചകൂടെ കണ്ടപ്പോൾ എനിക്കെന്റെ കണ്ണുനീരടക്കാനായില്ല. അത്രയ്ക്ക് കഷ്ടംപിടിച്ച അത്രക്ക് നിസഹായമായ അവസ്ഥ. പക്ഷേ ഞാനൊന്നും ചെയ്തില്ല. കുട്ടികൾ അത്രയ്ക്ക് നിയന്ത്രണാതീതരായിരുന്നു. അവരുടെ രക്ഷിതാക്കൾപോലും അവരെ തടയുന്നതിനുപകരം നോക്കിനിന്ന് അവരുടെ ചെയ്തികൾ ആസ്വദിക്കുന്നു. ഇത്തിരി...... എന്തെങ്കിലും രസകരമായ കളികളിലേർപ്പെട്ട നേരത്ത് കുട്ടികളെ തടയാനിത്തിരി ബുദ്ധിമുട്ടാണ്. കുട്ടിക്കാലത്ത് എല്ലാവരും കുറച്ച് ക്രൂരന്മാരായിരിക്കും, ഞാൻപോലും പൂമ്പാറ്റയുടെ തൂവലുകൾ അള്ളിപ്പറിച്ച് സന്തോഷിച്ചിട്ടില്ലേ?

എന്റെ അമ്മ എന്നും എന്റെ സഹോദരനെ ഓർത്തു കരഞ്ഞുകൊണ്ടിരുന്നു. ഒരു വിധവയ്ക്ക് കരയാനല്ലാതെ മറ്റെന്തിന് കഴിയും? പനിക്കുന്ന സഹോദരന് ശരിക്കും ഭ്രാന്തുവന്നപ്പോൾ എനിക്കവനെ ഒരുനിലയ്ക്കും ചികിത്സിക്കാനായില്ല. പണക്കാർക്കു മാത്രമേ ഭ്രാന്ത് ചികിത്സിച്ച് മാറ്റാനാവൂ. കാരണം അത്രയ്ക്ക് ചിലവേറിയ അസുഖമാണ്. എനിക്കാണെങ്കിൽ അന്ന് മാസത്തിൽ ഒരു 30 രൂപ സ്കോളർഷിപ്പും, 80 രൂപ രണ്ട് കുട്ടികളുടെ ട്യൂഷൻ ഫീ ഇനത്തിലും കിട്ടും. ചോറിന് മീനില്ലെങ്കിൽ എന്റെ സഹോദരൻ ബഹളം വെയ്ക്കും. ഞാനെങ്ങനെ അവനെപ്പോഴും മീൻവാങ്ങി കൊടുക്കും? പാവം എന്റെ അമ്മ ആവുംപോലെ പലതും ചെയ്തു. അവസാനമായപ്പോൾ സഹോദരൻ എന്നോട് പറഞ്ഞു തുടങ്ങി: "നമുക്ക് വീട്ടിലേക്ക് മടങ്ങിപ്പോവാം. ഇന്ത്യയും പാകിസ്ഥാനും പിന്നെയും ഒറ്റ രാജ്യമായത് നീയറിഞ്ഞില്ലേ? ഗാന്ധിജി എല്ലാം തീരുമാനിച്ചു, എല്ലാ വിവേചനങ്ങളും അദ്ദേഹം ഇടപെട്ട് പരിഹരിക്കും."

ഗാന്ധിജി 14 വർഷങ്ങൾക്ക് മുമ്പ് കൊല്ലപ്പെട്ടു. എനിക്കാക്കാഴ്ച ഇപ്പോഴും കാണാം. എന്റെ സഹോദരൻ എന്റെ മുമ്പിൽ നിൽക്കുന്നു. മുഖം പാതി താടികൊണ്ട് മറഞ്ഞ്, ദിവസങ്ങളോളം കുളിക്കാതെ ജടപിടിച്ച മുടി, തിളക്കമുള്ള കണ്ണുകൾ, കൈയിൽ ചുരുട്ടി പിടിച്ച ഒരു കെട്ട് പത്രവുമായി അവനെന്റെ നേരെ ഭ്രാന്തമായി അലറി. "അർജുൻ, നിനക്കെങ്ങനെ ഇത് കാണാതിരിക്കാനാവും? നോക്ക്, തലക്കെട്ടുതന്നെ നോക്ക്, ഇന്ത്യയും പാകിസ്ഥാനും ഒന്നായി. ഗാന്ധിയാണെല്ലാം ചെയ്തത്. ജിന്നയും നെഹ്റുവും ഇതാ കെട്ടിപ്പിടിച്ച് നിൽക്കുന്നു. നമുക്ക് മടങ്ങിപ്പോവാം. നമുക്കിനിയും ഈ നരകം പിടിച്ച സ്ഥലത്തു കഴിയണ്ട."

വിചിത്രമെന്നുതന്നെ പറയട്ടെ അവൻ എന്നെ എടുത്ത് കാണിച്ച പത്രത്തിന്റെ തലവാചകം വർഗീയ കലാപത്തെക്കുറിച്ചുള്ളതായിരുന്നു.

അതെ, ഞാൻ ശരിക്കും ഒരു സ്വാർഥനാണ്. ഇപ്പോഴും എന്റെ സഹോദരനെ പറ്റി ചിന്തിക്കുമ്പോഴെല്ലാം ദുഃഖത്തെക്കാളേറെ ഭയമാണ് എനിക്കനുഭവപ്പെടുന്നത്. ഭ്രാന്ത് എന്റെ കുടുംബത്തെ വിട്ടൊഴിയില്ലേ? മുത്തച്ഛൻ നിഷി പറയാറുണ്ട് എന്റെ അച്ഛന്റെ അത്ര നോർമൽ ആയിരു

ന്നില്ലാന്ന്. അദ്ദേഹത്തിന്റെ യൗവനകാലത്ത് മൂന്നും നാലും മാസത്തിൽ അദ്ദേഹം വീടുവിട്ട് പോവുമായിരുന്നത്രേ! തിരുച്ചുവന്നാൽ എന്താണ് ചെയ്തുകൊണ്ടിരുന്നത്. എവിടെയായിരുന്നു പോയത്, എന്ന തിനെക്കുറിച്ച് ഒരു വാക്കുപോലും പറയുകയും ഇല്ല. പേരുകേട്ട എല്ലാ സന്യാസിമാരേയും പുണ്യാത്മാക്കളേയും സന്ദർശിക്കുന്ന പതിവുണ്ടാ യിരുന്നു അദ്ദേഹത്തിന് എന്ന് പിന്നീട് ഞങ്ങൾ അറിഞ്ഞു. അവ രിൽനിന്നൊക്കെ എന്തൊക്കെയോ അറിയാനുണ്ടെന്ന് അദ്ദേഹത്തിന് തോന്നി. അവസാനം അദ്ദേഹം ആ തിരച്ചിൽ സ്വയം അവസാനിപ്പിച്ചു.

പക്ഷേ അദ്ദേഹത്തിന്റെ ഭൂതകാലത്തെക്കുറിച്ചുള്ള അറിവ് എന്നെ വല്ലാതെ ഭയപ്പെടുത്തി — എനിക്കും ഭ്രാന്തിന്റെ ലക്ഷണങ്ങളുണ്ടോ? ഞാനും ഭ്രാന്തനാണോ? പ്രത്യേകിച്ച് ഇപ്പോൾ എന്റെ തലയ്ക്ക് പരി ക്കേറ്റിരിക്കുന്നതിനാൽ ഇല്ല.... എന്റെ മനസിനൊന്നും സംഭവിച്ചിട്ടില്ല. എനി ക്കെല്ലാം വ്യക്തമായി ഓർമയുണ്ട്.

•

“അതാരാണ്...... ഓ ശുക്ലയോ? നീ എപ്പോ വന്നൂ? എന്നെക്കുറി ച്ചെങ്ങനെ അറിഞ്ഞു? പത്രത്തിലൂടെയോ? അതാവില്ല. പത്രത്തിൽ എന്നെ ക്കുറിച്ചെഴുതും എന്നു ഞാൻ കരുതുന്നില്ല. ഞാൻ രാഷ്ട്രീയത്തിൽക്കൂടി ഇല്ല. നിന്റെ സഹോദരന്റൊപ്പമാണോ വന്നത്? ഓ... ആവില്ല, അതിനു നിനക്കാവില്ല. അവൻ അലഹബാദിൽ സെമിനാറിന് പോയതാണ് അല്ലേ? പിന്നെ ആരുടെ കൂടെയാ വന്നത്?”

“അർജുൻദാ, നിനക്കെന്നെ മനസിലായോ?”

“നിന്നെ മനസിലാവുകയോ. ഉറപ്പായിട്ടും മനസിലായി. എന്തു കൊണ്ട് മനസിലാവില്ല?”

“ശരി. എങ്കിൽ ഞാനാരാന്ന് പറയ്.”

“നീ ശുക്ല. നീ എന്തിനാ എന്നോടിങ്ങനെ കിന്നാരം ചോദിക്കു ന്നത്?”

“ശരി ഞാനതൊന്നും ഇനി ചോദിക്കില്ല. ദയവായി ശാന്തനാവ്. നീ സംസാരിക്കാനേ പാടില്ലെന്നാ ഡോക്ടർമാർ പറഞ്ഞത്. നീ എന്താ ചെയ്യു ന്നത്? നീ എണീക്കാൻ നോക്കണ്ട. വേണ്ട നീ കിടക്ക്, അനങ്ങാതെ കിടക്ക്.”

“എങ്കിൽ ശരി, ആരുടെ കൂടെയാ നീ വന്നതെന്ന് പറ.”

“നീ വീണ്ടും വീണ്ടും അതുതന്നെ ചോദിക്കുന്നതെന്ത്? എനിക്ക് തനിച്ച് വന്നുകൂടേ?”

“നീ വരില്ല എനിക്കുറപ്പാണ്. ഇതിനുമുമ്പ് എവിടെയും നീ തനിച്ച് പോവുന്നത് ഞാൻ കണ്ടിട്ടില്ല.”

“നിനക്കെങ്ങനെയുണ്ടിപ്പോൾ?”

“ഒരു കുഴപ്പവും ഇല്ലെന്നാണെനിക്ക് തോന്നുന്നത്. പക്ഷേ അവരെ ന്തിനാ എന്റെ കൈ താഴേക്ക് കെട്ടിയിട്ടിരിക്കുന്നത്?”

“പനി കൂടുന്ന ചില നേരത്ത് നീ നിന്റെ തല മാന്തിപ്പൊളിക്കാൻ നോക്കുന്നതുകൊണ്ടാണ് ഇങ്ങനെ കൈ കെട്ടിവെച്ചിരിക്കുന്നത്.”

“എല്ലാം വിചിത്രം തന്നെ. ചൊറിയുന്നതുപോലെ തോന്നുമ്പോ, മാന്താതെ പിന്നെ? അവരെന്താ കരുതിയിരിക്കുന്നത്?”

“ആ മുറിവിൽ തൊടുന്നത് അപകടമാണ്. അണുബാധയുണ്ടാവും.... അതുമല്ല..”

“ശുക്ല, അതെന്തൊരു ബുദ്ധിമുട്ടാന്ന് നിനക്കു വല്ലപിടിയും ഉണ്ടോ? തല മുഴുവനും ചൊറിയുക, ഒന്നു മാന്താൻ കഴിയാതിരിക്കുക.... ഭൂമിയിൽ വേറൊന്നും ഒരു പ്രശ്നമല്ലാന്ന് തോന്നും. പ്ലീസ്, എന്റെ കൈ കുറച്ചു നേരത്തേക്കൊന്നഴിച്ചു തരാൻ അവരോട് പറയ്.....”

“അവർ ഞാൻ പറയുന്നത് കേൾക്കുമോ?”

“കേൾക്കും. നിന്റെ അച്ഛൻ ഒരു അറിയപ്പെടുന്ന ഡോക്ടറല്ലേ? അദ്ദേഹത്തിനിവിടെ നല്ല പേരാണ്. മിക്ക ഡോക്ടർമാരും നിന്നേയും കേട്ടിട്ടുണ്ടാവും. അല്ലെങ്കിൽ അവരിപ്പോ നിനക്ക് എന്നെ കാണാൻ അനുവാദം തരില്ലായിരുന്നു. ഇതു സന്ദർശകരെ അനുവദിക്കുന്ന സമയമല്ല. അവരോടൊന്ന് പറയ്. എന്നാൽ നീ എനിക്ക് ശരിക്കും ഒരു മാലാഖയാവും.”

“പക്ഷേ അവരോടങ്ങനെ ഒന്നും പറയാൻ എന്നെക്കൊണ്ടാവില്ല.”

“ശരി. എങ്കിലിപ്പോ ഇവിടെ നേഴ്സുമാർ ഒന്നും ഇല്ലല്ലോ, നീ ഈ ബാൻഡേജ് ഒന്നഴിച്ച് എന്റെ തല ഒന്നു ചൊറിഞ്ഞു തന്നേക്ക്.”

“അയ്യോ അതു പറ്റില്ല. ഞാൻ അതിനുമീതേക്കൂടി ചൊറിഞ്ഞുതന്നാൽ മതിയോ?”

“ബാൻഡേജിന് മുകളിലൂടെ എങ്ങനെ ചൊറിയും നീ? തലയിൽ കൈപോലും തട്ടില്ല. അതുകൊണ്ട് ഒരു സുഖവും കിട്ടില്ല.”

“നിന്റെ തലയിൽ എത്ര സ്റ്റിച്ച് ഉണ്ടെന്നറിയാമോ? പതിനൊന്ന്! നീ ഇപ്പഴും ജീവനോടെ ഇരിക്കുന്നതുതന്നെ അത്ഭുതമാണ്.”

“മരണം അത്ര എളുപ്പമല്ല.”

“നീ ഒരുപാടു സംസാരിച്ചു. ഞാനിനി പോയേക്കാം.”

“പ്ലീസ്, പോവല്ലേ.... കുറച്ചുനേരംകൂടി ഇരിക്ക്. നീ ആരുടേയും കൂടെയല്ലല്ലോ വന്നത്? ആണോ?”

പ്രോബ്ലംലാ, ആയ്തറോ ആരേലും കൂടെയുണ്ടോ? ഉണ്ടാവും അല്ലേ? നീ എവിടെയും തനിച്ച് പോവാറില്ലല്ലോ?..... എന്റെ തലയിങ്ങനെ പൊളിഞ്ഞതൊരു ഭാഗ്യം തന്നെ! അല്ലങ്കി നീ ഇത്രനേരം എന്റെ അടുത്തിങ്ങനെ വന്നിരിക്കില്ലല്ലോ.... ആർക്കും നിന്നെ ഒരിക്കലും തനിച്ച് കിട്ടില്ല. നല്ല കാര്യങ്ങളൊന്നും പറയാനറിയില്ല എനിക്ക് അതാ കഷ്ടം.....”

“ഇത്ര കഷ്ടപ്പെട്ട് നീ കൊച്ചു വർത്തമാനം പറയുന്നതെന്തിന് നിനക്ക് ശാന്തനായവിടെ കിടന്നുകൂടേ?”

“പക്ഷേ ശുക്ലാ പ്രധാനപ്പെട്ട ചില കാര്യങ്ങൾ നിന്നോടെനിക്ക് പറയാനുണ്ട്. എങ്ങനെ പറയണം എന്നതാ എന്റെ ആലോചന.”

“ശരി. നീ കിടന്ന് ആലോചിക്ക്. ഞാൻ നാളെ വരാം, അപ്പോ പറഞ്ഞാമതി. ഇപ്പോ എനിക്കുപോണം.”

"നിൽക്ക്, പ്ലീസ് കുറച്ചുനേരംകൂടി. ദിവസങ്ങളോളം ഇങ്ങനെ കിട ക്കുന്നതെന്തു കഷ്ടമാന്നറിയാമോ?"

"നോക്കൂ അർജുൻ, ആ നേഴ്സിപ്പോ വരും. അഞ്ചു മിനിട്ട് നിന്റെ അടുത്തിരിക്കാനാ അവർ എനിക്കു സമ്മതം തന്നിരിക്കുന്നത്."

"നിനക്കെന്തു നല്ല മണം.... വിലപിടിപ്പുള്ള പെർഫ്യൂമിന്റെ ആവും അല്ലേ? ആരുടേലും സമ്മാനമാണോ ഈ പെർഫ്യൂം?"

"അതെ. ആരുടെ എന്നൂഹിക്കാമോ?"

"ആയ്തർ, അല്ലങ്കി ബറുൺ.... അല്ലങ്കി....... റണജോയ്. ഏതായാലും പ്രോബൽ തന്നതാവില്ല. ആരുടെയാ?"

"ഞാൻ പറയില്ല."

"ആരുടെയും ആവട്ടെ നീയതുപയോഗിക്കണം. ആശുപത്രിയിലിത്ര നല്ല മണം നല്ലതാണ്. നഴ്സുകൂടി നല്ല പെർഫ്യൂം ഉപയോഗിക്കണംന്നാ എനിക്കു തോന്നുന്നത്. അവരടുത്തു വരുമ്പോ രോഗികൾക്ക് ഒരാശ്വാ സമാവും. പക്ഷേ ഇവിടെ എപ്പഴും മരുന്നിന്റെ മണമാണ്, എല്ലാനേരവും"

"ശരി. ഞാൻ പോട്ടെ. നോക്ക് നിന്റെ അമ്മയ്ക്ക് സുഖമാണ്. ഞാന ന്വേഷിക്കാറുണ്ട്."

"ഇത്തിരിക്കൂടി നിൽക്ക്.... പ്ലീസ് ഞാൻ നിന്റെ മണമൊന്ന് ശരിക്കും ആസ്വദിച്ചോട്ടെ......"

"മതി അർജ്ജുൻ, കുട്ടികളെപ്പോലെ ആവാതെ.... നീ ഇങ്ങനെ ഒന്നും ചെയ്യുന്നത് ഞാൻ കണ്ടിട്ടില്ലല്ലോ....."

"പക്ഷേ ഞാനിപ്പൊ ഒരു രോഗിയാണ്. ആശുപത്രിയിൽ കിട ക്കുമ്പോ ആളുകൾ കുട്ടിക്കാലത്തേക്ക് മടങ്ങും. നീ എപ്പഴെങ്കിലും കിട ന്നിട്ടുണ്ടോ ആശുപത്രിയിൽ?"

"ഒരിക്കൽ..... ജനനസമയത്ത്".

"അതാ നീ ഒരിക്കലും കുട്ടിത്തം കാണിക്കാത്തത്. നീ ക്രൂരയും ബുദ്ധിമാനുമായാണിപ്പോൾ എന്നോട് പെരുമാറുന്നത്."

"അതുമതി. എപ്പവേണേലും ആ നഴ്സ് വന്ന് എന്റെ നേരേ അല റും. ഞാൻ പോവട്ടെ."

"നീ എന്റെ തല സ്വൽപ്പം ചൊറിയുമോ?"

"ഇല്ല.... അതുകൊണ്ട് ഒരു ഗുണവും കിട്ടില്ല".

"ശുക്ലയെയും അവന്റെ സഹോദരൻ അനീഷിനേയും നേരത്തെ തന്നെ അറിയാമായിരുന്നെങ്കിൽ എന്റെ സഹോദരനുവേണ്ടി എനിക്കെ ന്തെങ്കിലും ചെയ്യാൻ സാധിച്ചേനെ. അബനിഷാദയുടെ അച്ഛൻ അറിയ പ്പെടുന്നൊരു ഡോക്ടർ ആണ്. അപേക്ഷിച്ചിരുന്നെങ്കിൽ അദ്ദേഹം തീർച്ച യായും എന്റെ സഹോദരനുവേണ്ടി എന്തെങ്കിലും ചെയ്തേനെ. പക്ഷെ അവൻ മരിക്കുമ്പോൾ ഞാൻ കോളേജിൽ ഒന്നാം വർഷമാണ്. യൂണി വേഴ്സിറ്റിയിലെത്തിയിട്ടാണ് ഞാൻ അബനിഷാദയെ കണ്ടുമുട്ടുന്നതു തന്നെ. എന്റെ പ്രൊഫസേഴ്സിൽ ഒരാളാണദ്ദേഹം, ഇപ്പോഴും എന്റെ റിസർച്ച് ഉപദേഷ്ടാവും ആണ്. ഞാനെത്രക്ക് ദരിദ്രനാണെന്നറിഞ്ഞ

അദ്ദേഹം എനിക്ക് ട്യൂഷൻ എടുക്കാനായി 2 സ്റ്റുഡന്റിനെ ഏർപ്പാടു ചെയ്തുതന്നു. അദ്ദേഹത്തിന്റെ സഹോദരിക്കുകൂടി ട്യൂഷൻ എടുക്കാംന്ന് ഞാൻ പറഞ്ഞതാണ്. പക്ഷേ ശുക്ല സമ്മതിച്ചില്ല. മറ്റൊന്നുംകൊണ്ടല്ല അങ്ങനെ വീട്ടിൽ വെച്ചൊരു ട്യൂഷൻ എടുപ്പൊന്നും വേണ്ട എന്നവൾ അന്നു പ്രഖ്യാപിച്ചു.

പക്ഷേ പാവം എന്റെ സഹോദരൻ, ഞാനവനെക്കുറിച്ചുതന്നെ ചിന്തിക്കുകയാണ്. ഹോസ്പിറ്റലിൽവെച്ച് എനിക്കാദ്യം ബോധം ലഭിച്ചപ്പോൾ, എന്റെ മനസു ശൂന്യമായതുപോലെ തോന്നി. അതിലെനിക്ക് ആനന്ദമാണ് തോന്നിയത്. ഞാനും അവനെപ്പോലെ ആയെങ്കിലെന്ന്? അവൻ പതിയെ പതിയെ എന്റെ കൺമുമ്പിൽവെച്ചാണ് ഭ്രാന്തനായത്. ഇടക്കിടെയുള്ള കിറുക്കോടുകൂടിയ അവൻ ഒരു പാവം മനുഷ്യനായിരുന്നു. ഉറുമ്പുകൾ വരുന്നതും പോവുന്നതും നോക്കി അവൻ ബാൽക്കണിയിലിരിക്കുന്നത് ഇടയ്ക്കിടെ ഞാൻ കണ്ടിട്ടുണ്ട്. ചിലപ്പോഴൊക്കെ കിളികളോട് സംസാരിക്കും. നായ അവന്റെ അടുത്ത കൂട്ടുകാരനായിരുന്നു. ഇതിനെ ഒക്കെ ഭ്രാന്തെന്നു വിളിക്കാനാവുമോ? ഞങ്ങളുടെ കോളനിയിലെ വലിയ തടാകത്തിൽ ഒറ്റ മത്സ്യംപോലും ശേഷിച്ചിരുന്നില്ല. പക്ഷേ എന്റെ സഹോദരൻ ചൂണ്ടയുമായി വേനലിലെ പൊരിവെയിലത്തുപോലും മണിക്കൂറുകളോളം ക്ഷമാപൂർവം ആ തടാകക്കരയിൽ ഇരുന്നു.

എനിക്കോർമയുണ്ട്, ഒരിക്കൽ ദിബ്യ അവനെ ഇടിച്ചു. ദിബ്യ പണ്ടേ ഒരു പ്രത്യേക തരക്കാരനായിരുന്നു. അല്ലങ്കിൽപ്പിന്നെ ആരാണ് എന്റെ ഏട്ടനെപ്പോലെ നിരുപദ്രവകാരിയായ ഒരു പാവം മനുഷ്യനെ ഉപദ്രവിക്കുക? ആ പാവം ആരുടെ കാര്യത്തിലും തലയിടാറില്ല. ഒരിക്കലും ആരെയും ഉപദ്രവിക്കാറുമില്ലേ. പക്ഷേ അവൻ വെറുതെ ഭ്രാന്തഭിനയിച്ച് ഒരു ജോലിയും ചെയ്യാതിരിക്കുകയാണ് എന്നായിരുന്നു ദിബ്യയുടെയൊക്കെ വിചാരം. കനത്ത ഒരിടി — ഇത്തരം ഭ്രാന്തു മാറ്റാൻ അതു ഉപകരിക്കും എന്നായിരുന്നു ദിബ്യ പറഞ്ഞത്. പക്ഷേ ഞാൻ നേരത്തേ പറഞ്ഞില്ലേ? എന്റെ ഏട്ടൻ അങ്ങനെ ഒരു മുഴുഭ്രാന്തനായിരുന്നില്ല. അവന് വളരെ ചെറിയ തോതിൽ, കുറച്ച് കിറുക്കുകളൊക്കെ ഉണ്ട്. പിന്നെ വളരെ വളരെ പാവം. മിക്കവർക്കും ഇത്തരം ആളുകളെ മനസിലാക്കാൻ പ്രയാസമാണ്. അവരെന്റെ സഹോദരനെ ഫാക്ടറിയിൽ ജോലി ചെയ്യാൻ നിർബന്ധിച്ചു. പക്ഷേ എന്റെ പാവം സഹോദരന് എങ്ങനെയാണ് ഒരു ഫാക്ടറി തൊഴിലാളി ആവാൻ കഴിയുക? തുറന്ന വയലുകളിൽനിന്നു, നിറഞ്ഞൊഴുകുന്ന പുഴ...... തിര ഇതിനുമെല്ലാം ഈ നഗരപ്രാന്തത്തിലേക്കുള്ള പറിച്ചുനടൽതന്നെ അവന് അധികമായിരുന്നു. ഞാൻ കോളെജിൽ പോവുകയും ക്ലാസിൽ കേറുകയും എല്ലാം ചെയ്തു. പക്ഷേ കീറിപ്പറിഞ്ഞ വസ്ത്രങ്ങളുമായി നിരത്തിലലയുന്ന, കുട്ടികൾ കൂട്ടംകൂടി ഉപദ്രവിക്കുന്ന.... എന്റെ സഹോദരന്റെ ചിത്രമായിരുന്നു എപ്പോഴും എന്റെ കൺമുമ്പിൽ തെളിഞ്ഞുനിന്നത്.

ഇല്ല, അവന്റേതുപോലെ എനിക്കു കാഴ്ച നഷ്ടപ്പെട്ടിട്ടില്ല — എല്ലാം എനിക്കോർമയുണ്ട്.

വയലിനു നടുക്കുകൂടെ ഒരു നടപ്പാത, ഒരു വശത്ത് നെല്ല്, മറുവശത്ത് ചണം. വയലിൽ ചെറിയ ചാലുകൾ കീറിയിട്ടുണ്ട്. തീരത്ത് ചൂരൽ വളരുന്നുണ്ട്. ഞങ്ങൾ, ആൺകുട്ടികൾ അവിടെപ്പോയി വിളഞ്ഞ കേൻഫ്രൂട്ട് എടുത്ത് തിന്നും.

പതിനൊന്ന് വയസായപ്പോൾ ഞാനെന്റെ രാജ്യംവിട്ടു. അതെ, എന്റെ രാജ്യം! വിഭജനത്തിന്റെ സമയം എനിക്കത്ര വ്യക്തമായ ഓർമയില്ല. പക്ഷേ എന്റെ പഴയ ഓർമകൾ പാകിസ്ഥാനുമായി ബന്ധപ്പെട്ടതാണ്. എന്റെ അച്ഛന്റെ തലമുറ പോയകാലത്തിന്റെ പ്രൗഢികൾ വാഴ്ത്തിയും വിലപിച്ചും സമയം കളഞ്ഞു. പക്ഷേ ആ പ്രൗഢിയുടെ ഒരംശംപോലും ഞാൻ കണ്ടിട്ടില്ല. ആകെ ഞാൻ ഓർക്കുന്ന ഒരു കാര്യം എന്തെന്നുവച്ചാൽ, ഞങ്ങൾ ആൺകുട്ടികൾ അധികം ദൂരത്തൊന്നും പോയിക്കൂടെന്നും, മുസ്ലീം ആൺകുട്ടികളുമായി ഒരിക്കലും വഴക്കിനുപോവല്ലെന്നും എല്ലായ്പ്പോഴും താക്കീതു കിട്ടിയിരുന്നു എന്നുള്ളതാണ്. സ്കൂൾ വീട്ടിൽനിന്നും മൂന്നു മൈൽ ദൂരെയാണ്, ഞങ്ങൾക്കൊരു നിത്യനടത്തം. പക്ഷേ മൺസൂൺ എല്ലാം വെള്ളത്തിലാക്കി. എന്റെ ഏക ആശ്രയം ബോട്ട് ആണ്. ഞങ്ങൾക്ക് സ്വന്തം ബോട്ടില്ലായിരുന്നു. അതുകൊണ്ട് ഞാൻ നേരത്തെതന്നെ പുറപ്പെട്ട് ഒരു വലിയ ആൽമരച്ചുവട്ടിൽ, നദിക്കരയിൽ കാത്തിരിക്കും, വല്ല ബോട്ടും വന്നാൽ എന്നെക്കൂടി കൊണ്ടുപോവുന്നതും കാത്ത്.... ചില ദിവസങ്ങളിൽ ഒറ്റ ബോട്ടും വരില്ല. അപ്പോൾ ഞാൻ ഉടുപ്പെല്ലാം അഴിച്ച് പുസ്തകങ്ങൾ ഉടുപ്പിൽ പൊതിഞ്ഞ്, ഒരു കൈകൊണ്ട് അതു തലയ്ക്കുമീതെ പൊക്കിപ്പിടിച്ച് നീന്തും. അബനിഷാദ ഞങ്ങളുടെ ഈ കഥ കേട്ട് ചിരിച്ചിട്ടുണ്ട്. "വയസായ നിനക്ക് അത്തരമൊരു പൊതുസ്ഥലത്തുവെച്ച് ഉടുപ്പഴിക്കാൻ നാണമാവില്ലേ?" എന്നദ്ദേഹം പിന്നീടൊരിക്കൽ ചോദിച്ചു.

ഒരിക്കലുമില്ല. അതിനെന്താ നാണിക്കാൻ? ഒരിക്കൽ ഞാൻ മറുകരയിലെത്തി വെയിലത്ത് കുറച്ച് സമയം സ്വയം ഉണങ്ങാൻ കാത്തുനിന്നു. ഒരുപാടാളുകൾ അപ്പോൾ എന്നെ കണ്ടിട്ടുണ്ടാവും. സ്കൂളിൽ പോവുക എനിക്ക് ഹരമായിരുന്നു. ഒരിക്കൽ ശുക്ല എന്നോട് ചോദിച്ചു. "നീ ഒരു കുട്ടിയാവുമ്പോത്തന്നെ എങ്ങനെ അത്ര ദൂരം നീന്താനായി? ആരാ നിന്നെ നീന്താൻ പഠിപ്പിച്ചത്?" എന്തൊരു നിസാര ചോദ്യം. ഈസ്റ്റ് ബംഗാളി ബോയ്സിനെ ആരും നീന്താൻ പഠിപ്പിക്കണ്ട. നദികളുടെ ആ രാജ്യത്ത് എല്ലാരും കുട്ടിക്കാലത്തുതന്നെ ജലജീവികളെപ്പോലെ നീന്തലാണ് എപ്പോഴും — ആരും പഠിപ്പിക്കണ്ട!

കൽക്കട്ടയിൽവെച്ച് 17-ാം വയസിലാണ് ഞാൻ നാണിച്ചുപോയത്. സാധാരണ ഹോളി ദിവസം. രാവിലെ ഞാൻ വീടുവിട്ടിറങ്ങാത്തതാണ്. പക്ഷേ ആ ദിവസം ഞാൻ പുറത്തുപോയി. ബംഗാളികളല്ലാത്ത ഒരു കൂട്ടം ആളുകൾ നിറക്കൂട്ടുകളുമായി എന്റെ അടുത്തെത്തി. അവർ എന്റെ

ദേഹത്ത് നിറങ്ങൾ വാരിപ്പൂശി. ആ സമയത്ത് എനിക്കാകെ ഒറ്റ ഷർട്ടേ ഉണ്ടായിരുന്നുള്ളു. അടുത്ത ദിവസം കോളേജിലിടാൻ എനിക്ക് വേറെ ഷർട്ട് ഇല്ലായിരുന്നു. എന്റെ സഹോദരനാണെങ്കിൽ ആ സമയത്ത് തീരെ സമനിലതെറ്റി തെരുവിലലഞ്ഞു നടക്കുകയായിരുന്നു. അമ്മയാണെങ്കിൽ ദിവസം രണ്ടു നേരംപോലും ഞങ്ങൾക്കാഹാരം തരാനാവാതെ തനിച്ചിരുന്നു കരഞ്ഞു. അതുകൊണ്ടുതന്നെ രണ്ടാമതൊരു ഷർട്ട് വാങ്ങിക്കുക അസാധ്യമായിരുന്നു. ഞാൻ കുറച്ച് ഇച്ഛാശക്തി ഉള്ള കൂട്ടത്തിലാണ്. പലനിറമുള്ള ആ ഷർട്ടുമിട്ട് ഞാൻ പ്രസിഡൻസി കോളേജിലേക്കു നടന്നുചെന്നു. പക്ഷേ എന്റെ കോലംകണ്ട് സഹപാഠികളുടെ അടക്കിപ്പിടിച്ച ചിരി എനിക്ക് സഹിക്കാനായില്ല. പിറ്റേദിവസം പാവംതോന്നി ഹരാന്റ അവന്റെ ഒരു പഴയ ഷർട്ട് എനിക്ക് കൊണ്ടുതന്നു.

ഗ്രാമത്തിലെ സ്കൂളിൽ എന്റെ ക്ലാസിൽ എപ്പോഴും ഞാനായിരുന്നു ഒന്നാം സ്ഥാനത്ത്. അതുകൊണ്ട് കുറെ കുട്ടികൾക്ക് എന്നോട് അസൂയയായിരുന്നു. പക്ഷേ എനിക്കൊരിക്കലും ഞാനൊരു ഹീറൊ ആണെന്ന് തോന്നിയിട്ടേ ഇല്ല. എന്റെ സഹോദരന്റെ പഠനം അച്ഛൻ നിർത്തിച്ചു. കാരണം അവൻ എട്ടാം ക്ലാസിൽ രണ്ടു തവണ തോറ്റു. അതായിരുന്നു എന്റെയും ഭയം. സ്കൂളിൽപ്പോക്ക് നിർത്തേണ്ടിവരുമോ എന്നഭയം കൊണ്ട് എല്ലാ പാഠവും കാണാപ്പാഠം പഠിച്ച് ഞാൻ നന്നായി വിജയിച്ചു. പഠിച്ചു. അതിനുപുറമേ, അത്രയ്ക്ക് പാവങ്ങൾ ആയതുകൊണ്ട് ഫീസ് അടയ്ക്കാൻ ഞങ്ങൾക്ക് നിർവാഹമുണ്ടായിരുന്നില്ല. സൗജന്യ വിദ്യാഭ്യാസം കിട്ടണമെങ്കിൽ അത്രയും നല്ല മാർക്കുവേണം. മൂന്നാംതരംവരെ ഞാൻ ബോർഡ് സ്കൂളിൽ ആണ് പഠിച്ചത്. അവിടെ ഏതായാലും എല്ലാം സൗജന്യമായിരുന്നു. ഹൈസ്കൂളിൽ എനിക്ക് സൗജന്യം ലഭിച്ചത് ഞാനാ ക്ലാസിലെ ഒന്നാമൻ ആയതുകൊണ്ടാണ്. അങ്ങനെ ക്ലാസിൽ ഒന്നാമനാവുക എന്നത് എന്റെ ശീലമായി മാറി.

അംജദ് അലി എന്ന പേരുള്ള ഒരാളായിരുന്നു ഞങ്ങളുടെ ഹെഡ്മാസ്റ്റർ. അദ്ദേഹം ആ സബ്ഡിവിഷനിലാകെ അറിയപ്പെടുകയും ബഹുമാനിക്കപ്പെടുകയും ചെയ്യുന്ന ഒരാളായിരുന്നു. ഞാൻ അദ്ദേഹത്തിന്റെ ഇഷ്ടപ്പെട്ടവരിൽ ഒരാളായിരുന്നു. പക്ഷേ അദ്ദേഹത്തിന്റെ മകൻ യാഖൂബ് എന്നെ ഇഷ്ടപ്പെട്ടില്ല. എന്നെക്കാളും രണ്ടു വയസിനു മൂത്ത അവൻ എപ്പോഴും എന്നെ അടിക്കാൻ ഓരോ കാരണങ്ങൾ കണ്ടെത്തി. പക്ഷേ ആ വെറുപ്പിന്റെ കാരണമെന്തെന്ന് എനിക്കൊട്ടും അറിയില്ലായിരുന്നു.

എനിക്ക് ഏറ്റം വിലപ്പെട്ട രണ്ടു സാധനങ്ങൾ ഉണ്ടായിരുന്നത് ഞാനോർക്കുന്നു. ഒന്ന് ഒരു ചുവപ്പും നീലയും നിറമുള്ള പെൻസിൽ. രണ്ടാമത്തേത് ഒരു സിൽവർ ഹാർമോണിയം. പെൻസിൽ ഒരറ്റം ചുവപ്പും, ഒരറ്റം നീലയുമായിരുന്നു. ഞാൻ താമസിക്കുന്ന ഗ്രാമത്തിൽ അത്തരമൊന്ന് അപൂർവമായിരുന്നു. അതിനൽപ്പായുസേ കാണൂ എന്നറിയാവുന്നത് കൊണ്ട് വല്ലപ്പോഴും പുസ്തകത്തിൽ പ്രധാനപ്പെട്ട ഭാഗത്തിന് അടിവരയിടാൻ മാത്രമേ ഞാനത് ഉപയോഗിച്ചിരുന്നുള്ളൂ. ഹാർമോ

ണിയമാണെങ്കിൽ ഞാനാരെയും തൊടാൻകൂടി അനുവദിച്ചില്ല. എന്റെ സഹോദരനെപ്പോലും അതുവെച്ച് കളിക്കാൻ ഞാൻ സമ്മതിച്ചിരുന്നില്ലല്ലോ എന്നോർക്കുമ്പോൾ എനിക്കിന്ന് നാണക്കേടു തോന്നുന്നു. ഞങ്ങളുടെ ഒരു അയൽക്കാരൻ വകയിൽ ഒരമ്മാവൻകൂടിയാണ് — നേവിയിൽ ജോലിചെയ്തിരുന്നു. രണ്ടുവർഷം കൂടുമ്പോഴെല്ലാം കുറേ നല്ല സമ്മാനങ്ങളുമായി അദ്ദേഹം വരും. ഞങ്ങളദ്ദേഹത്തെ നേവി അമ്മാവൻ എന്നാണ് വിളിച്ചിരുന്നത്. ഈ ഹാർമോണിയവും പെൻസിലും ആ അങ്കിൾ കൊണ്ടുതന്നതാണ്. രണ്ടിലും 'മെയ്ഡ് ഇൻ ജർമനി' എന്നെഴുതിയിരുന്നു. രണ്ടും ജർമ്മനിയിൽ നിന്ന് വാങ്ങിയതാണുതാനും.

ഗ്രാമത്തിൽ താമസിച്ചകാലത്ത് ഞങ്ങൾ പാവങ്ങളായിരുന്നു. പക്ഷേ ഞങ്ങളെ എന്തെങ്കിലും നിരാശ അനുഭവിക്കാൻ അമ്മ സമ്മതിച്ചിരുന്നില്ല. അയൽക്കാരും ആവുംവിധം ഞങ്ങളെ സഹായിച്ചു. ചിലപ്പോഴൊക്കെ അവർ എന്നെയും സഹോദരനെയും ഭക്ഷണത്തിന് ക്ഷണിച്ചു. ഈ കരുതലെല്ലാം എന്നെ അതിലോലനാക്കി. ആരെങ്കിലും എന്തെങ്കിലും പരുക്കനായി സംസാരിച്ചാൽക്കൂടി ഞാൻ ആകെ തകരുമായിരുന്നു.

ആ അമ്മാവൻ നേവിയിൽ നിന്നു വരുമ്പോൾ ഞങ്ങളുടെ വീട്ടിലേക്ക് പലതരം സമ്മാനങ്ങൾ കൊണ്ടുവന്നിരുന്നു. പക്ഷേ എനിക്കാകെ ഈ പെൻസിലും ഹാർമോണിയവും മാത്രമേ ഓർമയുള്ളു.

ഒരുദിവസം സ്കൂൾ വിട്ടുവരുമ്പോൾ ആ പെൻസിൽ എന്റെ കൈയിൽനിന്നും വീണുപോയി. യാക്കൂബ് അതെടുത്ത് "ഇത് ഞാനെടുത്തോട്ടെ" എന്ന് പറഞ്ഞു.

ഞാൻ "വേണ്ട" എന്നു പറഞ്ഞുകൊണ്ട് അവന്റെ കൈയിൽനിന്നും അതുതട്ടിപ്പറിക്കാൻ നോക്കി, പക്ഷേ യാക്കൂബ് അത് എന്റെ കൈയെത്തുന്ന ദൂരത്തിൽനിന്നും ഉയരത്തിൽ പിടിച്ചുകൊണ്ട് "നീ എനിക്കിത് തന്നില്ലെങ്കിൽ ഞാനിത് നിനക്കും തരില്ല" എന്നു പറഞ്ഞു.

അവനെന്നേക്കാളും ശക്തനാണ്. എനിക്ക് അതവന്റെ അടുത്തുനിന്നും വാങ്ങുക എളുപ്പമല്ല. അവൻ ചിരിച്ചുകൊണ്ട് എന്റെ അടുത്തുനിന്നും ഓടിപ്പോയി. ഞാൻ വീട്ടിലെത്തിയ ഉടനെ കാര്യം അച്ഛനോട് പറഞ്ഞു. പക്ഷേ അച്ഛനത് ഒട്ടും കാര്യമാക്കിയതേ ഇല്ല.

"അതൊരു വെറും പെൻസിലല്ലേ. നിനക്കെന്തിനാ അത്?"

ഞാനാ പരാതി അയൽക്കാരോടെല്ലാം പറഞ്ഞു. പക്ഷേ എല്ലാവരും ഒരേ മറുപടിയാണ് പറഞ്ഞത്. എന്നുവെച്ചാൽ, അതൊരു സംഭവമാക്കാതെ എന്നോട് മറന്നുകളയാൻ. അംജദ് അലി ഞങ്ങളുടെ സ്കൂൾ ഹെഡ്മാസ്റ്റർ മാത്രമല്ല, യൂണിയൻ ബോർഡിന്റെ പ്രസിഡന്റ് കൂടിയാണ്. അയാളുടെ മകന് ഒരു തെമ്മാടി ആവാൻ ആളുകൾതന്നെ അനുവാദം നൽകിയിരുന്നു. മാത്രവുമല്ല അക്കാലത്തൊന്നും ഭൂവുടമകളുടെയും സെമീന്ദാർമാരുടെയും മക്കളോടൊന്നും ഇടയാൻ ആരും തയാറാവുമായിരുന്നില്ല. അവരുടെ ആവശ്യങ്ങൾ തടയുന്നതിനെക്കുറിച്ച് ആർക്കാണ് സ്വപ്നം കാണാനാവുക. അംജദ് അലിയെപ്പോലുള്ള ആളുകൾ ഇപ്പോഴും

ഭൂവുടമകൾ തന്നെയാണ്. ഞങ്ങളുടെ ബന്ധുക്കളും അയൽക്കാരുമെല്ലാം പരസ്പരം ദുഃഖംകലർന്ന കുറ്റബോധത്തോടെ ഇങ്ങനെ പറയാറുണ്ട്. “വെറും പത്ത് വർഷം മുമ്പ് അവർ നമ്മുടെ കണ്ണിൽ നേരെ നോക്കി സംസാരിക്കാൻ ഭയപ്പെട്ടിരുന്നു. പക്ഷേ ഇപ്പോൾ കാര്യങ്ങളുടെ അവസ്ഥ നോക്കൂ. ഇതാണ് ഗാന്ധിജി നമുക്ക് നേടിത്തന്ന സ്വാതന്ത്ര്യം. നമ്മുടെ സ്വന്തം ഭൂമിയിൽ അടിമകളാവുക.”

എന്റെ അച്ഛൻ എന്നെ നോക്കി ചിരിച്ചുകൊണ്ട് “പോട്ടെ മോനെ, ആ പെൻസിൽ മറന്നേക്ക്. ഞാൻ വേറൊന്ന് വാങ്ങിത്തരാം” എന്ന് പതിവുപോലെ വെറുതേ ആശ്വസിപ്പിച്ചു. അദ്ദേഹത്തിനൊരിക്കലും എനിക്ക് ചുവപ്പും നീലയുംനിറമുള്ള പെൻസിൽ വാങ്ങിത്തരാനാവില്ല.

കുട്ടികൾക്ക് ശരിതെറ്റുകളെക്കുറിച്ച് വ്യക്തവും സ്ഫുടവുമായ ഒരു ധാരണയുണ്ടാവും. മുതിർന്നവർ അതൊന്നും അറിയണം എന്നില്ല. എന്റെ മുതിർന്നവർ ആ പെൻസിൽ നഷ്ടപ്പെട്ടതിന് ഒരു പ്രാധാന്യവും കൊടുത്തില്ല. എങ്കിലും, എനിക്കൊരിക്കലും അതു മറക്കാനായതേ ഇല്ല. ഒരു കുട്ടി മറ്റൊരു കുട്ടിയുടെ പെൻസിൽ തട്ടിപ്പറിക്കുക അന്യായമാണ്. എന്നെ സംബന്ധിച്ച് അത് മറ്റു പല കടന്നുകയറ്റങ്ങളുടെയും പ്രതിനിധാനം തന്നെയാകുന്നു.

മറ്റുപല വഴിയിലും, എന്റെ കുട്ടിക്കാലം അടിച്ചമർത്തപ്പെട്ട ഒന്നായിരുന്നു. ഞങ്ങളുടെ സ്കൂളിന് മുമ്പിൽ നീണ്ട് വടിക്കനമുള്ള മിഠായി വിൽക്കുന്ന ആൾ ഉണ്ടായിരുന്നു. ഒരെണ്ണം വാങ്ങാൻ എനിക്കൊരിക്കലും പണമുണ്ടായിരുന്നില്ല. ലാസ്ക്കർ കുട്ടികൾ മിഠായി തിന്നുമ്പോ എന്നെ കരുതിക്കൂട്ടി അതു കാണിക്കും. യാക്കൂബും, ബഷീറും മറ്റു ചിലരും കൂടി റോയൽ ബ്രാൻഡ് ബാർബെൽ കൊണ്ട് എന്തും കളിക്കും. എനിക്കൊരിക്കലും ഒന്നും വാങ്ങാനായില്ല. എന്റെ സഹോദരൻ പന്തുപോലെയുള്ള ഒരുതരം മുന്തിരി എനിക്ക് കളിക്കാൻ തരും. ഷൗക്കത്ത് അമ്മാവൻ അവന് ഒരു പച്ചനിറത്തിലുള്ള ടീ ഷർട്ടു കൊടുത്തു. അവനതിട്ടാൽ നല്ല ഭംഗിയായിരുന്നു. പക്ഷേ എനിക്കെപ്പോഴും വീട്ടിലിരുന്ന് അമ്മ തുന്നിയെടുത്ത പഴഞ്ചൻ ഉടുപ്പുകളാണുണ്ടായിരുന്നത്. എനിക്കാകെ രണ്ട് വിലപ്പെട്ട വസ്തുക്കളാണുണ്ടായിരുന്നത്. അതെന്തിനാണ് യാക്കൂബ് തട്ടിയെടുത്തത്?

എത്ര ആളുകളോട് ഞാനെന്റെ സങ്കടം പറഞ്ഞെന്ന് എനിക്കറിയില്ല. പക്ഷേ ആരും ഒന്നും ചെയ്തില്ല. ഒരു ദിവസം ഹെഡ് മാസ്റ്റർ ഞങ്ങൾക്ക് ഇംഗ്ലീഷ് ക്ലാസ് എടുക്കാനിടയായി. അദ്ദേഹം ക്ലാസ് എടുക്കുമ്പോൾ അവസാനം ചോദ്യം ചോദിക്കുക എന്നോടാണ് — ആർക്കും ഉത്തരം പറയാനായില്ലെങ്കിൽ മാത്രം. റിക്നോകോസ് എന്ന വാക്കിന്റെ സ്പെല്ലിങ് ആണ് അന്ന് കുട്ടികളെ കുടുക്കിയത്. ഹെഡ് മാസ്റ്റർ എന്നെനോക്കി പറഞ്ഞു: “വരു, അർജുൻ നീ പറയ്.”

ഞാൻ ചുമലുകൾ കുലുക്കി. “ എനിക്കറിയില്ല” എന്നു പറഞ്ഞു. ശരിയാക്കുക ക്ലാസിലെ എല്ലാവർക്കും, ഹെഡ്മാസ്റ്ററിനും ആ വാക്കിന്റെ

സ്പെല്ലിങ് എനിക്കറിയാതിരിക്കാൻ വഴിയില്ലെന്നുറപ്പാണ്. Conscience, hygiene പോലുള്ള വാക്കിന്റെ സ്പെല്ലിങ് പോലും എനിക്ക് തെറ്റാറില്ല. ഹെഡ്മാസ്റ്റർ അത്ഭുതത്തോടെ എന്നെ തുറിച്ചുനോക്കി.

"അറിയില്ലെന്നോ? പറഞ്ഞ് നോക്ക്."

"ഇല്ല, അറിയില്ല."

അദ്ദേഹം നടന്ന് എന്റെ അടുത്തുവന്ന് വിരലുകൾകൊണ്ട് എന്റെ താടിയിൽപ്പിടിച്ച് മുഖം ഉയർത്തി, തറപ്പിച്ച് ചോദിച്ചു. "എന്താ? എന്തു കൊണ്ടാ ഉത്തരം പറയാത്തത്?"

സാധാരണഗതിയിൽ ഞങ്ങൾക്ക് ഹെഡ്മാസ്റ്ററെ പേടിയാണ്. അദ്ദേഹത്തിന് ദേഷ്യം വന്നാൽ പ്രതിക്ക് ചൂരൽവടികൊണ്ട് അടി ഉറപ്പാണ്. പക്ഷേ ആ സമയത്ത്, എനിക്കൊരു ഭയവും തോന്നിയില്ല. കുട്ടികൾക്ക് ഉണ്ടാവുന്ന നിരാശ അത്രയ്ക്ക് വലുതാണ്. വീട്ടിലെല്ലാവരും എന്നോട് ആ പെൻസിലിനെക്കുറിച്ച് മിണ്ടരുതെന്ന് വിലക്കിയിട്ടുണ്ട്. പക്ഷേ വെറുപ്പോടെ ഇത്രയും ചോദിക്കാതിരിക്കാൻ എനിക്കായില്ല. "യാക്കൂബ് എന്തിനാ എന്റെ പെൻസിൽ എടുത്തത്?"

വികാരത്തള്ളിച്ചകൊണ്ടും ചോദ്യം അസ്ഥാനത്തായതുകൊണ്ടും ആദ്യം ഹെഡ്മാസ്റ്റർക്ക് ഒന്നും മനസിലായില്ല. അദ്ദേഹം എന്നോട് വീണ്ടും ചോദിച്ചു; "പെൻസിലോ? ഏത് പെൻസിലിനെക്കുറിച്ചാണ് നീ പറയുന്നത്."

എന്റെ തൊട്ടടുത്തിരിക്കുന്ന ജയനാഥ് എന്റെ ഷർട്ടിൽ പിടിച്ച് വലിച്ചുകൊണ്ട് ഇനി ഒന്നും പറയരുതെന്ന സൂചന തന്നു. യാക്കൂബിനെ എല്ലാവർക്കും ഭയമാണ്. പക്ഷേ ഞാൻ തുടർന്നു; "ഞാനിനി ഈ സ്കൂളിൽ പഠിക്കുന്നില്ല."

"എന്തുകൊണ്ടില്ല?" ഹെഡ്മാസ്റ്റർ ചോദിച്ചു.

"യാക്കൂബ് എന്റെ പെൻസിലെടുത്തു."

ഹെഡ്മാസ്റ്റർ കുറച്ചുനേരത്തേക്ക് നിശബ്ദനായി. പിന്നെ അദ്ദേഹം യാക്കൂബിനെ ബ്ലാക്ബോർഡിന്റെ അടുത്തേക്ക് വിളിച്ചു. യാക്കൂബ് ഈർഷ്യയുമായി ചുവന്ന കണ്ണുകളോടെ എന്നെ നോക്കിനിന്നു. നിറഞ്ഞിരിക്കുന്ന കുട്ടികൾക്കു മുമ്പിൽവെച്ച് അംജദ് അലി വിളിച്ചു പറഞ്ഞു. "ഈ കുട്ടി കള്ളൻ മാത്രമല്ല ഒരു നുണയൻ കൂടി ആണ്. വീട്ടിൽവെച്ചിവനെന്നോട് നുണയും പറഞ്ഞു. അത് കളവിനെക്കാൾ വലിയ കുറ്റമാണ്. ഇവൻ ശിക്ഷിക്കപ്പെടണം. അർജുൻ, ഇവിടെ വന്ന് ഇവന്റെ ചെവിയിൽ ഇടിക്കൂ." യാക്കൂബിന്റെ ചെവിയിൽ ഇടിക്കണം എന്ന് ഞാനാഗ്രഹിച്ചതല്ല. എനിക്കെന്റെ പെൻസിൽ തിരിച്ച് കിട്ടിയാൽമതി. പക്ഷേ സാറ് എന്നെ നിർബന്ധിച്ചു. ഒരുവിധത്തിൽ ഞാൻ യാക്കൂബിന്റെ ചെവിയിൽ തൊട്ടു. പക്ഷേ അതിന്റെ പ്രത്യാഘാതം ഗുരുതരമായിരുന്നു. ഗ്രാമമാകെ ആ വാർത്ത പരന്നു. 1955 ൽ ഒരു മുസ്ലീം ബോയ് ഹിന്ദു പയ്യന്റെ ചെവിയിൽ ഇടിക്കുക ഭയാനകമായിരുന്നു. ദിവസങ്ങളോളം എന്റെ കുടുംബം ഭീതിയിൽക്കഴിഞ്ഞു.

കിഴക്കൻ ബംഗാളിലെ മുസ്ലീങ്ങളെ ചൂഷണംചെയ്യാൻ ഹിന്ദുക്കളെ സാമൂഹികവ്യവസ്ഥിതി അനുവദിക്കാറുണ്ട്. (ഇപ്പോൾ ബംഗ്ലാദേശിലും) പക്ഷേ പണ്ടത്തെ അടിച്ചമർത്തലിന് പിന്നീടുള്ള നിസ്സഹായരായ ജന ങ്ങൾ വിലനൽകേണ്ടി വരുന്നതിനോട് അംജദ്അലിക്ക് ഒരു യോജിപ്പും ഇല്ല. രാഷ്ട്രീയ അജ്ഞതയും, പിടിവാശികളും ആണ് രാജ്യത്തെ പിളർത്തിയത്, ഓരോന്നിനും ഓരോ മതം ഭൂരിപക്ഷമാണ്. പക്ഷേ എവി ടെയായാലും ന്യൂനപക്ഷത്തെ അടിച്ചമർത്തുന്നത് ക്രൂരത ആയാണ ദ്ദേഹത്തിന് തോന്നിയത്.

പിന്നീട് തീർച്ചയായും, കിഴക്കൻ ബംഗാളിലെ ജനങ്ങൾ ഒരുപാടു മാറി. ഒരു മതത്തിന്റെ പേരിൽ ഒരു രാജ്യത്തെ ഭരിക്കാനാവില്ലെന്ന് അവർ തിരിച്ചറിഞ്ഞു. ഒരേ മതത്തിൽപ്പെട്ടവർതന്നെ പരസ്പരം ചൂഷണംചെ യ്തും വിഭജിച്ചും തിരിച്ചറിവുണ്ടായപ്പോൾ, അംജദ്അലിയെപ്പോലെ ഇവർ കിഴക്കൻ ബംഗാളിനെ പുനർനിർമിക്കാനായി മുന്നോട്ടു വന്നു. പക്ഷേ 1954ലും 1955 ലും നിലനിന്ന അന്തരീക്ഷം അത്ര ആരോഗ്യപരമായിരു ന്നില്ല. കിഴക്കൻ ബംഗാളി ൽ ഒരു ഇസ്ലാമിക് മിലിട്ടറി സ്റ്റേറ്റ് ഉണ്ടാക്കാ നായി കടുത്ത സമ്മർദം നിലനിന്നു. അംജദ്അലിയെപ്പോലെയുള്ളവർ തീരെ വിരളമായിരുന്നു.

സ്കൂളിലെ ആ സംഭവത്തിന് ശേഷം ഒരു ദിവസം വീട്ടിലേക്ക് നട ന്നുപോവുന്ന എന്നെ യാക്കൂബും മറ്റ് നാലഞ്ചു കുട്ടികളും ചേർന്ന് വഴി തടഞ്ഞു. എന്നിട്ടവർ എന്റെ പെൻസിലും ഹാർമോണിയവും ബുക്സും എല്ലാം തട്ടിപ്പറിച്ചു. ഇതെങ്ങാൻ സാറിനു പറഞ്ഞുകൊടുത്താൽ എന്റെ രക്ഷിതാക്കൾ വയലിൽ എന്റെ ശവം കാണേണ്ടിവരും എന്നും അവർ പറഞ്ഞു. എന്റെ ചെവി ചുവക്കുംവരെ അവരെല്ലാരുംകൂടി ഇടിച്ചു. ഒരു ബ്രാഹ്മണന്റെ മകനെ ഇങ്ങനെ ഒക്കെ ചെയ്യുന്നത് അവർക്ക് വലിയ ആന ന്ദമാണെന്ന് എന്നോട് പ്രത്യേകം പറയാനും അവർ മറന്നില്ല. എന്നെ ഇടിച്ച് താഴെയിട്ട്, എന്റെ ഹാർമോണിയവും തട്ടിക്കൊണ്ട് അവർ നടന്നു പോയി.

ഇക്കാര്യം കേട്ടതോടെ എന്റെ അയൽവാസികളും ബന്ധുക്കളും ഒരു മാസത്തേക്ക് എന്നെ സ്കൂളിലയക്കണ്ടാ എന്നു തീരുമാനിച്ചു. ഇക്കാര്യം ആരോടും പറയരുതെന്നും അവർ വിലക്കി. ഒരു പതിനൊന്ന് വയസു കാരനെ വീട്ടിലിരിക്കാൻ നിർബന്ധിക്കുക വളരെ എളുപ്പമാണ്. അംജദ് അലി ഒരു മാന്യനായാണ് അറിയപ്പെട്ടിരുന്നത്. പക്ഷേ അദ്ദേഹത്തിന്റെ സഹോദരങ്ങളിലൊരാൾ വലിയ മുസ്ലീംലീഗുകാരനാണ്. ഗ്രാമത്തിലെ ല്ലാവർക്കും അവരെ പേടിയാണ്. ആ സമയത്ത് മുസ്ലീം ലീഗിന് കിഴ ക്കൻ ബംഗാളിൽ നല്ല ശക്തി ഉണ്ടായിരുന്നു. പാകിസ്ഥാൻ എന്ന രാജ്യം ഉണ്ടാക്കിയ പാർട്ടി എന്ന നിലയ്ക്ക് അവരുടെ വാക്കായിരുന്നു അവി ടത്തെ നിയമം. പാർട്ടിയുടെ ശക്തിയെ ഭയക്കാത്ത ഒറ്റ ഹിന്ദുവിനെയോ, മുസ്ലീമിനെയോ അക്കാലത്തവിടെ കാണാൻ ആവുമായിരുന്നില്ല. ഞങ്ങളുടെ സമുദായം അത്രക്ക് ഭയചകിതരായിരുന്നു. അവർക്കും പാർട്ടിക്കെതിരെ ഒന്നും മിണ്ടാനാവുമായിരുന്നില്ല.

ഇന്ത്യാ വിഭജനം, ഒരുപാടാളുകൾക്ക് ഒരുപാട് നഷ്ടങ്ങൾ വരുത്തി. ചിലർക്ക് ജീവൻ നഷ്ടപ്പെട്ടു. ചിലർക്ക് അവരുടെതായിട്ട് ഉണ്ടായിരുന്ന തെല്ലാം നഷ്ടപ്പെട്ടു. അതിനിടയ്ക്ക് ഞാനെന്റെ ഹാർമോണിയത്തെയും പെൻസിലിനെയുംകുറിച്ച് പറഞ്ഞുകൊണ്ടിരിക്കുന്നത് പൊട്ടത്തരമാണ്. പക്ഷേ എന്റെ പ്രിയപ്പെട്ട വസ്തുക്കൾ അവയായിരുന്നെന്ന് നിങ്ങൾ ഓർക്കണം. അവയോടൊപ്പം ചുവപ്പും നീലയും കലർന്ന കുട്ടിക്കാലത്തെ എന്റെ ഓർമകളും എനിക്ക് നഷ്ടമായി. എന്റെ ഹാർമോണിയവുമായി ഞാൻ കളിക്കുമായിരുന്ന എന്റെ സ്വകാര്യ ഇടങ്ങളെല്ലാം — തടാകക്കര, മുളങ്കാടുകൾ, ചൂരൽമരച്ചുവട്, എല്ലാം പിന്നീടെന്റെ പൊട്ടിക്കരച്ചിലിന്റെ മൂകസാക്ഷികളായി.

ഒരിക്കലും എന്റെ ഗ്രാമത്തിൽ ഒറ്റ കലാപം ഞാൻ കണ്ടിട്ടില്ല. സാധാരണയായി ഗ്രാമങ്ങളിൽ കലാപങ്ങൾ ഉണ്ടാവാറും ഇല്ല. കലാപം നഗരത്തിലാണുണ്ടാവുക. ഗ്രാമത്തിൽ എല്ലാവർക്കും പരസ്പരം അറിയാം. അറിയുന്ന ഒരാളെ കൊല്ലുക പ്രയാസമാണ്. മാത്രവുമല്ല മുസ്ലീങ്ങളോട് സ്നേഹബന്ധത്തിലുമാണ് ഇവിടത്തെ ഹിന്ദുക്കൾ. മുസ്ലീങ്ങൾക്കു പുറമേ തൊട്ടുകൂടാത്ത വർഗക്കാരായിട്ട് കുറച്ചുപേർകൂടി ഞങ്ങളുടെ ഗ്രാമത്തിൽ ഉണ്ട്. അവർ ഞങ്ങളുടെ വീടുകളിൽ വന്നാൽ മുറ്റത്തിനും അപ്പുറത്തുനിന്നാണ് സംസാരിക്കുക. അവർ ചുമരിലെങ്ങാൻ തൊട്ടാൽ വെള്ളം തളിച്ച് ശുദ്ധിയാക്കണം. നമ്മുടെ ശരീരത്തിൽ തൊട്ടുപോയാൽ പിന്നെ ഉടുപ്പും മാറ്റണം. പക്ഷേ ഇപ്പോൾ അവരെ ഞങ്ങൾക്കൊപ്പം ചേർക്കണം എന്നുണ്ട്. എങ്കിലേ ആളുകളുടെ എണ്ണം കൂട്ടാനാവൂ. ഭയപ്പെടേണ്ടവിധത്തിലുള്ള വാർത്തകൾ എന്തെങ്കിലും കേൾക്കുമ്പോഴെല്ലാം മുതിർന്നവർ തമ്മിൽ “തൊട്ടുകൂടാത്തവരെക്കൂടി നമുക്കൊപ്പം ചേർക്കണം. നമ്മുടെ പക്ഷത്താക്കണം അവരെ” എന്നൊക്കെ അടക്കം പറയുന്നതു കേൾക്കാം.

ഞങ്ങളുടെ ഗ്രാമത്തിൽ കലാപമില്ലായിരുന്നെങ്കിലും അടുത്തുള്ള നാരായൻഗൻജിൽനിന്നും ധാക്കയിൽനിന്നും വരെയുള്ള കലാപവാർത്തകൾ ഞങ്ങൾക്ക് അവഗണിക്കാൻ കഴിയുമായിരുന്നില്ല. ഏതുസമയയത്തും എന്തും സംഭവിക്കാം. ഇന്ത്യയിലെ കലാപത്തെക്കുറിച്ച് കേൾക്കുന്നതാണ് ഏറ്റവും ഭയം. എപ്പോഴാണ് ആരാണ് നമ്മളെ ആക്രമിക്കാനെത്തുക? അത്തരം ഒരു ദിവസത്തിൽ, കുട്ടികൾ കളിനിർത്തി, സ്ത്രീകളാരും തമ്മിൽ വഴക്കിട്ടില്ല, വയസന്മാർ പരദൂഷണം ഒന്നും പറഞ്ഞില്ല. എല്ലാ മുഖങ്ങളും ആശങ്കാഭരിതം. ഇതിവിടെ പതിവാണ്. ഗുജറാത്തിൽ സമുദായകലാപം ഉണ്ടായാൽ കൽക്കട്ടയിലെ മുസ്ലീങ്ങളുടെ മുഖത്ത് ആശങ്ക നിറയും. ഒരു ഭ്രാന്തൻ എവിടെ എങ്കിലും തീകൊളുത്തിയാലും മതി അത് അറിയപ്പെടാത്ത ദിക്കിലേക്കുകൂടി ഒഴുകിപ്പരന്നു.

ഞങ്ങളുടെ ഗ്രാമത്തിലുള്ള മുസ്ലീങ്ങൾ പാകിസ്ഥാനിലേതിനേക്കാളും ഒരു മതേതരരാഷ്ട്രമായിരുന്നിട്ടുകൂടി ഹിന്ദുസ്ഥാനാണ് ഉണ്ടാവുന്നത് എന്ന് ആവർത്തിച്ചുകൊണ്ടിരുന്നു. ഇതിനെ ഒന്നും തടയാൻ ഒരു

വഴിയും ഇല്ല. പക്ഷേ ഇതൊക്കെ ആരുടെ കുഴപ്പംകൊണ്ടുണ്ടാവുന്നതാണ് എന്ന് ഞങ്ങൾ സ്വയം ചോദിച്ചു. ആരാണ് ഇത്തരം കലാപങ്ങൾകൊണ്ട് നേട്ടം കൊയ്യുന്നത്? അക്കാലത്ത് പാകിസ്ഥാനിലാരുംതന്നെ ഭാരതം എന്നോ ഇന്ത്യ എന്നോ ഉള്ള പേരുപോലും ഉപയോഗിക്കാറില്ല — ഹിന്ദുസ്ഥാൻ എന്ന ഒറ്റപ്പേരുമാത്രം.

ഞങ്ങളുടെ ഗ്രാമത്തിൽ കലാപങ്ങളില്ലായിരുന്നു. എന്നാൽ പിടിച്ചുപറിയും കയ്യേറ്റങ്ങളും കൂടിക്കൂടി വന്നു. രാത്രിയോ പകലോ എന്ന വ്യത്യാസമൊന്നുമില്ലാതെയാണ് ഇത്. പൊലീസിന് പരാതി നൽകാമെന്ന് വെച്ചാലോ.... ഒരു പ്രയോജനവും ഉണ്ടായിരുന്നില്ല. കള്ളനാണെന്നു സംശയിക്കുന്ന ആൾ ഒരു മുസ്ലീം നാമധാരി ആണെന്നിരിക്കട്ടെ, ആ പേര് പൊലീസിൽ പറയാൻപോലുമാവില്ല. പറഞ്ഞാലുടൻ പൊലീസ് മേധാവി, നിങ്ങളൊരു മുസ്ലീമിനെ വില്ലനാക്കാൻ നോക്കുകയാണെന്ന് പ്രഖ്യാപിക്കും. ഇങ്ങനെയാണെങ്കിൽ ഞങ്ങൾക്കെന്തുകൊണ്ട് ഹിന്ദുസ്ഥാനിലേക്കു പോയിക്കൂടാ...? ആ സമയമാകുമ്പോഴേക്കും ബീഹാറിൽനിന്നും ഇന്ത്യയുടെ പടിഞ്ഞാറു സംസ്ഥാനങ്ങളിൽനിന്നും എല്ലാമായി ബംഗാളികളല്ലാത്ത കുറേ മുസ്ലീങ്ങൾ ഈസ്റ്റ് ബംഗാളിലേക്ക് ദേശാടനം ചെയ്തു തുടങ്ങിയിരുന്നു. അവർക്കിവിടെ കാവൽക്കാരായും പൊലീസായും എല്ലാം ജോലി ലഭിച്ചതുകൊണ്ടും ഹിന്ദുക്കളോടുള്ള കഠിനമായ വെറുപ്പുകൊണ്ടും എല്ലാം ആയിരുന്നു അത്.

ക്രമേണ എങ്ങനെയാണ് ഹിന്ദുവീടുകൾ ഒന്നൊന്നായി കാലിയാവുന്നതെന്നു ഞങ്ങൾ ശ്രദ്ധിച്ചുതുടങ്ങി. ഇന്ത്യയിൽ ബന്ധുക്കളുള്ള ഞങ്ങളുടെ കൂട്ടരെല്ലാം കെട്ടിപ്പറുക്കി ഇന്ത്യയിലേക്കു പുറപ്പെട്ടു. തൊട്ടയൽവക്കത്തു താമസിക്കുന്നവർപോലും അറിയാതെയായിരുന്നു അവരുടെ യാത്ര.... അവർക്കാകെയുണ്ടായിരുന്ന ഭൂമി വിറ്റ്....

എനിക്കോർമയുണ്ട് ബാനർജി ഹൗസ് എന്ന കൂറ്റൻ ബംഗ്ലാവ്.... ഞങ്ങളുടെ ഗ്രാമത്തിലുണ്ടായിരുന്ന ഏക വാർക്കക്കെട്ടിടം. മൂന്നു നിലകളിലായിരുന്നു അത്. മുന്നിൽ ഒരു ഇരുമ്പുഗേറ്റ്. ഇപ്പോൾ ആ കെട്ടിടമാകെ കുറ്റിച്ചെടിയാലും കാടാലും മൂടിക്കിടക്കുന്നു.

എന്റെ ചുരുങ്ങിയ കുട്ടിക്കാലത്തെ അനുഭവങ്ങളിൽ ബാനർജി മാൻഷൻ സമ്പത്തിന്റെയും പ്രൗഢിയുടേയും ഉത്തമ ഉദാഹരണങ്ങളായിരുന്നു. എല്ലാവരും അതിനെ ബാനർജി വീടെന്നു വിളിച്ചു. ഗണപതി ബാനർജിയുടെ മിടുക്കൻമാരും വിദ്യാസമ്പന്നരുമായ മക്കൾ കൽക്കട്ട, ബോംബെ, ലണ്ടൻ തുടങ്ങിയയിടത്തൊക്കെ ജോലിചെയ്തു. പക്ഷേ മൂത്തമകൻ മാത്രം ഈസ്റ്റ് ബംഗാളിൽ ബന്ധുക്കളോടും സഹായികളോടും ഒപ്പം താമസിച്ചു. ആ വീടിന്റെ മുറ്റത്ത് എന്തെല്ലാം പഴങ്ങളായിരുന്നു.... പലതരം മാങ്ങകൾ, ഏഴോ എട്ടോതരം പേരയ്ക്ക, അങ്ങനെ പലതും. ഞങ്ങൾ ഗേറ്റിനു പുറത്തുനിന്ന് അവയിലൊക്കെ തുറിച്ചുനോക്കി. കാരണം ഞങ്ങൾക്ക് അകത്തുകടക്കാൻ അനുവാദം ഉണ്ടായിരുന്നില്ല. ഒരുദിവസം രാത്രി, അകത്തേക്ക് നുഴഞ്ഞു കയറാൻ നോക്കിയ ഞങ്ങളെ ഒരു വലിയ നായ ഓടിച്ചു.

എന്തുകൊണ്ടാണ് സമ്പന്നന്മാരായ ബാനർജി കുടുംബം പതിയെ ഗ്രാമം വിട്ടുപോയതെന്ന് ആർക്കും പിടുത്തംകിട്ടിയില്ല. ജില്ലാ ജഡ്ജി ഗണപതി ബാനർജിയെ അപമാനിച്ചു എന്നും, അതിൽ മനംനൊന്താണ യാൾ ഗ്രാമം വിട്ടുപോയത് എന്നുമാണ് പ്രചരിച്ച ഒരു കഥ. ബ്രിട്ടീഷ് രാജിന്റെ സമയത്തെല്ലാം ജഡ്ജിമാരും സബ് ഡിവിഷണൽ ഓഫീ സർമാരും മറ്റും ഒക്കെ ഗ്രാമത്തിൽ എത്തിയാൽ സ്ഥിരമായി താമസി ച്ചിരുന്നത് ബാനർജി ഹൗസിലാണ്. അത് അക്കാലത്തെ ഒരു പ്രധാന സംഭവമായിരുന്നു. അവർക്കുവേണ്ടി ഏറ്റവും നല്ല ഭക്ഷണംതന്നെ തയാ റാക്കപ്പെട്ടു. മജിസ്ട്രേട്ടുമാരും എസ് പിയും എല്ലാം അതിഥികളായി എത്തുന്നത് ഒരു വലിയ ബഹുമതിതന്നെ ആയിരുന്നു. അവരെല്ലാവരും ബാനർജി വീട്ടുകാരുടെ ആതിഥേയത്വം അംഗീകരിച്ചിരുന്നു. പക്ഷേ ഇപ്പോൾ ആ ഗണപതി ബാനർജിയെത്തന്നെ കോടതിയിൽവെച്ച് പര സ്യമായി മജിസ്ട്രേട്ടുതന്നെ അപമാനിച്ചിരിക്കുന്നു.

ബാനർജി എത്രസ്ഥലം വിൽക്കാൻ പദ്ധതി ഇട്ടിരുന്നു എന്നെനിക്ക റിയില്ല. ആ കെട്ടിടം തകർത്തില്ല. പക്ഷെ എല്ലാ ഉരുപ്പടികളും - ഗേറ്റും, വാതിലുകളും അടക്കം എല്ലാം പെട്ടെന്നുതന്നെ അപ്രത്യക്ഷമായി. പകൽവെളിച്ചത്തിൽക്കൂടി ആ വീട് കാഴ്ചക്കാരനെ ഞെട്ടിച്ചു. ഗണപതി ബാനർജിയുടെ പ്രേതം അയാളുടെ വീട്ടിൽ ചുറ്റിക്കറങ്ങുന്നുണ്ട് എന്ന് നാട്ടിലെങ്ങും ശ്രുതിപടർന്നു. അയാൾ വൈകുന്നേരങ്ങളിൽ അവിടെ ചുറ്റിക്കറങ്ങുകയാണത്രെ!

ഞാനും എന്റെ സഹോദരനുംകൂടി ഒരുദിവസം വൈകുന്നേരം ആ വീടിനകത്തെത്തിയത് അവന്റെ ആശയപ്രകാരമാണ്.

“വാ, നമുക്ക് പോയി കുറച്ച് മാങ്ങ പെറുക്കാം” അവൻ എന്നോട് പറഞ്ഞു.

അങ്ങനെ ഞങ്ങൾ പോയി. കുറച്ചുകൂടി ചെറുതായിരുന്നപ്പഴത്തെ ഒരു സംഭവവും എനിക്കപ്പോഴാണ് ഓർമവന്നത്. ബാനർജികൾ മതപര മായ ഒരു ആഘോഷം അസാധാരണമായ വിധത്തിൽ കൊണ്ടാടുകയാ യിരുന്നു. പൂന്തോട്ടം നിറയെ വെളിച്ചം, അലങ്കാരങ്ങൾ. ദൂരെനിന്നുപോലും ബന്ധുക്കൾ എത്തിയിട്ടുണ്ട്. അവരുടെ വസ്ത്രങ്ങൾപോലും എന്തു മ നോഹരം. വെളുത്ത്, മനോഹരികളായ അപ്സരസുകളെപ്പോലെയുള്ള പെണ്ണുങ്ങൾ. അവരുടെ ചിരിപോലും മധുരമായ സംഗീതംപോലെ. ഞാൻ വലിയ ഇരുമ്പുഗേറ്റിന്റെ കമ്പികളിൽ മുഖമമർത്തി അകത്തേക്ക് നോക്കി ക്കൊണ്ട് പുറത്തുനിന്നു. സന്തോഷവും ആഹ്ലാദവും നിറഞ്ഞ അതിന കത്ത് ആകെക്കൂടിയുള്ള ഒറ്റജോഡി ട്രൗസറുമായി ഞാൻ അന്തംവിട്ടു നിൽക്കുന്നത് ഞാൻതന്നെ സങ്കൽപ്പിച്ച് നോക്കി. അപ്പോൾ അതുവഴി വന്ന എന്റെ അച്ഛൻ എന്നെക്കണ്ടു. “നീയെന്താ ഇവിടെ ചെയ്യുന്നത്? ഇങ്ങനെ ഇവിടെ നിൽക്കണ്ട. നീ യാചകനാണ് എന്നാവും അവർ കരു തുക.” അക്കാലം പോയ് മറഞ്ഞുകഴിഞ്ഞു.

ഞാനും എന്റെ സഹോദരനും ഏറെനേരം അവിടെ ചുറ്റിക്കറങ്ങി. എന്റെ സഹോദരൻ അവിടന്ന് ഓരോന്ന് പെറുക്കിത്തുടങ്ങി — ഒരു ജോഡി പേട്ടക്കണ്ണട, ഒരു കുപ്പി ഒഴിഞ്ഞ ഫേസ് ക്രീം. പിന്നെ ഞങ്ങൾ കൂറ്റൻ മാവിനടുത്ത് എത്തി. നീണ്ട്, തത്തമ്മപ്പച്ചനിറമുള്ള മാങ്ങ. തേൻപോലത്തെ മധുരം. ചുറ്റും കാടുപിടിച്ച കൂനിച്ചെടികൾ.... പക്ഷേ അടുത്തെത്തിയപ്പോഴാണ് നാലഞ്ചാളുകൾ അതിനടിയിൽ രഹസ്യമായി എന്തൊക്കെയോ ചെയ്യുന്നത് ഞങ്ങൾ കണ്ടത്. ഉടനെ ഞങ്ങൾക്ക് ഭയമായി. അതിലൊരാൾ റജബ് ഷേക്ക് ആണ്. അയാൾ ഞങ്ങളെ നോക്കി പറഞ്ഞു. "ഈ ബ്രാഹ്മിൺ തെമ്മാടിക്കൂട്ടത്തെ നോക്ക് ഇവിടെ പതിയിരിക്കുന്നൂ.... പോടാ... പോടാ...."

ബ്രാഹ്മണർ ആയതുകൊണ്ട് മാത്രമാണ് ഞങ്ങളിത്രക്ക് അപമാനിക്കപ്പെട്ടതെന്നു ഞങ്ങൾക്ക് തോന്നി.

ബാനർജിമാർക്കുശേഷം പിന്നെ നാടുവിട്ടത് ദന്താസ് ആണ്. ആ കുടുംബത്തിന് പ്രധാന ചന്തയ്ക്കകത്തുതന്നെ ഒരു പലചരക്കുകടയുണ്ടായിരുന്നു. കൂടാതെ അവർക്ക് ധാരാളം കൃഷിഭൂമിയും ഉണ്ട്. കനാലിനോട് ചേർന്നാണ് വീട്. മറുവശത്തു മുഴുവനും മുസ്ലീം കർഷകരാണ്. കനാലിന്റെ മുകളിൽ മരിച്ച മത്സ്യങ്ങൾ പൊങ്ങിക്കിടക്കുന്നത് ഞാനോർക്കുന്നു. കാർബോളിക് സോപ്പ് വെള്ളത്തിലായാൽ മത്സ്യങ്ങൾ ചാവും എന്ന് ഞങ്ങൾക്കറിയാം. ശത്രുക്കൾ ചിലപ്പോഴൊക്കെ അങ്ങനെ പരസ്പരം ചെയ്യും. പക്ഷേ ഈ കനാലിൽ മത്സ്യങ്ങളിങ്ങനെ ചത്തുപൊങ്ങുന്നതെങ്ങനെ? മത്സ്യങ്ങൾക്കു വിഷബാധയാണെന്നും, അവ തിന്നരുതെന്നും ഒക്കെ പറഞ്ഞുകേട്ടു. പക്ഷേ പാവപ്പെട്ടവർക്ക് അതൊക്കെ ശ്രദ്ധിക്കാൻ എവിടെ നേരം? പാവങ്ങൾ അത്ര പെട്ടെന്നൊന്നും മരിക്കില്ല. കനാലിൽ മത്സ്യങ്ങൾ ഒന്നൊന്നായി ചത്തുപൊങ്ങി. ചിലപ്പോഴൊക്കെ വയർഭാഗമായിരുന്നു മുകളിൽ. പക്ഷേ അവയെ പിടിക്കാനാവുമായിരുന്നില്ല. തൊടുമ്പോഴേക്കും അവ വഴുതിമാറിപ്പോവും. ഞങ്ങൾ എപ്പോഴും തടാകക്കരയിൽത്തന്നെ ആയിരുന്നു.

ഇതിനിടയിൽ കുടിക്കാൻ വെള്ളംചോദിച്ച് ഞങ്ങൾ അടുത്തുള്ള ദന്തയുടെ വീട്ടിലേക്ക് പോയി. പുരാന്തർ എന്നുപേരുള്ള ഒരു വേലക്കാരി ഞങ്ങൾക്ക് തിളക്കമുള്ള മെറ്റൽ ജഗ്ഗിൽ വെള്ളം കൊണ്ടുത്തന്നു. പക്ഷേ പ്രായമായ ഒരു മുത്തശ്ശി അതു കണ്ടതും അവളോട് കയർത്തു. കുട്ടികൾക്ക് വെറും വെള്ളം ഒരിക്കലും കൊടുക്കരുത്. അത് വീടിനു ദൗർഭാഗ്യമുണ്ടാക്കും എന്നായിരുന്നു അവർ ദേഷ്യപ്പെട്ടത്. മധുരമുള്ള തേങ്ങ കൊണ്ടുണ്ടാക്കിയ ഒരു പലഹാരം അവർ ഞങ്ങൾക്ക് അമലാതിയുടെ കൈയിൽ തന്നുവിട്ടു. അതിന്റെ ആ രുചി ഞാനൊരിക്കലും മറക്കില്ല. അതിനുശേഷം ഞങ്ങൾ ഓരോ കാരണമുണ്ടാക്കി എന്നും അവിടെ 'വെറും വെള്ളം' ചോദിച്ച് കേറിയിറങ്ങുക പതിവാക്കി! അപ്പോഴൊക്കെയും അമലാതി ഞങ്ങൾക്ക് മധുരതരമായ ആ പലഹാരം കൊണ്ടുത്തന്നു. അങ്ങനെ ഞങ്ങൾ ആ വീടിന്റെ പേരുതന്നെ 'മധുരമുള്ള വീട്' എന്നാക്കി.

ദന്തക്ക് നാല് പെൺമക്കളാണ്. ആൺമക്കളില്ല. മരുമക്കൾപോലും. അമലാതി അവളുടെ വിവാഹശേഷം രണ്ടു വർഷംകഴിഞ്ഞ് വിധവയായി സ്വന്തം വീട്ടിൽ തിരിച്ചെത്തി. അവളുടെ മുഖം തടാകത്തിലെ ജലംപോലെ നിശ്ചലവും ശാന്തവുമാണ്. ആരും ഒരിക്കലും അവളുടെ സ്വരമുയരുന്നത് കേട്ടിട്ടില്ല. വീട്ടിലാർക്കെങ്കിലും വല്ല അസുഖവും വന്നാൽ അവൾ സ്വയം ഒരു നഴ്സ് ആയി മാറും. അടുത്ത സഹോദരി കമലാതിക്ക് ഭർത്താവിനെ തിരക്കുന്ന സമയമായിരുന്നു അത്. ആ കാലത്ത് പാകിസ്ഥാനിലെ ഹിന്ദുപെൺകുട്ടികൾക്ക് യോഗ്യനായ വരനെ കിട്ടുക വലിയ പ്രയാസമായിരുന്നു.

ചില സ്ത്രീകളിൽ ചെറുപ്പത്തിലെ മാതൃത്വഭാവം തുളുമ്പിനിൽക്കും. അവർ അമ്മ മാത്രമാവാനായി ജനിച്ചവരാണ്. മാതൃത്വത്തിലാണവരുടെ സംതൃപ്തി. ഞങ്ങൾ അമലാതിയെ കാണുമ്പോൾ അവൾക്ക് ഇരുപത്തിരണ്ടോ ഇരുപത്തിമൂന്നോ വയസേ ആയിട്ടുള്ളൂ. പക്ഷേ അവൾ ഒരിക്കലും ഒരമ്മയെപ്പോലെ അല്ല ഞങ്ങളോട് പെരുമാറിയത്, മറിച്ച് ഒരമ്മ തന്നെ ആയിരുന്നു. പെരുമാറ്റംകൊണ്ട് ശരിക്കും ഒരമ്മ. മാത്രവുമല്ല 20–ാം വയസിൽ വൈധവ്യം സംഭവിച്ച അവർക്ക് മാതൃത്വം നടക്കാത്ത സ്വപ്നവുമായിരുന്നു. അതുകൊണ്ടൊക്കെയാവും ഗ്രാമത്തിലെ ഏതു കുട്ടിയേയും കാണുമ്പോഴും അവർ ഭക്ഷണം കൊടുത്ത് സൽക്കരിച്ചു. ഞങ്ങൾ കഴിക്കുന്നത് അളവറ്റ വാത്സല്യത്തോടെ അവർ നോക്കിനിന്നു. അമ്മയെ നഷ്ടപ്പെട്ട മുക്കുവന്മാരുടെ കൂട്ടത്തിൽപ്പെട്ട ഒരു ഏഴു വയസുകാരൻ അബ്ബാസ് ഉണ്ടായിരുന്നു. അവൻ സദാ അമലാതിയോടൊപ്പം ആയിരുന്നു.

അമലാതിയെപ്പറ്റി അപവാദങ്ങൾ ഒന്നും കേട്ടിട്ടില്ല. യുവതികളായ വിധവകളെക്കുറിച്ച് കിംവദന്തികൾ പരക്കാൻ വളരെ എളുപ്പമാണ്. പക്ഷേ അമലാതിയുടെ അടുത്തെത്തുമ്പോൾ തലയ്ക്കു ചുറ്റും പ്രഭാവലയമുള്ള ഒരു ദേവതയ്ക്കു മുമ്പിൽ എത്തിയതുപോലെയാണ് നമുക്ക് തോന്നുക. അവർ എപ്പോഴും നമ്മുടെ എല്ലാ കാര്യവും ശ്രദ്ധിച്ചുകൊണ്ടേയിരിക്കും. ഇത്തിരി മെലിയുന്നത്, അസുഖം വരുന്നത്, ഒന്നും അവർ ശ്രദ്ധിക്കാതെ വിടില്ല.

അമലാതിക്ക് വലിയ വിദ്യാഭ്യാസമൊന്നും ഉണ്ടായിരുന്നില്ല.

“നീ നല്ലോണം പഠിക്കണം. അർജുൻ, എന്നിട്ട് ലോകത്തെ പല രാജ്യങ്ങളെപ്പറ്റിയും നീ എന്നോട് വന്ന് പറയണം....” എന്നൊക്കെ അവർ എന്നോട് പറയുമായിരുന്നു. ഒരു വിധവയായിരുന്നിട്ടുകൂടി അവർ എന്നെ എന്റെ സ്കൂൾ പുസ്തകത്തിലെ സന്യാസിനിമാരെയാണ് ഓർമിപ്പിച്ചത്.

വെള്ളം ചോദിച്ച് ഇടയ്ക്കിടെ അവളുടെ വീട്ടിൽ ഞങ്ങൾ ചെല്ലുന്നത് എന്തിനാണെന്ന് അവർക്ക് നന്നായി അറിയാമായിരുന്നു എന്നുറപ്പാണ്. പക്ഷേ ഒരിക്കലും അവർ മുഖംകറുപ്പിച്ചില്ല. അവിടെത്തന്നെ ഉണ്ടാക്കിയ പലഹാരങ്ങളാണ് അവർ ഞങ്ങൾക്കെടുത്തു തന്നത്. ഞങ്ങൾക്കൊരിക്കലും വെള്ളം മാത്രമായിട്ടവിടുന്ന് തന്നിട്ടില്ല. അമലാതി ഞങ്ങളെ കണ്ടാ

ലുടൻ — "വരൂ കുട്ടികളേ..... ഇരിക്കൂ, നിങ്ങൾക്ക് ദാഹിക്കുന്നുണ്ടാവും അല്ലേ? ആദ്യം കുറച്ച് മധുരം കഴിക്കൂ" എന്നാണ് പറയുക. പിന്നെ പാലും തേങ്ങയും ചേർത്തുണ്ടാക്കിയ അതിമധുരതരമായ ആ പലഹാരം കൊണ്ടുത്തരും. ആ രുചി ഇപ്പഴും എന്റെ നാവിൻതുമ്പത്തുണ്ട്.

ഹെഡ്മാസ്റ്ററുടെ മകൻ അൽത്താഫും ഞാനും എപ്പഴും അമലാതിക്കൊപ്പമായിരുന്നു. അവനും ഞാനും ധാരാളം വൈകുന്നേരങ്ങൾ അമലാതിയോടൊപ്പം ചിലവിട്ടു. ഞങ്ങൾക്കന്ന് 10 വയസായതേ ഉള്ളൂ. പക്ഷേ അവർ ഒരിക്കലും ഞങ്ങളെ ചെറിയ കുട്ടികളല്ലേ എന്നു കരുതി അവഗണിച്ചിട്ടില്ല.

അവരുടെ ഇളയ സഹോദരി കമലാതി ഒരു എടുത്തുചാട്ടക്കാരിയാണ്. അവരുടെ നാരങ്ങാമരത്തിൽ നിന്നും നല്ല മണമുള്ള ഒരു നാരങ്ങ പറിച്ചതിന് ഒരിക്കലവർ ഞങ്ങളോട് ഒരുപാട് ദേഷ്യപ്പെട്ടു. പക്ഷേ അമലാതി വന്ന് "ഒരു നാരങ്ങാ പറിച്ചതിന് എന്തിനാണ് അവരോടിങ്ങനെ ദേഷ്യപ്പെടുന്നത്? ആ മരം നിറയെ നാരങ്ങയില്ലേ? നമ്മളതെല്ലാം എന്തു ചെയ്യും? അവരൊന്നെടുത്തതിന് നിനക്കെന്താ കുഴപ്പം?" എന്നൊക്കെ ചോദിച്ചു. പിന്നെ അവർ കുറേ നാരങ്ങപറിച്ച് എന്റെയും അൽത്താഫിന്റെയും കീശ നിറച്ചുതന്നു.

ഇന്നെന്തുകൊണ്ടാണ് അമലാതിയെക്കുറിച്ച് ഇത്രമാത്രം ഓർമകൾ എന്നിൽ തികട്ടിവരുന്നത് എന്നെനിക്കറിയില്ല.

ചണം മൈലുകളോളം പരന്നു കിടക്കുന്നു. അവ മനുഷ്യരേക്കാളും ഉയരത്തിൽ വളർന്നു നിൽക്കുന്നു. വെസ്റ്റ് ബംഗാളിലെവിടെയും അത്ര വലിയ ചണവയലുകൾ ഞാൻ കണ്ടിട്ടില്ല. പച്ചനിറമുള്ള ആ വയലുകളിലെല്ലാം ഞങ്ങൾ കുട്ടികൾ കളിക്കും. അതിനുള്ളിൽ ഒളിച്ച് കളിക്കാൻ ഞങ്ങൾ കുട്ടികൾക്ക്പോലും പ്രയാസമാണ്. വലിയ മനുഷ്യർപോലും ചണമരങ്ങൾക്കിടയിൽ ഒളിഞ്ഞിരുന്നാൽ കണ്ടുപിടിക്കാനാവില്ല. നിങ്ങൾ കള്ളനെ പിടിക്കാൻ നോക്കിയാൽ, അവർക്ക് ജൂട്ടിനടിയിൽ ഒളിച്ചിരുന്ന് രക്ഷപ്പെടാം. അങ്ങനെ കളിക്കുന്നതിനിടയിലാണ് ജൂട്ട് വയലിനകത്തു നിന്ന് ഒരു കൂട്ടം കുട്ടികൾ അമലാതിയുടെ ശരീരം കണ്ടെത്തിയത്. ഞാനാ കൂട്ടത്തിൽ ഉണ്ടായിരുന്നില്ല, പക്ഷേ എന്റെ സഹോദരനുണ്ടായിരുന്നു. അവളുടെ തൊണ്ട മുറിച്ചിരുന്നു, ശരീരമാസകലം മുറിവുകൾ.... ഒരിഴ തുണിപോലും ദേഹത്തുണ്ടായിരുന്നില്ല. അവളെ ബലാൽസംഗം ചെയ്തശേഷം വെറുതെ കൊല്ലുകയായിരുന്നില്ല, മറിച്ച് നുറുക്കി കഷണങ്ങളാക്കുകയായിരുന്നു.

ഈ ലോകത്ത് ചിലരുണ്ട്, ഭംഗിയുള്ള ഒന്നിനെയും അവർ നിലനിൽക്കാനനുവദിക്കില്ല. സൗന്ദര്യമെന്നാൽ അവർക്ക് നശിപ്പിക്കപ്പെടേണ്ട ഒന്നാണ്. അക്കാലത്ത് അമലാതിയെക്കാളും സുന്ദരമായതൊന്നും ഞാൻ കണ്ടിട്ടില്ലായിരുന്നു.

നേരിട്ട് കാണാത്തതുകൊണ്ടാവും ആ മരണം എന്നെ അത്രയ്ക്ക് ഭയപ്പെടുത്തി. ഞാനിപ്പോഴും അതിന്റെ ആഘാതത്തിൽനിന്നും മുക്തി

നേടിയിട്ടില്ല. ഗ്രാമത്തിലെ എല്ലാവരും അമലാതിയെ ഓർത്ത് കണ്ണീർവാർക്കും. പ്രിയഅമലാതി.... ഞാൻ ഇപ്പോൾ ഒരുപാട് പുസ്തകങ്ങൾ വായിച്ചു, കുറേ കാര്യങ്ങൾ പഠിച്ചു.... പക്ഷേ നിന്നോടതൊക്കെ പറയാൻ വൈകിപ്പോയല്ലോ.....

ഇതിനു പതിനഞ്ച് ദിവസങ്ങൾക്കുശേഷം ദത്തിസ് കിഴക്കൻ ബംഗാൾ വിട്ടു. ഒരുകൂട്ടം ബീഹാറി അഭയാർഥികൾ മദാരിപൂരിൽവന്ന് താമസമാരംഭിച്ചു. ചില സമയത്ത് അവർ ഞങ്ങളുടെ ഗ്രാമത്തിൽവന്ന് ചുവന്ന കണ്ണുകൾകൊണ്ട് ഞങ്ങളെ തുറിച്ചുനോക്കി. ഈ സംഭവത്തിന്റെ പേരിൽ എല്ലാവരും ആദ്യമായി അവരെ കുറ്റപ്പെടുത്തി. പൊലീസ് അതിനുവേണ്ടി ഒന്നും ചെയ്തില്ല. മിസ്റ്റർ ദത്ത അയാളുടെ പെൺമക്കളേയും ഭാര്യയേയും കൂടെ കൊണ്ടുപോയിരുന്നു. പക്ഷേ മാതാപിതാക്കളും അയാളുടെ പ്രായമായ മുത്തശ്ശിയും മുത്തശ്ശനും അവിടെത്തന്നെ ശേഷിച്ചു. പ്രായമായ ആ മനുഷ്യർക്ക് അവരുടെ സ്വന്തം വീട്ടിൽ കിടന്ന് തന്നെ മരിക്കണം എന്നായിരുന്നു. ചിലപ്പോഴൊക്കെ ഞാൻ കനാലിനടുത്ത് ചെല്ലുമ്പോൾ, മുത്തശ്ശൻ പച്ചക്കറി നനയ്ക്കുന്നതും മുത്തശ്ശി ഉമ്മറത്തിരിക്കുന്നതും, ഒക്കെ കാണും. അവർ മരണം കാത്തിരിക്കുകയാണന്നേ തോന്നൂ. അവരെ കാണുമ്പോഴൊക്കെ എന്റെ വായ വരളുംപോലെ തോന്നും. പക്ഷേ പിന്നീടൊരിക്കൽപ്പോലും വെള്ളം ചോദിച്ച് ഞാനാ വീട്ടിൽ പോയിട്ടില്ല.

അങ്ങനെയായിരുന്നു കാര്യങ്ങളുടെ പോക്ക്. സർക്കാർസ്, മിത്രൻസ്, റായ്സ്.... അങ്ങനെ ഓരോരുത്തരായി ഗ്രാമംവിട്ടുപോയി. ചെസ്ബോർഡിൽ നിന്നും പോൺസ് അപ്രത്യക്ഷമാവുംപോലെ. പക്ഷേ ഞങ്ങൾ പാവങ്ങളായിരുന്നു. ഞങ്ങൾക്ക് പോവാൻ വേറൊരിടവും ഇല്ലായിരുന്നു.

ഇന്ത്യയും പാകിസ്ഥാനും വീണ്ടും ഒന്നാവും എന്നുതന്നെ എന്റെ അച്ഛൻ വിശ്വസിച്ചു. ഗ്രാമംവിട്ടുപോയവരെല്ലാം തിരിച്ചെത്തും, എല്ലാം ശരിയാവും. കൽക്കട്ട, ഡെൽഹി, ബോംബെ എന്നിവിടൊക്കെ താമസിക്കുന്ന ബന്ധുക്കളും കുടുംബങ്ങളും ഒക്കെ വർഷാവർഷം പൂജ ആഘോഷിക്കാനായി വീട്ടിലെത്തും. മുസ്ലീം സുഹൃത്തുക്കളും കർഷകരും എല്ലാവരും അവരെയും വിളിക്കും പൂജയ്ക്ക്. എന്റെ അച്ഛൻ ഇങ്ങനെ പ്രഖ്യാപിക്കും. “സന്റ് അരവിന്ദ് നമുക്ക് കൂടുതൽ കാത്തിരിക്കാനാവില്ലെന്ന് പറഞ്ഞിട്ടുണ്ട്. 1957 ഓടെ ഒരുമിക്കും. ഹിന്ദുക്കളും മുസ്ലീങ്ങളും സഹോദരങ്ങളെപ്പോലെ ആലിംഗനംചെയ്യും. സമീപ ഭാവിയിൽ നമ്മൾ സഹോദരങ്ങളാവും.” എന്റെ അച്ഛൻ ഒരു ഗവൺമെന്റ് സ്കൂളിലെ അധ്യാപകനാണ്. അച്ഛൻ ഇടയിക്കിടെ ഇംഗ്ലീഷ് പ്രയോഗങ്ങളൊക്കെ ഉരുവിടും. 32 രൂപയാണ് അച്ഛന്റെ മാസശമ്പളം, അതുതന്നെ കൃത്യമായി കിട്ടുകയും ഇല്ല.

മൊത്തത്തിൽ ഞങ്ങളുടെ ഗ്രാമത്തിലെ മുസ്ലീങ്ങളുമായി ഞങ്ങൾക്ക് യാതൊരുവിധ സൗഹാർദവും ഉണ്ടായിരുന്നില്ല. വല്ലപ്പോഴും ഒന്നോ

രണ്ടോ ആളുകൾ ഞങ്ങളെ തുറിച്ചുനോക്കും. എന്റെ സ്കൂളിലെ കുട്ടികൾക്കിടയിൽപ്പോലും അത്രയ്ക്ക് വെറുപ്പ് ഉണ്ടായിരുന്നില്ല. ഹെഡ്മാസ്റ്ററുടെ മകനുമായി എനിക്കു ചില പ്രശ്നങ്ങൾ ഉണ്ടായിരുന്നു എന്നത് ശരിയാണ്, പക്ഷേ അതൊക്കെ എവിടെയും ഉണ്ടാവാറുള്ളതല്ലേ? എന്റെ സഹോദരന് ധാരാളം മുസ്ലീം സുഹൃത്തുക്കൾ ഉണ്ടായിരുന്നു. ഞാൻ അൽത്താഫിന്റെ വീട്ടിൽ ചെല്ലുമ്പോഴൊക്കെ അവന്റെ കുടുംബം സ്നേഹപൂർവം എന്നെ സ്വീകരിച്ചു.

ഞങ്ങളുടെ ഉള്ളിൽ ഭയം നുരച്ച് പൊന്തുന്നുണ്ടായിരുന്നു എന്നത് ശരിയാണ്. ഞങ്ങളോട് അനീതി കാണിക്കുകയാണെങ്കിൽ ഒരു എതിർപ്പും കാണിക്കാതെ ഞങ്ങളത് സ്വീകരിക്കും. കള്ളനാണെന്ന് സംശയിക്കപ്പെടുന്ന ഒരു വേലക്കാരന്റെ അവസ്ഥയായിരുന്നു ഞങ്ങൾക്ക്. നിഷ്കളങ്കനാണെങ്കിലും അതു തെളിയിക്കാൻ അവന് മാർഗമൊന്നും ഉണ്ടായിരുന്നില്ല. കുറച്ച് അജ്ഞരായ നേതാക്കൻമാരുടെ തെറ്റിദ്ധാരണ ആയിരക്കണക്കിന് ജനങ്ങളെ വേലക്കാരാക്കി. അസാധാരണമായ വിധത്തിലുള്ള ഈ നിരുത്തരവാദിത്വം എത്രപങ്ക് ചരിത്രം രേഖപ്പെടുത്തും എന്ന് ഞാൻ അത്ഭുതപ്പെട്ടു.

ഈസ്റ്റ് ബംഗാളിലെ ഹിന്ദുക്കൾ ഭൂമി വിൽക്കുന്നത് നിർത്തിയതോടെ കാര്യങ്ങൾ മാറിമറിഞ്ഞു. സാധാരണ ഗ്രാമീണർക്കുപോലും ആർത്തിയായി. മിക്ക മുസ്ലീങ്ങളും അങ്ങേയറ്റം ദരിദ്രരായിരുന്നു, അവർക്ക് നല്ല ഭക്ഷണംപോലും ഉണ്ടായിരുന്നില്ല. സ്വന്തമായി ഭൂമി ഉണ്ടാവാനുള്ള ആഗ്രഹം അവരെത്രകാലം അടക്കിനിർത്തും? അതവരുടെ തെറ്റല്ല — അത് ഈ സാഹചര്യം ഉണ്ടാക്കിയവരുടെ തെറ്റാണ്. ഈ ജ്വാലയെ ആളിക്കത്തിക്കാൻ ബംഗാളികളല്ലാത്ത മുസ്ലീങ്ങളും ശ്രമിച്ചു. രാഷ്ട്രീയ താൽപര്യമുള്ള നഗരവാസികളെക്കുറിച്ച് എനിക്കൊന്നും അറിയില്ല. പക്ഷേ ഇതു ഞാൻ പറയാം, സാധാരണ ഗ്രാമീണർക്കിടയിൽ മതത്തിന്റെ പേരിൽ യാതൊരു കലഹവും ഉണ്ടായിരുന്നില്ല. ബംഗാളികളല്ലാത്ത അന്യർ പലരും വന്നാണ് പ്രശ്നങ്ങൾ ഉണ്ടാക്കിയിരുന്നത്.

ക്രമേണ ഒഴിഞ്ഞുകിടക്കുന്ന വീടുകളൊക്കെ നിറഞ്ഞു. മടാരിപൂരിൽ നിന്നുള്ള അഭയാർഥികൾ എല്ലായിടത്തും നിറഞ്ഞു. ബാനർജി മാൻഷൻ ഒരിക്കൽക്കൂടി ആളുകളെക്കൊണ്ട് നിറഞ്ഞു. മാർക്കറ്റിന് സമീപമുള്ള സെൻഗുപ്ത വീടിൽ റഫീഖ് അലം എന്നു പേരുള്ള ഒരാളും കുടുംബവും താമസമായി, അയാളത് നിയമപ്രകാരം വാങ്ങിയതായിരുന്നു. മി. അലം അയാളുടെ ഹൂഗ്ലീക്കടുത്തുള്ള വീട് സെൻ ഗുപ്താസുമായി മാറ്റം വാങ്ങുകയായിരുന്നു.

അതുകൊണ്ട് മി. അലത്തിന് ഒരു നഷ്ടവും നേരിട്ടില്ല. എന്നിട്ടും വന്ന ഉടൻ അയാൾ എല്ലായിടത്തും മതവിദ്വേഷം പടർത്താനാണ് ശ്രമിച്ചത്. 'ഇസ്ലാം ഹിന്ദുസ്ഥാനിന്റേതാണ്', അയാൾ പറഞ്ഞു 'മുസ്ലീംങ്ങൾ തെരുവിലിറങ്ങാൻ തന്നെ പാടില്ല, അവരെക്കണ്ടാലുടൻ പൊലീസ് നിറ ഒഴിക്കേണ്ടതാണ്'. റേഡിയോ പാകിസ്ഥാന്റെ അജണ്ടയും ഇതുതന്നെ

യായിരുന്നു. ഗ്രാമത്തിലെ മിക്കവരും കുറഞ്ഞവിലയ്ക്ക് അമേരിക്കൻ റേഡിയോ സെറ്റുകൾ വാങ്ങിയിരുന്നു. നിങ്ങൾ ആ സമയത്തെ റേഡിയോ പാകിസ്ഥാൻ കേൾക്കുകയാണെങ്കിൽ ഇന്ത്യ മൃഗീയതയുടെ നാടാണെന്നും, അവിടെ അക്രമമാണ് നിയമമെന്നും നിങ്ങളും കരുതിപ്പോവും.

എന്റെ അച്ഛനും കൂട്ടുകാരും ഈ റേഡിയോ സംപ്രേക്ഷണം കേട്ട് ഭയപ്പെട്ടു, അങ്ങനെ അവർ ഒരു ആൽമരത്തിനു ചുവട്ടിൽ യോഗം ചേർന്നു. ഇന്ത്യയിലെ ഹിന്ദുക്കളുടെ സ്വഭാവം ഗുരുതരമായ വിമർശനങ്ങൾക്കിടയാക്കി. പക്ഷേ അത്തരം വിലയിരുത്തലുകളെല്ലാം വെള്ളപ്പൊക്കത്തിന്റെ പേരിൽ വെള്ളത്തെ പഴിചാരുംപോലെ ആയിരുന്നു.

•

നോക്കൂ, ഞാനെല്ലാം ഓർക്കുന്നുണ്ട്. ഒരു ചെറിയ കാര്യംപോലും ഞാൻ മറന്നിട്ടില്ല. എന്റെ ഓർമ ഒട്ടും മങ്ങിയിട്ടേ ഇല്ല. ഞാൻ കൽക്കട്ടയിലെ ആശുപത്രി കിടക്കയിലാണ് കിടക്കുന്നത്. ശുക്ല അൽപ്പം മുമ്പ് എന്നെ കാണാൻവന്നു. ഹരൻന്ത, സുകൻ, ദിബ്യ അങ്ങനെ പലരും രാവിലെ വന്നിരുന്നു. അതിനും പുറമേ ലബൊണയും അവളുടെ അച്ഛനും ബിഷ്വാനന്തും ഇന്നലെ വൈകീട്ട് എന്നെ കാണാൻ വന്നിരുന്നു. പക്ഷേ അപ്പോൾ ഞാനുറക്കമായിരുന്നു. എന്റെ ശരീരം മൊത്തം ബാൻഡേജാണ്, കൈകൾ കട്ടിലിനോട് ചേർത്ത് കെട്ടിയിരിക്കുന്നു. പക്ഷേ എന്റെ തല അസഹനീയമാംവിധത്തിൽ ചൊറിയുന്നു. നഴ്സ്, നിങ്ങളെന്താണ് എന്റെ ബാൻഡേജ് കുറച്ച് മാറ്റി എന്റെ തല ഒന്ന് ചൊറിഞ്ഞു തരാത്തത്?

എന്റെ അച്ഛൻ മരിച്ചപ്പോൾ, ആചാരപ്രകാരം ഞാനെന്റെ തലമൊട്ടയടിച്ചില്ല. സത്യത്തിൽ അദ്ദേഹത്തിനുവേണ്ടി പതിവു ചടങ്ങുകൾ നടത്താൻ ഞങ്ങൾക്കാവുമായിരുന്നില്ല. അച്ഛന്റെ മരണത്തിന്റെ 8–ാം ദിവസം ഞങ്ങളുടെ വീടിന് തീ പിടിച്ചു. ആരെങ്കിലും തീയിട്ടതാണോ അതോ താനെ തീ പിടിച്ചതാണോ, എന്ന് ഞങ്ങൾക്കിപ്പഴും അറിയില്ല. ഞങ്ങളുടെ വീടിന്റെ തറ, ഭൂമിതന്നെ ആയിരുന്നു. ചുമരുകൾ ടിന്നുകൊണ്ടും മേൽക്കൂര വൈക്കോലും ആയിരുന്നു. ഒരുതരി സിമന്റോ, ഇരുമ്പോ എവിടെയും ഉണ്ടായിരുന്നില്ല. ഒരു ചെറിയ തീജ്വാല പാളിപ്പോയാൽ തീ ആളിപടരുമായിരുന്നു.

എന്റെ അച്ഛൻ മസ്തിഷ്കാഘാതംമൂലമാണ് മരിച്ചത്. അദ്ദേഹം ഒരു രാത്രി ഉറങ്ങാൻ കിടന്നു, പിന്നെ ഉണർന്നതേ ഇല്ല. ഇടയ്ക്കിടെ ആസ്മ വരുന്നതൊഴിച്ചാൽ അദ്ദേഹം ആരോഗ്യവാനായിരുന്നു. ദാരിദ്ര്യവും ഉൽക്കണ്ഠയും ഭയവുംകൊണ്ടു കൂടിയാവും അദ്ദേഹം മരിച്ചത് എന്നാണെനിക്ക് തോന്നുന്നത്. ഞാൻ മുമ്പ് പറഞ്ഞതുപോലെ, ഞാൻ ജനിക്കുന്നതിനു മുമ്പും, ഞാൻ ചെറിയകുട്ടി ആയിരുന്നപ്പഴും എന്റെ അച്ഛന് ഇടയ്ക്കിടെ വീടുവിട്ട്പോവും. എങ്ങോട്ടോ അപ്രത്യക്ഷനാവും. മൂന്നോ നാലോ മാസം ഒരു വിവരവും ഉണ്ടാവില്ല. പ്രായമായപ്പോൾ അങ്ങനെ ഒന്നുംചെയ്യാൻ

അദ്ദേഹത്തിന് കഴിഞ്ഞില്ല. അധ്യാപകജോലി കൂടി നഷ്ടപ്പെട്ടപ്പോൾ വീട്ടിൽ പട്ടിണിയായി.

അദ്ദേഹത്തിന്റെ മരണാനന്തര ചടങ്ങുകൾ നടത്താൻ ചില ഗ്രാമീണർ ഞങ്ങളെ പണംതന്ന് സഹായിച്ചു. പക്ഷേ 11–ാം ദിവസത്തിനകം തീ കത്തി. തീപിടുത്തത്തിനുശേഷം, എല്ലാ നാശനഷ്ടങ്ങൾക്കുമിടയിൽ ഞങ്ങളുടെ കുടുംബം പുനർനിർമിക്കാൻ ഞങ്ങൾ ശ്രമിച്ചു. ദുഃഖങ്ങളുടെ നേരത്ത് നിങ്ങളുടെ വീടുവിട്ട് പോവാൻ നിങ്ങൾ ഒട്ടും ആഗ്രഹിക്കില്ല. അങ്ങനെ, അന്നുരാത്രി അമ്മ ഞങ്ങൾക്ക് കുറച്ച് പച്ചക്കറിയും, അരിയും എല്ലാം വേവിച്ചുതന്നു. പക്ഷേ അന്നേദിവസം രാത്രി ഗ്രാമത്തിലെ മറ്റെല്ലാ വീടുകളും തീപിടിച്ചു. പല പല ചെറിയ കൂട്ടങ്ങളായി ഞങ്ങളുടെ ഗ്രാമം വിട്ടുപോവുന്നതിന് പ്രഭാതം സാക്ഷിയായി.

മുന്തിരിമരം തീപിടിക്കാതെ രക്ഷപ്പെട്ടു. അതുനിറയെ മുന്തിരിയുണ്ടായിരുന്നു. ഞങ്ങളതിനെ വിട്ടുപോന്നു. ഞാനും എന്റെ സഹോദരനും ചുമലിൽ വലിയ ഭാണ്ഡങ്ങൾ തൂക്കിയിരുന്നു. അമ്മ ഞങ്ങളുടെ കൈ മുറുക്കിപ്പിടിച്ചു.

ഞങ്ങൾ കനാലിന്റെ തീരത്തുകൂടെ നടന്നു. ഒരുഭാഗത്ത് ചണവയൽ, മറുവശത്ത് നെൽവയൽ. കനാലിന്റെ തീരത്ത് കെയിൻ വളർന്നുനിൽക്കുന്നു. എനിക്ക് ഓടിച്ചെന്ന് പഴുത്തപഴങ്ങൾ പറിക്കാൻ തോന്നി. പക്ഷെ ഞാനതു ചെയ്തില്ല. ഈ വയലിലാണ് കൊത്തിനുറുക്കിയവിധത്തിൽ അമലാതിയുടെ ശരീരം കിടന്നത്. എനിക്കവിടേക്ക് പോവാൻ പേടിയാണ്.

കുറച്ച് ദൂരം കഴിഞ്ഞപ്പോ വലിയ ആൽമരം കണ്ടു. ഗ്രാമത്തിലെ പൊതുശ്മശാനം അതിന്റെ അടുത്താണ്. കുറച്ച് ദിവസങ്ങൾക്ക് മുമ്പാണ് ഞങ്ങളുടെ അച്ഛനെ അവിടെ ദഹിപ്പിച്ചത്. അതിനുശേഷം അവിടെ ആരെയും ദഹിപ്പിച്ചില്ല. അസ്ഥിക്കഷണങ്ങൾ, പകുതികത്തിയ മരക്കഷണങ്ങൾ, പൊട്ടിയ പാത്രങ്ങൾ എല്ലാം ചിതറിക്കിടക്കുന്നു. "അങ്ങോട്ട് നോക്കണ്ട, തലതിരിക്കുകയേ വേണ്ട. വേഗം വാ...." എന്ന് അമ്മ പറഞ്ഞു. അച്ഛനെ ഓർത്ത് കരയാൻ അപ്പോൾ അമ്മയ്ക്ക് ഒട്ടും നേരമുണ്ടായിരുന്നില്ല. ഞങ്ങളെ എങ്ങനെ രക്ഷിക്കാം എന്നതു മാത്രമായിരുന്നു അപ്പോൾ അമ്മയുടെ ശ്രദ്ധ. അതുകൊണ്ട് ഞങ്ങൾ വേഗം നടന്നു. അച്ഛനെ ദഹിപ്പിച്ചശേഷം ഒരു പാത്രം പൊട്ടിച്ച് തിരിഞ്ഞ് നോക്കാതെ നടന്നുപോരണം എന്നാണ് ഞങ്ങളുടെ മുറ. ഞങ്ങളും അച്ഛനെ ദഹിപ്പിച്ച സ്ഥലത്തുകൂടെ തിരിഞ്ഞുനോക്കാതെ നടന്നുപോകയാണ്. എന്നെന്നേക്കുമായി.

നേരം പുലർന്നിട്ടില്ല, ഗ്രാമം ഉറക്കത്തിലാണ്. കർഷകരൊന്നും വയലിലെത്തിയിട്ടില്ല. ഞങ്ങൾ ശിവന്റെ അമ്പലവും, ഞാൻ നീന്താൻ പഠിച്ച വലിയകുളവും എല്ലാം നടന്ന് പിന്നിട്ടു. ഒന്നും ശ്രദ്ധിക്കാതെ എല്ലാം നടന്നു പിന്നിട്ടു.

പക്ഷേ ഒരാളുടെ മുമ്പിൽനിന്നും ഞങ്ങൾക്ക് രക്ഷപ്പെടാനായില്ല.

ഞങ്ങളുടെ ഹെഡ്മാസ്റ്റർ അംജദ്അലി, പുളിമരക്കമ്പുകൊണ്ട് പല്ലും തേച്ച് നേരംവെളുക്കും മുമ്പേ അദ്ദേഹം കനാലിനരികിലൂടെ നടക്കും. കൂറേ വർഷങ്ങളുടെ ശീലമാണത്. പെട്ടെന്ന് ഞങ്ങളദ്ദേഹത്തിന്റെ മുഖാമുഖം ചെന്നുപെട്ടു. അദ്ദേഹവും പെട്ടെന്ന് നിന്നു. ആ മുഖം മ്ലാനമായിരുന്നു. കുറച്ച് നേരത്തെ നിശബ്ദതയ്ക്കുശേഷം അദ്ദേഹം ചോദിച്ചു.

"അപ്പൊ നിങ്ങളും പോവാൻ തീരുമാനിച്ചു?"

ഞങ്ങൾക്ക് മിണ്ടാൻ കഴിഞ്ഞില്ല. എന്റെ അമ്മ പേടിച്ചു. അവർക്കിപ്പൊ എല്ലാം പേടിയാണ്. ഞങ്ങളുടെ കൈയിലുള്ള അവരുടെ പിടിമുറുക്കി.

"അർജുൻ, നിന്റെ പരീക്ഷക്കിനി ഒരു മാസമല്ലേ ഉള്ളൂ? അതെഴുതാതെ നീ പോവുകയാണോ?" ഹെഡ്മാസ്റ്റർ എന്നോട് ചോദിച്ചു.

ഞാനെന്ത് മറുപടി പറയും? എന്റെ തൊണ്ടയിൽ കണ്ണുനീർ തടഞ്ഞു, ഞാൻ അദ്ദേഹത്തെ നോക്കിയതേ ഇല്ല. അംജദ്അലി കുറച്ചുകൂടി മുന്നോട്ട് വന്നു "ദയവുചെയ്ത് പോവരുത്. ഞാൻതന്നെ ജില്ലാ ബോർഡിന് നിങ്ങളുടെ വീട് പുനർനിർമിക്കാൻ എന്തെങ്കിലും ഫണ്ട് ആവശ്യപ്പെട്ടുകൊണ്ട് എഴുത്തയക്കാം."

ദേഷ്യമാണോ, വെറുപ്പാണോ മുമ്പിൽ എന്നെനിക്കു പിടികിട്ടിയില്ല, പക്ഷേ ഞങ്ങളുടെ അമ്മ പൊട്ടിത്തെറിച്ചു.

"അവനോട് മിണ്ടരുത്, ഒറ്റവാക്കുപോലും മിണ്ടരുത്. വേഗം നടക്ക്. ഇവിടെ ഇനി നിൽക്കണ്ട."

അമ്മ ഞങ്ങളെ പിടിച്ചു വലിച്ചു. ഞങ്ങൾ മുമ്പോട്ട് നടന്നു. എന്റെ സഹോദരൻ തലമാത്രം തിരിച്ച് ഇത്രയും പറഞ്ഞു. "ഗുഡ് ബൈ സർ, ഞങ്ങൾക്ക് പോയേ തീരൂ."

"പോവുന്നു എന്നു പറയരുത്.... പോയിട്ട് വരാം എന്ന് പറയൂ" അദ്ദേഹം ദുഃഖത്തോടെ പറഞ്ഞു.

അതൊരു പതിവാണ്, പിരിയുമ്പോഴും പോയിട്ടുവരാം എന്നു പറയുക.... പക്ഷേ ഞങ്ങൾക്കൊരിക്കലും തിരിച്ച് വരാനാവില്ല...... വയലോരത്ത് മീൻപിടിക്കാനിരുന്ന വൈകുന്നേരങ്ങൾ, നാരങ്ങാമരത്തിന്റെ മധുരഗന്ധം, സ്കൂളിലേക്കുള്ള നീന്തൽ, പ്രേതങ്ങളെ ഓർത്ത് വിറയ്ക്കുന്നത്, അമലാതി തരാറുള്ള മധുരം, എന്റെ ഗ്രാമം ഇതെല്ലംകൂടി ചേർന്നതാണ്. ഞാനതെല്ലാം ഇവിടെ ഉപേക്ഷിക്കുകയാണ്.

ഞങ്ങൾ മടാരിപൂരിലേക്ക് പതിനൊന്ന് മൈൽ നടന്നു. മറ്റു പല സംഘങ്ങളും ആ വഴിയിൽ ഞങ്ങൾക്കൊപ്പം ചേർന്നു. നാരയൻഗജനിലും മറ്റും കലാപം തുടങ്ങിയിരുന്നു. ആയിരക്കണക്കിന് നിസ്സഹായർ മടാരിപൂരിലേക്ക് വന്നുകൊണ്ടിരുന്നു. കലാപം നടന്ന സ്ഥലങ്ങളൊന്നും ഞങ്ങൾ കണ്ടിട്ടില്ല, അവിടെ ഉള്ള ആളുകളെയും ഞങ്ങൾക്കറിയില്ല. പക്ഷേ അവർ കാരണമാണ് ഞങ്ങൾക്ക് ഞങ്ങളുടെ വീടുപേക്ഷിക്കേണ്ടിവന്നത്.

മടാരിപൂരിലൂടെ ഒഴുകുന്ന 'അരിയാൽകാൻ' നദിക്കരയിൽ ഞങ്ങൾ

എത്തി. അവിടെ ബോട്ടുകാത്തിരിക്കണമായിരുന്നു. 63 മണിക്കൂർ ഞങ്ങള വിടെ ഇരുന്നു. ആദ്യത്തെ ബോട്ടിൽ ഞങ്ങൾക്ക് സീറ്റുണ്ടായിരുന്നില്ല. അതുകൊണ്ട് നദീതീരത്തെ ഒഴിഞ്ഞ വയലിൽ ഞങ്ങൾ കിടന്നുറങ്ങി. ഉണങ്ങിയ നെല്ലുതിന്ന് ഞങ്ങൾ വിശപ്പടക്കി. ബ്രാഹ്മണരായതുകൊണ്ട് മറ്റു പല മതസ്ഥരും ഇടപഴകുന്ന സ്ഥലത്തൊക്കെവെച്ച് വല്ലതും വേവിച്ച് കഴിക്കാൻ ഞങ്ങൾക്ക് മടിതോന്നി. വേവിക്കാൻ അവശ്യം വേണ്ടതൊക്കെ സത്യത്തിൽ ഞങ്ങളുടെ കൈയിൽ ഉണ്ടായിരുന്നു. കുറച്ച് നാളുകൾക്കു ള്ളിൽ അത്തരം ആചാരങ്ങളെല്ലാം ഞങ്ങൾ മറന്നു എന്നതാണ് സത്യം.

അവിടെ പലരും ബോട്ടു കാത്തുനിൽപ്പുണ്ട്, പക്ഷേ എന്നിട്ടും ബഹ ളവും തിരക്കും ഒന്നും ഇല്ല ആർക്കും. എല്ലാവരും മൂകരായി നദിയി ലേക്ക് കണ്ണുംനട്ടിരുന്നു.

ബോട്ട് ഞങ്ങളെ (Khulna) കൂൾനയിലെത്തിച്ചു. അവിടെയും വലിയ ആൾക്കൂട്ടമുണ്ടായിരുന്നു. മൂന്ന് ദിവസത്തേക്ക് തീവണ്ടികിട്ടാൻ ഒരു വഴിയും ഇല്ല. ഇവിടെ ആളുകൾ ക്ഷമനശിച്ച് പരസ്പരം കയ്യേറ്റം തുട ങ്ങിയിരിക്കുന്നു. ഒരു കൂട്ടർ അവസാനം തീവണ്ടി കാക്കണ്ട, ഇന്ത്യൻ അതിർത്തിയിലേക്ക് നടന്നുപോവാം എന്നു തീരുമാനിച്ചു. ഞങ്ങളും അബ ദ്ധത്തിന് അവരോടൊപ്പം ചേരാൻ തീരുമാനിച്ചു. അല്ലാതെ എന്തുചെ യ്യും? അഭിപ്രായം ചോദിക്കാൻ ആരുമില്ല. അമ്മ തീർത്തും അപരിചിത മായ ഈ സാഹചര്യങ്ങളാൽ പകച്ചുപോയിരുന്നു. അമ്മ പണ്ടൊരിക്കൽ യൗവനകാലത്ത് കൽക്കട്ടയിൽ പോയിട്ടുണ്ട്.... പക്ഷേ ഇതങ്ങനെയുള്ള ഒരു യാത്ര അല്ലല്ലോ.

ഞങ്ങൾ കൂട്ടുചേർന്നു നടന്ന സംഘത്തെ ഞങ്ങൾക്ക് നഷ്ടപ്പെട്ടു. അതായിരുന്നു ശരിക്കും ഉണ്ടായ ബുദ്ധിമുട്ട്. ഞങ്ങൾക്ക് യാതൊരു ദിശാ ബോധവും ഉണ്ടായിരുന്നില്ല. അറിയാത്ത നഗരങ്ങളും ഗ്രാമങ്ങളും നട ന്നുപിന്നിടുക, അതും ഇത്തരമൊരവസ്ഥയിൽ. അവിടത്തെ താമസക്കാർ നമ്മളെ അപരിചിതരായേ കാണൂ. കുഹുൽനയിൽ ഇപ്പോൾ കലാപ മൊന്നും ഇല്ല. എങ്കിലും അരാജകത്വവും, പിടിച്ചുപറിയും അവിടെ ഇപ്പോഴും വേണ്ടുവോളം ഉണ്ട്. നിസഹായരായ ആളുകളെ കൊള്ളയടി ക്കുക വളരെ എളുപ്പമാണ്.

പിടിച്ചുപറിയെ ഞങ്ങൾക്ക് ഭയമില്ല. കൊള്ളയടിക്കപ്പെടാൻ ഞങ്ങളുടെ ജീവനല്ലാതെ മറ്റൊന്നും ഞങ്ങളുടെ കൈവശം ഇല്ലായിരു ന്നു. അമ്മ ഒരു തള്ളപ്പക്ഷിയെപ്പോലെ ഞങ്ങളെ ചേർത്തുപിടിച്ചുകൊണ്ട് കരുതലോടെ ചുറ്റും നോക്കിക്കൊണ്ടിരുന്നു. അപകടം വന്നതുപക്ഷേ മറ്റൊരു ദിക്കിൽനിന്നാണ്.

ഒരു ദിവസം രണ്ടു മനുഷ്യർ ഞങ്ങളുടെ അടുത്തെത്തി. വലിയ സഹതാപം പ്രകടിപ്പിച്ചു. അവരോടൊപ്പം ചെല്ലണമെന്നും, ഞങ്ങൾക്ക ഭയം തരാം എന്നും അവർ പറഞ്ഞു. ഞങ്ങൾക്ക് അവരുടെ ദയാവാ യ്പിൽ സംശയമൊന്നും തോന്നിയതുമില്ല. പക്ഷേ എന്റെ അമ്മയ്ക്കന്ന് പ്രായം വെറും 34 ആണ്. നല്ല ആരോഗ്യം, മനോഹരമായ നിറം. 'റായ്

ചൗദരിയുടെ ഭാര്യയെ കണ്ടാൽ ലക്ഷ്മിദേവിയെപ്പോലുണ്ട്' എന്ന് ഞങ്ങളുടെ ഗ്രാമത്തിലുള്ളവർ പറയാറുണ്ട്. ഇത് ഒരു കൊള്ളയടി ശ്രമമാണെന്ന് ഞങ്ങളെങ്ങനെയാണ് തിരിച്ചറിഞ്ഞത്? ഏറ്റവും അത്ഭുതമെന്തെന്നുവച്ചാൽ ഞങ്ങളുടെ അച്ഛൻ മരിച്ചെന്നൊക്കെ അവർക്ക് അറിയാം! എന്നിട്ടും അമ്മയെ തട്ടിയെടുക്കുന്നതിൽ അവർക്ക് കുറ്റബോധമൊന്നും തോന്നുന്നില്ല. അമ്മ രക്ഷപ്പെട്ടു, ഞങ്ങളുടെ ജീവനും രക്ഷപ്പെട്ടു. അത് ഒരു ഭാഗ്യംതന്നെയായിരുന്നു. ഇതേ ഉദ്ദേശ്യത്തോടെ എത്തിയ മറ്റൊരു സംഘം ഈ രണ്ടുപേരുമായി മൽപ്പിടുത്തത്തിലായി. അങ്ങനെയാണ് ഞങ്ങൾക്ക് രക്ഷപ്പെടാൻ ഒരവസരം കിട്ടിയത്.

രണ്ട് ഗ്രാമങ്ങൾകൂടി കടന്നപ്പോൾ നദീതീരത്തുള്ള ഒരു വലിയ വീട്ടിൽ ഞങ്ങളെത്തി. അവിടെ മൂന്നു ദിവസം ഞങ്ങൾ താമസിച്ചു. ഞങ്ങൾ രക്ഷപ്പെടുന്നതിനിടയ്ക്ക് അമ്മയുടെ കാലിൽ മുറിവേറ്റിരുന്നു. അങ്ങനെ അമ്മക്കപ്പോ നടക്കാൻ ഒട്ടും വയ്യായിരുന്നു. ഈ വീട് ഏതോ ഹിന്ദുകുടുംബം പെട്ടെന്ന് ഉപേക്ഷിച്ച് പോയതാവണം. വാതിലും ജനലുകളും തകർക്കപ്പെട്ടിരിക്കുന്നു. ഒരു ദിവസം മുഴുവൻ ഞങ്ങളവിടെ വാതിലിന് പിറകിൽ മറഞ്ഞിരുന്നു. പക്ഷേ അങ്ങനെ തുടരാൻ വയ്യായിരുന്നു. വല്ലതും തിന്നിട്ട് നാലഞ്ചു ദിവസം കഴിഞ്ഞു.... വെച്ചുകഴിക്കാനെടുത്ത അരിയും മറ്റും വഴിയിൽ ചിതറിപ്പോയിരുന്നു — തിന്നാൻ ഒന്നും ഇല്ല. അങ്ങനെ, ഞാനും സഹോദരനും മാറി മാറി ഭിക്ഷയെടുക്കാൻ തീരുമാനിച്ചു.

നിങ്ങൾ പാടേ തകർന്നുപോയാൽ, മരണത്തെപ്പോലും നിങ്ങൾക്ക് ഭയമില്ലാതെയാവും. ഈ ഗ്രാമീണർ എങ്ങനെ ഉള്ളവരെന്നറിയില്ല, ഏതു ദിക്കിൽനിന്നും എപ്പോഴും ഒരപകടം ഉണ്ടായേക്കാം... ആദ്യമായാണ് ഞാൻ യാചിക്കാനിറങ്ങുന്നത്, പക്ഷേ യാചന എന്ന കല വളരെ സ്വാഭാവികമായി ഞാൻ സ്വായത്തമാക്കി. ഒരേ സ്വരത്തിൽ കരഞ്ഞുകൊണ്ട് വാതിലുകൾതോറും ഞാനലഞ്ഞു. എന്റെ പാറിപ്പറന്ന മുടി, വൃത്തികെട്ട വേഷം, കഴുത്തിൽ ചുറ്റിയ മന്ത്രച്ചരട്, ഒക്കെ ഞാൻ അച്ഛൻ നഷ്ടപ്പെട്ട ഒരു ബ്രാഹ്മണനാണെന്നു വിളിച്ചുപറഞ്ഞു. അനാഥർക്ക് ധർമം നൽകുന്നത് ഇപ്പോഴും മിക്ക സമുദായത്തിലും നിലനിൽക്കുന്ന ശീലമാണ് എന്നു ഞാൻ മനസിലാക്കി.

ഒരു ദിവസം ഒരു വീട്ടിൽനിന്നും എനിക്ക് കുറെ ചോറും ഉരുളക്കിഴങ്ങും കിട്ടി. എന്തൊരു സന്തോഷമായിരുന്നു അത്! ഞാനെന്റെ എല്ലാ ദുഃഖവും മറന്നു. ഏറ്റവും വിലപിടിപ്പുള്ള നിധികിട്ടിയപോലെയായി എനിക്ക്, ലോകം മുഴുവൻ സന്തോഷം നിറഞ്ഞതാണെന്ന് എനിക്കു തോന്നി. എന്തു നല്ല മണമാണ് ചോറിന്.... പച്ചക്കറി കാണാൻ എന്തു ഭംഗിയാണ്! ഞാൻ നദിക്കരയിലുള്ള ഞങ്ങളുടെ അഭയസ്ഥാനത്തേക്ക് ഓടിച്ചെന്ന് വർധിച്ച ആഹ്ലാദത്തോടെ വാതിലിൽ മുട്ടി. അമ്മ ഭയപ്പാടോടെ അകത്തുനിന്നും "ആരാണ്" എന്ന് ചോദിക്കുന്നതു കേട്ടു.

"അർജുനനാണമ്മേ... വാതിൽ തുറക്ക്. ഞാനെന്താ ഇന്നു നിങ്ങൾക്ക് കൊണ്ടുവന്നത് എന്ന് നോക്കൂ...."

ആ ഗ്രാമത്തിന്റെ പേരെനിക്കോർമയില്ല, രണ്ടുമൂന്ന് ദിവസം കുഴപ്പമൊന്നുമില്ലാതെ കഴിഞ്ഞുപോയി. പിന്നെ ഗ്രാമീണർ വാതിലിലൂടെ വീടിനകത്തേക്ക് ഒളിഞ്ഞുനോക്കിത്തുടങ്ങി, കൂടാതെ പൊലീസും ശ്രദ്ധിച്ചു തുടങ്ങി. അങ്ങനെ ഞങ്ങളവിടെ വിട്ടു. അതിർത്തിയിലേക്ക് നടക്കുന്ന മറ്റൊരു സംഘത്തോടൊപ്പം ഞങ്ങൾ കൂടി. അവർ ഞങ്ങളുടെ ജില്ലയിലുള്ളവരായിരുന്നു. ആ സംഘത്തിൽ വെച്ചാണ് ഞാൻ ലബോണയേയും അവളുടെ മുത്തച്ഛൻ നിഷിയേയും അച്ഛൻ ബിഷ്വാനത്തിനെയും ഒക്കെ ആദ്യമായി കാണുന്നത്.

അങ്ങനെ അവസാനം ഹരിദാസ്പൂർ അതിർത്തി കടന്ന് ഞങ്ങൾ ബോൺഗണിൽ എത്തി. എല്ലാവർക്കും സന്തോഷമായി, എത്ര സമാധാനവും സുരക്ഷിതത്വവുമുള്ള സ്ഥലം! എന്തുകൊണ്ടാണെന്നറിയില്ല അതിർത്തി കടന്നപ്പോൾ കൈകൾ നിവർത്തി ഞങ്ങളെ സഹോദരങ്ങളായി ആരോ സ്വാഗതം ചെയ്യുംപോലെ ഞങ്ങൾക്ക് തോന്നി. പലരും വന്ന് ഞങ്ങളെ അതിഥികളായി സ്വീകരിക്കും എന്നും, ഞങ്ങളുടെ കദനകഥ കേൾക്കും എന്നും ഞങ്ങൾ പ്രതീക്ഷിച്ചിരുന്നു.

സ്റ്റേഷന്റടുത്തായിരുന്നു എല്ലാ ക്യാമ്പുകളും, പക്ഷേ അവിടെ ഒരിടവും ഉണ്ടായിരുന്നില്ല. നിറയെ മനുഷ്യർ, അടുത്തുള്ള വയലുകളിൽ, മരച്ചുവട്ടിൽ എല്ലാം ആളുകൾ. ഉറക്കവും ഭക്ഷണവും വിസർജനവും എല്ലാം ഒരിടത്തുതന്നെ. ഓരോരുത്തരെയായി കോളറ കടന്നുപിടിച്ചു. ലാബോണയയുടെ മുത്തശ്ശി, നടന്നു തളർന്നു വന്ന് മകന്റെ മടിയിൽ തലവെച്ച് മരിച്ചു. ഇന്ത്യയുടെ മണ്ണ് അവർക്ക് ജീവിക്കാനിടം നൽകിയില്ല.

രാമകൃഷ്ണമിഷൻ കുറച്ച് ഭക്ഷണം വിതരണം ചെയ്തു. ഗവ. ഉദ്യോഗസ്ഥർ ദിവസവും കണക്കെടുപ്പിനെത്തി. ഞാനും സഹോദരനും ഇത്തിരി സ്ഥലംതേടി അലഞ്ഞു. പുതിയ രാജ്യം. ഭാഷ പോലും അറിയില്ല, ഞങ്ങൾ നിസ്സഹായരായി എല്ലായിടവും നോക്കി...... ഹൃദയത്തിൽ ഭയാനകമായ ഒരു ശൂന്യത നിറഞ്ഞു. മേൽപ്പാലത്തിനു മുകളിൽ വന്നുനിന്ന് പ്രദേശവാസികൾ ഞങ്ങളെ ഏതോ പുതിയതരം ജീവികളെ എന്നപോലെ തുറിച്ച് നോക്കി. ആരും ഞങ്ങളോട് സംസാരിക്കാൻ വന്നില്ല. 'വരൂ നിങ്ങൾ ഞങ്ങളുടെ അതിഥികളാണ്, വരൂ ഭക്ഷണം കഴിക്കൂ......' എന്നൊന്നും ആരും പറഞ്ഞില്ല.

ഇരുട്ടിക്കഴിഞ്ഞപ്പോൾ ചിലർ ഞങ്ങളുടെ സഹായത്തിനെത്തി. ഞങ്ങൾക്ക് ജോലിതരാം എന്നവർ അടക്കം പറഞ്ഞു. അമ്മയ്ക്ക് അഭയംകൊടുക്കാമെന്നും. അവരാരും സാധാരണക്കാരായിരുന്നില്ല.

"വരൂ കുട്ടികളെ ഇതെടുത്തോളൂ" ഒരു വെള്ളിനാണയം എന്റെ കൈയിൽ വെച്ചുതന്ന് അമ്മയുടെ നേരെ വൃത്തികെട്ട നോട്ടം നോക്കി ഒരു തടിയൻ പറഞ്ഞു.

ഇപ്പോൾ ഞങ്ങൾക്ക് ലോകത്തിന്റെ കുരുട്ടുബുദ്ധികൾ പിടികിട്ടിതുടങ്ങിയിരിക്കുന്നു. അമ്മയുടെ മക്കൾ എന്നതിലുപരി ഞങ്ങൾക്ക് അമ്മ

യുടെ ചെറുപ്പത്തെപ്പറ്റിയും സൗന്ദര്യത്തെപ്പറ്റിയും നല്ല ബോധ്യമുണ്ട്. അതിർത്തിയിൽ, സ്റ്റേഷനിൽ ഒക്കെ വെച്ച് ബലാൽക്കാരത്തിന്റെ പലകഥകളും ഞങ്ങൾ കേട്ടുകഴിഞ്ഞു. കാണാൻ ഭംഗിയുള്ള യുവതികൾ അപ്രത്യക്ഷരാവുന്നു. അവരിലൊരാളെ ഞാൻ കണ്ടു, ആകെ തകർന്നുപോയ ഒരു പെൺകുട്ടി. രാവും പകലും അവളുടെ കണ്ണിൽനിന്നും കണ്ണുനീരൊഴുകുന്നു. നാലു മൃഗങ്ങളാണവളെ പിച്ചിചീന്തിയത്. അവളുടെ അമ്മയാണങ്കിൽ അവളോട് കയർക്കുന്നു. "നന്ദികെട്ട നായേ, നിനക്ക് മരിച്ചുകൂടേ? നീ മരിക്കുന്നതാണ് എനിക്ക് നല്ലത്" ആ പാവം ഒരുപാട് സഹിച്ചു, ആരും ഒരാശ്വാസവാക്ക് അവളോട് പറയുന്നില്ല എന്നതാണ് അതിലും കഷ്ടം.

അതുകൊണ്ട് ഞാനും ജ്യേഷ്ഠനും വേട്ടനായ്ക്കളെപ്പോലെ അമ്മയെ കാത്തു. ഞങ്ങളെ രണ്ടുപേരെയും കൊന്നിട്ടല്ലാതെ അവരെ ആർക്കും തൊടാൻകൂടി പറ്റില്ല. അപമാനം ഞങ്ങൾ സഹിക്കില്ല. ആ തടിയൻതന്ന വെള്ളിനാണയം ഞാൻ അയാളുടെ മുമ്പിൽവെച്ചുതന്നെ റയിൽവേ ട്രാക്കിലേക്കെറിഞ്ഞു. പക്ഷേ ആ രാത്രിതന്നെ അതു ഞാൻ തപ്പിയെടുത്തു എന്നും സമ്മതിക്കാതെ വയ്യ. വിശപ്പിനു മുമ്പിൽ ഒന്നും നാണക്കേടല്ലതന്നെ.

ബോൺഗണിൽ നിന്നും ഞങ്ങൾ കൽക്കട്ടയിലെ ഡീൽഗാ സ്റ്റേഷനിലെത്തി. ഞങ്ങളുടെ ദുരിതം കൂടി. പകലുകൾ ഈച്ചകളും, രാത്രിയിൽ കൊതുകുകളും ഞങ്ങളെ പൊതിഞ്ഞു. യാത്രക്കാർ ഞങ്ങളെ രണ്ടാമതൊന്ന് തിരിഞ്ഞുനോക്കാതെ തിരക്കിട്ട് കടന്നുപോയി. ഇത് പ്രശസ്തമായ കൽക്കട്ടാ നഗരമാണ്. പക്ഷേ സ്റ്റേഷന് പുറത്തേക്ക് ഒരടി വെക്കാൻ ഞങ്ങൾ ഭയന്നു. ഭക്ഷണമില്ലാത്ത സുദീർഘമായ ദിവസങ്ങൾകൊണ്ട് എന്റെ അമ്മയുടെ യൗവനവും ഭംഗിയും പഴങ്കഥയായി. അതുകൊണ്ടുതന്നെ ഞങ്ങളോട് ദയകാണിച്ച് പിന്നെയാരും വന്നതുമില്ല. പത്രആഫീസിലെ ഉദ്യോഗസ്ഥർ വന്ന് ഞങ്ങളുടെ ഫോട്ടോ എടുത്തിട്ട് പോയി. നല്ല ഭംഗിയായി വസ്ത്രം ധരിച്ച പലരും വന്ന് പലചോദ്യങ്ങളും ചോദിച്ചു. ഞങ്ങൾക്ക് ഒരുത്തരവും പറയാൻ തോന്നിയില്ല.

ഞങ്ങളെ ആന്തമാൻ ദ്വീപിലേക്ക് അയയ്ക്കാൻ പോവുകയാണെന്നും, ഇന്ത്യ ഞങ്ങളുടെ ഉത്തരവാദിത്വം ഏറ്റെടുക്കുകയില്ല എന്നും പലവിധ ശ്രുതികളും കേട്ടു. പലരും വന്ന് പല പ്രസംഗവും നടത്തി. തലചായ്ക്കാനൊരിടവും, രണ്ടു നേരത്തെ ഭക്ഷണവും മാത്രമേ ഞങ്ങളാഗ്രഹിച്ചിരുന്നുള്ളൂ.

അതിനിടയിൽ ബിരാജ് താക്കൂർ എന്ന ഒരാൾ വന്നു. വെളുത്ത് നീണ്ട ഒരാൾ. ഒരു കണ്ണ് കാഴ്ച്ചയില്ല. ഇപ്പോൾ ഞങ്ങളുടെ ഈ ഗ്രാമത്തിലുള്ള എല്ലാവരും അദ്ദേഹത്തോട് സംസാരിച്ചു. ഒരു രാഷ്ട്രീയക്കാരന്റെ പ്രകൃതം അയാൾക്കുണ്ടായിരുന്നില്ല. ഞങ്ങളെക്കാളെല്ലാം ഉയരമുണ്ടായിരുന്നു അയാൾക്ക്. ഒരു കണ്ണ് അന്ധനാണെങ്കിലും അസാധാരണമായ ബുദ്ധിസാമർത്ഥ്യം. ദോത്തിയും, പകുതിക്കൈയുള്ള ഷർട്ടും

വേഷം. അയാൾ ഞങ്ങളോടൊപ്പം തറയിൽ ഇരുന്നു. പരുക്കൻ ശബ്ദത്തിൽ ഞങ്ങളോട് സംസാരിച്ചു.

"നിങ്ങളെന്താ ചെയ്യാൻ പോവുന്നത്? നിങ്ങൾക്കിവിടെ ഇരുന്നാൽ മതിയോ? നിങ്ങൾ മൃഗങ്ങളോ മനുഷ്യരോ? ഇവിടെവന്ന് യാചിക്കാനാണോ നിങ്ങൾ സ്വന്തംവീടുപേക്ഷിച്ച് പോന്നത്? നിങ്ങൾക്കും ഈ മണ്ണിലവകാശമില്ലേ? ഇങ്ങനെ ഇരുന്നാലെന്താ സംഭവിക്കുക എന്നു നിങ്ങൾക്കറിയുമോ? കുട്ടികൾ തെരുവിൽ തെണ്ടാനിറങ്ങും. യുവതികൾ വേശ്യകളായിത്തീരും. അവശേഷിക്കുന്നവർ യാചകരാകും. എന്താണ് നിങ്ങൾ നിങ്ങളുടെ വായ തുറക്കാത്തത്?"

ബിരാജി താക്കൂർ തുടർന്നു; "ദയയ്ക്കുവേണ്ടി യാചിക്കുമ്പോ ആർക്കും ദയകാണിക്കാൻ ഞാനില്ല. ഗവൺമെന്റ്. നിങ്ങളെ എങ്ങോട്ടെങ്കിലും അയയ്ക്കുന്നതും കാത്ത് എത്രനാൾ നിങ്ങളിവിടെ ഇരിക്കും? നിങ്ങൾ ഒരു യാചകക്കൂട്ടമാണോ? ഇത് നിങ്ങളുടെകൂടി രാജ്യമല്ലേ? വിഭജനം ഉണ്ടായത് നിങ്ങളുടെ തെറ്റുകൊണ്ടല്ലല്ലോ? നിങ്ങൾ സ്വയം ശക്തിയാർജിക്കണം. നിങ്ങൾ പ്രവർത്തിക്കണം. ഇവിടെ കൽക്കട്ടയുടെ പ്രാന്തപ്രദേശത്ത് ഇഷ്ടംപോലെ ഭൂമിയുണ്ട്, കുറെ ആൾത്താമസമില്ലാത്ത വീടുകളും. എനിക്കതൊക്കെ അറിയും. എന്നോടൊപ്പം വരൂ. നിങ്ങൾ നിങ്ങളുടെ വഴി കണ്ടെത്തണം. ആരെങ്കിലും തടയാൻ വന്നാൽ മരണംവരെ പോരാടണം, എന്നാലും സ്വന്തം ഭൂമി നഷ്ടപ്പെടുത്തരുത്."

ഈ ആശയം ഞങ്ങളെക്കൊണ്ട് അംഗീകരിപ്പിക്കാൻ ബിരാജി താക്കൂറിന് ഏറെനാൾ വേണ്ടിവന്നു. ഈസ്റ്റ് ബംഗാളിലെ ജനങ്ങൾക്ക് ഭൂമി ഒരവകാശമായിരുന്നു. പലർക്കും പല സംശയങ്ങൾ. അതുമല്ല ബിരാജ് താക്കൂറിനെ ആർക്കും മുമ്പ് അറിഞ്ഞുകൂടാ. അദ്ദേഹത്തിന്റെ പുറകേ പോയാൽ എന്തൊക്കെ ആപത്തുണ്ടാവും എന്നും അറിയില്ല. പക്ഷേ അവസാനം ഈ സംശയങ്ങളും മടിയും എല്ലാം മാറി. ഒരു ദിവസം രാവിലെ ബിരാജ് താക്കൂർ ഞങ്ങളെ വന്നു വിളിച്ചു: "ആർക്കാണ് എന്റെ കൂടെ വരേണ്ടത്, അവർ വന്നോളൂ. ആർക്കാണ് യാചകരായി മാറാനിഷ്ടം, അവരിവിടെത്തന്നെ ഇരിക്കട്ടെ. വരൂ."

ഒരാളുപോലും പിന്നീടവിടെ ശേഷിച്ചില്ല.

മൂവായിരത്തോളം വരുന്ന സ്ത്രീകളും പുരുഷന്മാരും ഒറ്റ സംഘമായി റോഡിലൂടെ കുതിച്ചു. എന്റെ സഹോദരൻ അമ്മയുടെ കൈപിടിച്ചു. ഞാൻ മുത്തച്ഛൻ നിഷിയെക്കൂടി പിടിച്ചിട്ടുണ്ട്. മൈലുകളോളം ഞങ്ങൾ ഓടി.... ശ്വാസത്തിനുവേണ്ടി കിതച്ചു. എന്നിട്ടും ഞങ്ങൾ എവിടെയും നിന്നില്ല.

അവസാനം ഞങ്ങൾ ഡം ഡമ്മിൽ എത്തി. അവിടെ കുറച്ച് വീടുകൾ ഉണ്ടായിരുന്നു. ബിരാജ് താക്കൂർ ഞങ്ങളെ ചെറിയ സംഘമാക്കി തിരിച്ച്, ഓരോരുത്തർക്കും ഓരോ വീടുവീതം വീതംവെച്ചുതന്നു. ഞങ്ങളെ ആരും തടഞ്ഞില്ല. അവിടെ രണ്ട് കാവൽക്കാരുണ്ടായിരുന്നത് ഞങ്ങളുടെ വരവുകണ്ടതും ഓടി രക്ഷപ്പെട്ടു.

അത്തരമൊരഭയസ്ഥാനം ഞങ്ങൾ സ്വപ്നംകൂടി കണ്ടിരുന്നില്ല. നല്ല പൂന്തോട്ടം, പലതരം വൃക്ഷങ്ങൾ — ഞങ്ങൾ ഞങ്ങളുടെ പഴയ ഗ്രാമത്തെ ഓർത്തു. ഞങ്ങൾ ഇതിന് ദേശ് പ്രേം കോളനി അഥവാ ദേശ സ്നേഹികളുടെ കോളനി എന്നു പേരിട്ടു. ഞങ്ങൾ പിന്നീടൊരിക്കലും ബിരാജ് താക്കൂറിനെക്കുറിച്ച് കേട്ടിട്ടില്ല. അദ്ദേഹം പെട്ടെന്ന് പ്രത്യക്ഷപ്പെട്ട് ഞങ്ങളെ സഹായിച്ചതെന്താണെന്നും, പെട്ടെന്നുതന്നെ അപ്രത്യക്ഷനായതെന്താണെന്നും എല്ലാം ഞങ്ങൾക്ക് ഉത്തരംകിട്ടാത്ത ചോദ്യങ്ങളാണ്. പിന്നീട് പല രാഷ്ട്രീയ പാർട്ടിക്കാരും ഞങ്ങൾക്ക് ഭൂമി പതിച്ചു കിട്ടിയതിന്റെ അവകാശവാദവുമായി വന്നു — ബിരാജ് താക്കൂർ അക്കൂട്ടത്തിലൊന്നുംപെട്ട ആളല്ലെന്ന് ഞങ്ങൾക്ക് ഉറപ്പായിരുന്നു. തടാകത്തിനരികെ, വലിയ മാവിനടുത്ത് ഒരു സ്മൃതിമണ്ഡപം അദ്ദേഹത്തിന്റെ പേരിൽ പണിതിട്ടുണ്ട്. പിന്നീട് വലിയ ആളായശേഷം ചെഗുവേരയെപ്പറ്റി വായിച്ചപ്പോൾ ഞാൻ ബിരാജ് താക്കൂറിനെ വീണ്ടും ഓർത്തു, ഉയരമുള്ള രൂപം, ഒറ്റക്കണ്ണൻ, പരുക്കൻ..... മാന്യൻ.

ഞങ്ങളെ പുറത്താക്കാൻ ആരെങ്കിലും വരും എന്നു ഞങ്ങൾ എപ്പോഴും ഭയപ്പെട്ടു. കോളനിക്ക് രാവും പകലും ആളുകൾ കാവലിരുന്നു. ദിവസങ്ങളോളം അഭയാർഥികളെന്ന നിലയ്ക്കുള്ള സഹവാസം ഞങ്ങളിൽ സംഘടിതബോധം വളർത്തിയിരുന്നു. കൈയിൽ വടിയുമായി ആളുകൾ സ്വയം കാവൽക്കാരായി. ഞങ്ങൾ കുട്ടികൾപോലും തങ്ങളാലാവുന്നത് ചെയ്തു.

അതെല്ലാം വെറും 15 വർഷം മുമ്പാണ്. അതിനുശേഷം എന്തെല്ലാം മാറ്റങ്ങൾ ഉണ്ടായി. എവിടേക്ക് പോണം എന്ന് ദിക്കുപോലും അറിയാതെ ആണ് ഞാനീ നഗരത്തിൽ കാലുകുത്തിയത്, ഇന്ന് ഇതെന്റെ സ്വന്തം സാമ്രാജ്യമായിരിക്കുന്നു. കോളനിയിലെ എല്ലാവരും ഇവിടെനിന്നും സ്വന്തം ജീവിതമാർഗം കണ്ടെത്തിത്തുടങ്ങിയിരിക്കുന്നു. മാർക്കറ്റിലെ പോർട്ടർമാരായും, ചായക്കടയിലെ വെയിറ്റർമാരായും, റിക്ഷവലിക്കാരായും ഒക്കെയായിരുന്നു തുടക്കം. ചിലർ യാചിക്കാൻവരെ ഇറങ്ങി. പക്ഷേ ഇപ്പോ ഞങ്ങളെ ഒന്ന് നോക്കൂ. ചിലർക്ക് ബിസിനസ്, ചിലർ ബേക്കറിയിലും മറ്റും തൊഴിലാളികൾ. സ്കൂൾ ടീച്ചറും ക്ലാർക്കും വരെ ഉണ്ട് ഞങ്ങൾക്കിടയിൽ.

ആദ്യത്തെ കുറേ മാസങ്ങൾ ഞാൻ ഒരു ചായക്കടയിലെ വെയിറ്റർ ആയി ജോലിചെയ്തു. പന്ത്രണ്ട് രൂപ ശമ്പളവും പിന്നെ ടിപ്പും എല്ലാമടക്കം ഇരുപത്തഞ്ച് രൂപയാണ് കിട്ടിയിരുന്നത്. കൂടാതെ ഭക്ഷണവും സൗജന്യമായിരുന്നു. ഒരുദിവസം ആരോ ബാക്കിയാക്കിയ കുറച്ച് ഇറച്ചി എനിക്ക് കിട്ടി, ഞാനത് വീട്ടിൽക്കൊണ്ടുവന്ന് സഹോദരനൊപ്പം പങ്കിട്ട് കഴിച്ചു.

കടയിൽ ജോലിചെയ്യുന്ന ആ കാലത്ത് എന്റെ കഴിവുകളൊക്കെ എങ്ങനെയാണ് രൂപപ്പെട്ടതെന്നെനിക്ക് ഇപ്പോഴും ഓർമയുണ്ട്. കടയിൽ ഭക്ഷണം കഴിക്കുന്നവരോട് നല്ല മാന്യമായി പെരുമാറാൻ എനിക്ക് കഴി

ഞ്ഞിരുന്നു. അത് കടയുടമയെ സന്തോഷിപ്പിച്ചു. അടുത്തകടയിലെ ഉടമസ്ഥൻ എന്നെ ശ്രദ്ധിച്ചു, അയാൾ എനിക്ക് കൂടുതൽ ശമ്പളം വാഗ്ദാനംചെയ്തു. ഞാൻ അങ്ങോട്ട് മാറി. ഒരിക്കലും എന്നോട് മുതലാളി ചൂടാവാൻ അവസരം ഉണ്ടായിട്ടില്ല. മാത്രവുമല്ല കടയിൽ ഇറച്ചിക്കറി ബാക്കിവരുമ്പോൾ സഹോദരന് അത് കൊണ്ടുകൊടുക്കാൻ എനിക്ക് കഴിഞ്ഞു. അതവന് വലിയ സന്തോഷമായിരുന്നു. പക്ഷേ അങ്ങനെ കൂടുതൽ അവനെ സന്തോഷിപ്പിക്കാനെനിക്ക് അവസരം കിട്ടിയില്ല.

തീർച്ചയായും അമ്മയ്ക്ക് എന്റെ ഈ ജോലിയോട് എതിർപ്പായിരുന്നു. അതോർത്ത് അമ്മ പലപ്പോഴും കരഞ്ഞു. എനിക്ക് നല്ല ബുദ്ധി ഉണ്ടെന്ന് അമ്മയ്ക്കറിയാം. പഠിക്കാൻ സാധിച്ചാൽ എനിക്ക് പലതും ചെയ്യാനാവുമെന്ന് അമ്മയ്ക്കറിയാം. പഠിക്കാനവസരം കിട്ടിയാൽ എനിക്കൊരുപാടു ചെയ്യാനാവും. ഇപ്പോൾ ഈ ചായക്കടയിലെ ജോലി ചെയ്താൽ എനിക്ക് തുടർപ്പഠനത്തിന് ആ പണം ഉപകരിക്കും.

കൂടാതെ ക്ലാസിൽ മിടുക്കരായവർക്ക് സൗജന്യപ്രവേശനവും ലഭിക്കും. എന്റെ അമ്മ ഒരു നല്ല തുന്നൽക്കാരിയാണ്. ബിഷ്വാനന്ദ അമ്മാവൻ ടൈലർഷോപ്പിൽ പറഞ്ഞ് അമ്മയ്ക്ക് ഷർട്ടും ട്രൗസറും തുന്നാൻ ജോലിനേടിക്കൊടുത്തു. അതിനുശേഷം കുറച്ച് കാലത്തിനുള്ളിൽ എനിക്കെന്തായാലും സ്കൂളിൽ പ്രവേശനം ലഭിച്ചു. ഇതിനിടയ്ക്ക് ഒരുവർഷം നഷ്ടമായിരുന്നു. നന്നായി പഠിക്കണം. അതല്ലാതെ ഞങ്ങൾക്ക് രക്ഷപെടാൻ വേറെ വഴിയില്ല എന്നെനിക്ക് അറിയാമായിരുന്നു. അങ്ങനെ ഫൈനൽ സ്കൂൾ ലീവിങ് പരീക്ഷയിൽ രണ്ടാം സ്ഥാനം വാങ്ങി ഞാൻ കോളനിയെത്തന്നെ ഞെട്ടിച്ചു.

നോക്കൂ, ഞാനെല്ലാം ഓർക്കുന്നുണ്ട്. എന്റെ ഓർമ കൃത്യമാണ്. ഒന്നും മറന്നിട്ടില്ല. പക്ഷേ എന്നെ ആരാ ഇങ്ങനെ ഇടിച്ചിട്ടത് എന്നെനിക്കത്ഭുതം തോന്നുന്നു. ഞാൻ ഒരിക്കലും ആരെയും ഉപദ്രവിച്ചിട്ടില്ല.

മൂന്ന്

ഒരു കമ്പിൻമേൽ ചത്തപാമ്പിനേയും തൂക്കി ദിബ്യ തടാകത്തി നടുത്തുകൂടെ നടന്നുപോയി. ഒരുകൂട്ടം കുട്ടികൾ അവന്റെ പിറകെകൂടി. ദിബ്യ കുറേ ദിവസമായി പാമ്പിനെ തിരയുകയായിരുന്നു. ഒരിക്കൽ എന്തെങ്കിലും ഒന്ന് വിചാരിച്ചാൽ അതുസാധിച്ചിട്ടേ പിന്നെ ദിബ്യ അട ങ്ങൂ. അതൊരു വലിയ പാമ്പാണ്, വിഷമില്ല.

മുത്തച്ഛൻ നിഷി നാരുവിന്റെ ചുമലിൽ കൈയിട്ട് ചോദിച്ചു.

“അതെന്താ ആ ശബ്ദം നാരൂ? കുട്ടികളെന്തിനാ അങ്ങനെ ബഹളം വെക്കുന്നത്?”

“ദിബ്യദാ ഒരു പാമ്പിനെ കൊന്നു. ഒരു വലിയ പാമ്പിനെ” നാരു പറഞ്ഞു.

മുത്തച്ഛന് കാണില്ലാ എന്നറിഞ്ഞിട്ടും നാരു തന്റെ കൈ ആവുന്നത്ര വിടർത്തി കാണിച്ചു.

“ദൈവമേ... എന്തുതരം പാമ്പാണത്? ആരെയെങ്കിലും കടിച്ചോ?”

“ഇല്ല. ഇല്ല. നിങ്ങളവിടെ നിക്ക്. ഞാനോടിപ്പോയി നോക്കീട്ട് വരാം.”

“നിനക്കിവിടന്ന് കാണില്ലേ? ശരി. എങ്കിലെന്നെക്കൂടി കൊണ്ടുപോ....”

“അതെങ്ങനെ? നിങ്ങളിവിടെ നിൽക്കൂ.”

അത് കോളനി ശാന്തമായി നിൽക്കുന്ന സമയമാണ്. വയസായവർ പലരും ജോലിചെയ്യുന്നു, ചെറുപ്പക്കാർ പലരും തൊഴിൽരഹിതരും. ആൺകുട്ടികൾ കുറച്ചുകാലം സ്കൂളിൽ പോയശേഷം പിന്നെ ഫാക്ട റികളിൽ ജോലി തേടുക പതിവായിരുന്നു. കുറച്ച് പെൺകുട്ടികളും നഗ രത്തിൽ ജോലിക്ക് പോവുന്നുണ്ട്, ചിലർ വൈകുന്നേരത്തെ ഷിഫ്റ്റിലും ജോലിചെയ്യുന്നുണ്ട്.

ദിബ്യക്ക് വെറുതെ ഇരുന്ന് പരദൂഷണം പറഞ്ഞ് സമയംകളയുന്നത് വെറുപ്പാണ്. അവന് എപ്പോഴും എന്തെങ്കിലും ഒക്കെ ചെയ്യണം. അതു

കൊണ്ടാണവൻ പാമ്പിനെ പിടിക്കാൻ അത്ര സന്തോഷത്തോടെ നടക്കുന്നത്. ചത്ത പാമ്പിനെ വെറുതെ ഇടുന്നത് ബുദ്ധിയല്ല, അതുകൊണ്ട് ദിബ്യ അതിനെ തടാകക്കരയിൽ ദഹിപ്പിക്കാൻ ഏർപ്പാടുചെയ്തു. അയാൾ ചുള്ളിക്കമ്പുകളും, വിറകിൻ കഷണങ്ങളും എല്ലാം പെറുക്കിക്കൂട്ടി. തടാകത്തിൽ പെൺകുട്ടികൾ കുളിക്കാനും അലക്കാനും ഒക്കെയായി വന്നിട്ടുണ്ട്. അവർ അത്ഭുതത്തോടെ അവനെ തുറിച്ചുനോക്കി. പാമ്പ് മുഴുവനും ചത്തെന്നാണ് എല്ലാവരും കരുതിയത്. പക്ഷേ തീതൊട്ടപ്പോൾ അതിന്റെ ശരീരം വിറച്ചു.

ലബോൺയ തടാകത്തിന്റെ മറുകരയിലൂടെ നടന്നു പോവുകയായിരുന്നു. ബി എ ഡിഗ്രി പരീക്ഷ എഴുതുന്ന വേറൊരുകുട്ടി അടുത്ത കോളനിയിൽ ഉണ്ട്. അവളുമായി ചില പുസ്തകങ്ങൾ കൈമാറാനാണ് ലബോൺയയുടെ പോക്ക്. നടക്കുന്നതിനിടെ തെങ്ങിന്റെ നെറുകയിൽനിന്നും ഒരു ഓല വന്ന് അവളുടെ മുമ്പിലേക്കുവീണു. ഇഞ്ച് ഇട വ്യത്യാസത്തിലാണ് അതവളുടെ തലയിൽ വീഴാതെ രക്ഷപ്പെട്ടത്. ലബോൺയ ആദ്യമൊന്നു പകച്ചു, പിന്നെ സമനില വീണ്ടെടുത്തു. അവൾ അതിന്റെ തണ്ടിൽപ്പിടിച്ച് വീട്ടിലേക്ക് വലിച്ചുകൊണ്ടുപോയി. വീട്ടിൽ അതുപയോഗപ്പെടും. ദിബ്യ അവളെ കണ്ടു വിളിച്ചു.

"ലാബി, അതിവിടെ കൊണ്ടുവാ. കത്തിക്കാൻ ഞാൻ ഒന്നുംകിട്ടാതെ വിഷമിക്കുകയായിരുന്നു."

"ഇല്ല. ഇതുതരില്ല. ഇതെനിക്ക് ചൂലുണ്ടാക്കാൻ വേണം."

"നിനക്കെന്തിനാ ഇനിയും ചൂല്? വല്ലവരേയും അടിക്കാനാണോ?"

"അതെ. പേടിക്കണ്ട. ആരെ തല്ലാനാണെങ്കിലും നിങ്ങളെയല്ല" അവൾ ചിരിച്ചുകൊണ്ടു പറഞ്ഞു.

"ഏതായാലും അതിവിടെ കൊണ്ടുവാ."

"ഇല്ല. ഞാൻ തരില്ല. ഇതെനിക്കാണ് ആദ്യം കിട്ടിയത്."

പക്ഷേ ദിബ്യ വിട്ടില്ല. എന്തെങ്കിലും ആവശ്യമുണ്ടെങ്കിൽ അതു നേടുക അവന്റെ ശീലമാണ്. അവൻ ലബോൺയയുടെ നേരെ ഓടിച്ചെന്നു. പാമ്പിനെ കത്തിക്കുകതന്നെ രസമാണ്. കുറേ കുട്ടികളും അവന്റെ പിറകേ ഓടി. ലാബോൺയ ഓല ദിബ്യക്ക് കൊടുത്തു. അവനതു നോക്കി ചിരിച്ചു.

"നിനക്കെന്താ ലാബി പറ്റിയത്? നീ ഈയിടെയായി എന്താ ഇങ്ങനെ ഒക്കെ പറയുന്നത്?"

ലാബോൺയ അവനോടും ചിരിച്ചു.

"എന്തുകൊണ്ടില്ല. ഞാൻ നിന്നെ പേടിക്കണോ?"

ദിബ്യ വായുവിൽ തമാശയ്ക്ക് അവന്റെ മുഷ്ടിചുരുട്ടി അടിക്കുന്നതായി കാണിച്ചു. പക്ഷേ ലബോൺയ ഒഴിഞ്ഞുമാറി. അവൻ വീണ്ടും അവളെ വിളിച്ചു.

"അങ്ങനെ പോവാതെ ലാബി. നോക്ക്. എനിക്ക് നിന്നോട് ചിലത് ചർച്ചചെയ്യാനുണ്ട്."

ലാബോൺയ ഒന്നും പറഞ്ഞില്ല. അവൾ വേഗം ഡാൻസ് ഹാളിന് നേരെ നടന്നു, പടവുകൾ കേറി പോർച്ചിൽ നിൽപ്പുണ്ടായിരുന്ന അർജുന്റെ അമ്മയോട് സംസാരിക്കാനാരംഭിച്ചു.

ശാന്തിപിഷോ അർജുനൻ എന്നുവരും?

ദിബ്യ തടാകക്കരയിൽ തന്നെനിന്നു, ചുറ്റും നോക്കിയപ്പോൾ ഫാക്ടറി ഉടമ കേൾസിങ് കുറച്ചപ്പുറത്ത് കോളനിയിലെ ചിലരുമായി സംസാരിച്ചുനിൽക്കുന്നത് അവൻ കണ്ടു.

പലയിടത്തും കോളനിയുടെ ചുറ്റുമതിൽ നശിച്ചിട്ടുണ്ട്. അതുകൊണ്ട് പിറകിലുള്ള പ്ലൈവുഡ് ഫാക്ടറി ഏറെക്കുറെ കോളനിയിലേക്ക് കേറിയിരിക്കുന്നു. അതിനടുത്തു താമസിക്കുന്ന അഞ്ചു കുടുംബങ്ങൾക്ക് യാതൊരു സ്വകാര്യതയും ഇല്ല. ഫാക്ടറിയിലെ ആളുകൾക്ക് നേരേ നോക്കിയാൽത്തന്നെ അവരുറങ്ങുന്നതും ഭക്ഷണം കഴിക്കുന്നതും പാചകം ചെയ്യുന്നതും എല്ലാം കാണാം. സ്ത്രീകളാരെങ്കിലും വാതിലിന്റേയോ ജനലിന്റേയോ അടുത്തേക്കുവന്നാൽ വിശന്ന നാവുകൾ അവരെ നക്കിതോർത്തും.

പ്ലൈവുഡിന്റെ ഷീറ്റുകളുണക്കാൻ ധാരാളം സ്ഥലംവേണം. ക്രമേണ ഷീറ്റുണക്കൽ കോളനിക്കകത്തേക്ക് വ്യാപിച്ചു. പരന്നതും ചതുരത്തിലുള്ളതുമായ വെളുത്ത തടിക്കഷ്ണങ്ങൾ കോളനിക്കകത്താകെ പരന്നു. അതിടാനും പെറുക്കിയെടുക്കാനുമായി ഫാക്ടറി തൊഴിലാളികൾ വന്നുംപോയും ഇരുന്നു. പോക്കുവരവും പതുക്കെ പലരുടെയും പൂന്തോട്ടത്തിലൂടെ ആയി. ചിലപ്പോഴൊക്കെ അവർ ചിലരുടെ മുറിക്കരികെ ഇരുന്ന് പുകവലിക്കാനും അടക്കം പറഞ്ഞു ചിരിക്കാനും തുടങ്ങി.

കുറച്ച് കുട്ടികൾ പ്ലൈവുഡ് ഷീറ്റുകൾക്ക് മുകളിൽവെച്ച് ചതുരംഗം കളിതുടങ്ങി. അതിൽ മണ്ണും പൊടിയുമായി. ഫാക്ടറിക്കകത്തുനിന്നും ഓടിവന്ന തൊഴിലാളികൾ അവരെ ഓടിച്ചു. ഒരുത്തനെയേ പിടികിട്ടിയുള്ളു. അവന്റെ കവിളിൽ തൊഴിലാളിയുടെ വിരലയടയാളം പതിഞ്ഞു കിടന്നു. കുട്ടി കരഞ്ഞുകൊണ്ട് വീട്ടിനകത്തേക്ക് ഓടി.

കുറച്ചുകഴിഞ്ഞതും ദിയറെൻ ഷിക്ദാർ വീടിനകത്തുനിന്നും ഇറങ്ങിവന്ന് ചീത്തവിളി തുടങ്ങി. ദിയറെൻ ഷിക്ദാർ ന് ഈ മകനുമുമ്പുണ്ടായ മൂന്ന് മക്കളും മരിച്ചുപോവുകയായിരുന്നു. ആ കുട്ടിയെ വീട്ടിലുളളവർപോലും ഇതുവരെ അടിച്ചിട്ടില്ല. ദാർഉച്ചത്തിൽ അലറി.

"തന്തക്കുപിറക്കാത്തവരേ........, ഒന്നിനും കൊള്ളാത്തവരേ, നിങ്ങൾക്കെങ്ങനെ എന്റെ മകനെ തൊടാൻ ധൈര്യംവന്നു? പട്ടികളേ ഇങ്ങോട്ടിറങ്ങിവാ നിങ്ങടെ വൃത്തികെട്ട മോന്ത ഞാൻ പൊളിക്കും."

അടുത്ത വീട്ടിൽനിന്നും ഹരന്താൻ റോയി ഇറങ്ങി വന്ന് എന്താ കാര്യം എന്നന്വേഷിച്ചു.

"നീ ഇവരെ കണ്ടിട്ടില്ലേ? അവരെന്റെ കുട്ടിയെ അടിച്ചു. അവനാകെ പേടിച്ചിരിക്കുന്നു."

"എന്തിനാ അവരടിച്ചത്?"

"നിനക്കറിയില്ലേ? നമ്മുടെ കുട്ടികൾക്ക് നമ്മുടെ മണ്ണിൽ കളിച്ചു കൂടേ പക്ഷേ അവരിവിടെ വന്നിട്ട്....."

"നീ പറയുന്നത് ശരിയാണ് പക്ഷേ....."

ദിരെൻ പിന്നെയും തെറിവിളി തുടർന്നു. ഹരന്താ അയാളെ പിന്തുണച്ചുകൊണ്ടുമിരുന്നു. ഇതിനിടെ കേൾസിങ് ഫാക്ടറിക്കകത്തുനിന്നും ഇറങ്ങി അവർക്കു നേരെ നടന്നുവന്നു. പെട്ടെന്ന് അവർ രണ്ടുപേരും നിശ്ശബ്ദരായി. ശരിക്കും അവർ തെമ്മാടികളാണ്. എത്ര ദേഷ്യവും ശബ്ദവും ഒക്കെയായിരുന്നു ഈ ഒരാളെക്കാണുന്നതുവരെ അവർ പ്രകടിപ്പിച്ചിരുന്നത്.

"എന്താണ് ദിരൻബാബൂ? എന്താ കാര്യം? നിങ്ങളെന്തിനാ അലറുന്നത്?" കേൾസിങ് ഒരു ചിരിയോടെ അടുത്തേക്കുവന്നുകൊണ്ട് ചോദിച്ചു.

ദിരൻസിങ്ങിന്റെ സ്വരം താഴ്ന്നു.

"നോക്കൂ മി. സിങ്, എന്തിനാ നിങ്ങളുടെ ഫാക്ടറിയിലെ ആളുകൾ വന്ന് എന്റെ കുഞ്ഞുകുട്ടിയെ അടിച്ചത്? അവർക്കെന്തവകാശമാ അതിനുള്ളത്?"

കേൾസിങ് അതിശയം ഭാവിച്ചുകൊണ്ട് ചോദിച്ചു:

"എന്റെ ദാരൻബാബൂ, നിങ്ങളുടെ മോനെ അടിക്കുകയോ? ഒരിക്കലുമില്ല. ആരാണത് ചെയ്തതെന്ന് ഒന്ന് കാണിച്ചുതാ, അവനെ ഞാൻ നിങ്ങടെ മുന്നിലേക്ക് എറിഞ്ഞുതരാം."

അത് ദരൻസിങ്ങിന്റെ എതിർപ്പിനെ തണുപ്പിക്കാനുള്ള വെറും വാക്കുകൾ മാത്രമായിരുന്നു എന്നുറപ്പാണ്. ദിരൻസിങ്ങിനെപ്പോലുള്ളവരുടെ സംസാരത്തിന് കേൾസിങ്ങിനെപ്പോലുള്ള ഒരു വലിയ മനുഷ്യൻ ഇത്ര പ്രാധാന്യം കൊടുത്താൽ പോരേ? കേൾസിങ് സംസാരം തുടർന്നു.

"എന്റെ ആളുകൾ നിങ്ങളുടെ മകനെ ഉപദ്രവിക്കില്ല കുട്ടികൾ ചിലപ്പോ പരസ്പരം വഴക്കുകൂടിയതാവാം, അല്ലേ."

ദിരൻ പകുതി മനസോടെ എതിർത്തു.

"അല്ല. അല്ല. ഇതങ്ങനെ അല്ല. നിങ്ങളുടെ ആളുകളാണവനെ അടിച്ചത്. ഞാനെന്റെ കണ്ണുകൊണ്ട് കണ്ടതാണ്."

"എന്റെ ഫാക്ടറിയിലാരും അതുചെയ്യാൻ ധൈര്യം കാണിക്കില്ല. പക്ഷേ കാര്യമാക്കണ്ട. ഓ... ഇതു കഷ്ടമായിപ്പോയി. നോക്കൂ ഈ അതിർത്തി എത്ര വൃത്തികേടാവുന്നൂന്ന്. അതാണ് നിങ്ങളുടെ വീടുകൾ കുറച്ച് പിറകിലോട്ട് നീക്കാൻ ഞാൻ പറയുന്നത്. എല്ലാ വിലയും ഞാൻ തരാം."

"ഞങ്ങൾ എങ്ങനെ ഞങ്ങളുടെ വീടുകൾ കൊണ്ടുപോവും? ആർക്കാണ് വീടുകൾ തള്ളിമാറ്റാനാവുക?"

"അതെ. അതെ. എല്ലാരും അതുതന്നെയാ പറയുന്നത്. പക്ഷേ ഇത് ബിസിനസിന് പറ്റിയ ഒരു സമയമാണ്. നിങ്ങൾക്കും എനിക്കും ഗുണമുണ്ടാവും."

കേൾസിങ്ങിന് തന്റെ ബിസിനസ് വിപുലീകരിക്കണം. പക്ഷേ അതിനൊറ്റവഴി കോളനിയിലേക്കുകൂടി വ്യവസായം വ്യാപിപ്പിക്കുക എന്നതാണ്. തന്റെ ഫാക്ടറിക്കു സമീപമുള്ള അഞ്ചാറു കുടുംബങ്ങൾ അവരുടെ വീട് തടാകത്തിനടുത്തുള്ള ഒഴിഞ്ഞ സ്ഥലത്തേക്ക് മാറ്റണം. എല്ലാ ചെലവും വഹിക്കാൻ സിങ് തയാറാണ്. അതുമല്ല, വീടുകളെല്ലാം തറയില്ലാത്തതും മറ്റും ആണ്. അതുമാറ്റാൻ ഒരു പ്രയാസവും ഇല്ല.

ഇതൊരപകടംപിടിച്ച ആലോചനയാണെന്നറിയാവുന്നതുകൊണ്ട് ഒരു കുടുംബത്തിനും അതിന് ധൈര്യമുണ്ടായില്ല. പതിനഞ്ച് വർഷമായി കോളനിയിൽ താമസിക്കുന്നു എങ്കിലും അവർക്കാർക്കും അവിടത്തെ താമസത്തിനുള്ള നിയമപ്രകാരമുള്ള അധികാരം ഇല്ല. എസ്റ്റേറ്റിന്റെ യഥാർഥ ഉടമസ്ഥർ ഇതുവരെ ഗവൺമെന്റുമായി ഒരു ഒത്തുതീർപ്പിൽ എത്തിയിട്ടില്ല. ഒരു നിയമാവകാശവും ഇല്ലാത്ത താമസസ്ഥലമായതുകൊണ്ടുതന്നെ കേൾസിങ്ങിന്റെ സമീപനം കോളനിവാസികളെ ഭയപ്പെടുത്തി. കേൾസിങ്ങുമായി ഒരു തുറന്ന ഏറ്റുമുട്ടലിനും കോളനിക്കാർക്കു ഭയമുണ്ടായിരുന്നു. കേൾസിങ്ങും, മിക്ക തൊഴിലാളികളും ബംഗാളികളല്ലാത്തവരായിരുന്നു. അങ്ങനെ ഒക്കെ ആണെങ്കിലും അവർ തമ്മിൽ പ്രത്യേകിച്ച് എതിർപ്പുകളൊന്നും ഉണ്ടായിരുന്നില്ല. അല്ലെങ്കിലും അഭയാർഥികളായി എത്തിയ അവർക്ക് കോളനിക്ക് പുറത്തുള്ളവരുമായി എന്തെങ്കിലും സാമൂഹികബന്ധങ്ങളോ, വിയോജിപ്പുകളോ ഒന്നുംതന്നെ ഉണ്ടായിരുന്നില്ല.

ഹരന്തൻ റോയി കേൾസിങ് ഇതെല്ലാം പറയുമ്പോൾ അയാളുടെ വീട്ടുവാതിൽക്കൽ നിൽപ്പുണ്ടായിരുന്നു. അയാൾ ഒരക്ഷരംപോലും മിണ്ടിയില്ല. അയാളുടെ വീടുനിറയെ കുട്ടികളാണ്. മക്കൾ കാർത്തിക്കും ഷിബുവും തൊഴിൽരഹിതരായ യുവാക്കളാണ്. മകൾ പൂർണിയ പാർട്ട് ടൈം ജോലിചെയ്യുന്നുണ്ട്. അവരെല്ലാവരും ജനലരികിൽവന്ന് ചെവിയോർത്തു. കാർത്തിക് പുറത്തുവന്ന് കേൾസിങ്ങിനെ നോക്കി മനോഹരമായി ചിരിച്ചു.

“ഞങ്ങളെന്തിന് ഞങ്ങളുടെ വീടുമാറണം? ഇത് തികഞ്ഞ അരാജകത്വമാണ്. ഇതു നിങ്ങളുടെ ഭൂമിയാണെന്ന് നിങ്ങൾക്ക് തോന്നുന്നുണ്ടോ? അതാണോ നിങ്ങൾ ഞങ്ങളോട് കൽപ്പിക്കാൻ വരുന്നത്?”

കേൾസിങ് മധുരമായി ചിരിച്ചു.

“അല്ല. ഒരിക്കലുമല്ല. ഇതു നിങ്ങളുടെ ഭൂമിയാണ്. നിങ്ങളുടെ പിതാമഹൻമാരുടെ ഭൂമി. ഞാനെന്തിന് നിങ്ങളോട് കൽപ്പിക്കണം?”

പിതാമഹൻമാരെക്കുറിച്ചുള്ള സൂചന അവർക്കു നന്നായി ഏറ്റു. ദിരനും ഹരൻദനും പിന്നെ ഒന്നും മിണ്ടിയില്ല. പക്ഷേ കാർത്തികിനെ അതൊന്നും അടക്കിയില്ല. അവന്റെ ശബ്ദം ദേഷ്യംകൊണ്ട് ഉയർന്നു.

“ശരി. ഈ ഭൂമി നിങ്ങൾ നിങ്ങളുടെ പിതാമഹൻമാരിൽനിന്നും സ്വന്തമാക്കിയതാണെന്നു നിങ്ങൾ കരുതുന്നുണ്ടോ? നിങ്ങൾ കുറച്ചുദിവസമായി നിങ്ങളുടെ പരിധി ലംഘിക്കുന്നുണ്ട്.”

"ആരാണ് വിലനൽകുന്നത് അവരുടേതാണ് ഭൂമി. നിങ്ങൾക്ക് സൗജന്യമായി ഭൂമി കിട്ടും എന്നു നിങ്ങൾ കരുതുന്നുണ്ടോ?"

ഹരന്ദൻ അയാളുടെ മകനെ അകത്തേക്ക് തള്ളിക്കൊണ്ടു പറഞ്ഞു "കാർത്തിക് ദൈവത്തേയോർത്ത് അകത്ത് പോ."

"ഞാനെന്തിന് അകത്തുപോണം? ഞാനീ ബഖാലിയെ പേടിക്കണം ന്നാണൊ?"

"നീ അകത്തുപോ... പോ".

"ഇതിന്റെ ശരിക്കുള്ള ഉടമസ്ഥന്റെ അടുത്തുനിന്നും എനിക്കത് പാട്ടിത്തിനെടുക്കാവുന്നതേ ഉള്ളൂ. പക്ഷേ നമ്മൾ തമ്മിൽ നേരിട്ടൊരു കരാറുണ്ടാവുന്നതാ നല്ലതെന്നാ എനിക്ക് തോന്നുന്നത്."

"വിഡ്ഢിത്തം പറയുന്നത് നിർത്തൂ. ശരിക്കുള്ള ഉടമസ്ഥനെപ്പറ്റി പറഞ്ഞൊന്നും ഞങ്ങളെ വിരട്ടാൻ നോക്കണ്ട. ഇക്കാലത്തിനിടക്ക് അയാൾ അയാളുടെ ഭൂമിക്കുവേണ്ടി എന്തെങ്കിലും ചെയ്തിട്ടുണ്ടോ?"

"പ്ലീസ് കാർത്തിക്, നിനക്കൊന്നകത്തു പോയ്ക്കൂടേ?"

"എന്നെ തള്ളാതെ അച്ഛാ, അർജുൻ പറയുന്നതാണ് ശരി. കുറച്ച് പണത്തിനുവേണ്ടി ഒരിക്കൽ നമ്മൾ നമ്മുടെ ഭൂമിവിട്ടുകൊടുത്താൽ നമ്മൾ തന്നെയാവും അപകടത്തിലാവുക."

ഒരു സമയത്ത് അർജുന്റെ അമ്മ ശാന്തിലതയെ എല്ലാവരും ലക്ഷ്മി ദേവതയോടുപമിച്ചിരുന്നു. നിങ്ങൾ ഒരു രൂപമെടുത്ത് പുറത്തുവെച്ചാൽ വെയിലും മഴയും അതിന്റെ നിറംകെടുത്തും. അതുതന്നെയാണ് ഇപ്പോൾ അവർക്കും സംഭവിച്ചത്. അവരിപ്പോഴും പഴയ ഫാഷനിലുള്ള ഉടുപ്പുകളാണ് ധരിച്ചിരുന്നത്, പിന്നെ നരച്ച് നിറംമങ്ങിയ കോട്ടൺ സാരികളും.

ഒരുവർഷം മുമ്പ്, അർജുൻ അവന്റെ സ്കോളർഷിപ്പ് പണംകൊണ്ട് തയ്യൽമെഷീൻ വാങ്ങികൊടുത്തു. അതിനുമുമ്പ് അവൾക്കൊരു വാടക മെഷീൻ ആണ് ഉണ്ടായിരുന്നത്. അവൾ അതീവശ്രദ്ധയോടെയും ക്ഷമയോടെയും തുന്നിക്കൊണ്ടിരിക്കുന്നു. ആരും ഒരിക്കലും അവളുടെ ജോലിയിൽ ഒരു കുഴപ്പവും കണ്ടില്ല. നല്ല കോട്ടൺ തുണികൊണ്ട് ഷർട്ട് തുന്നിക്കൊണ്ടിരിക്കുമ്പോഴാണ് ലബോൺയ അവരെ വന്നു വിളിച്ചത്.

"ശാന്തിപിഷി, അർജുൻസ എപ്പോ വീട്ടിൽവരും?"

ശാന്തിലത ജോലി നിർത്തി.

"നീയോ ലാബി. വരൂ. അർജുൻ നാളെവരും."

എന്തൊക്കെ ദുഃഖങ്ങളാണ് ശാന്തിലീലയുടെ മുഖത്തുള്ളത് എന്ന് എണ്ണിത്തിട്ടപ്പെടുത്തുക പ്രയാസമാണ്. ശാന്തമായ ഒരു മുഖം, യാതൊരു ഉൽക്കണ്ഠയും ഇല്ല. പതിനഞ്ച് വർഷം മുമ്പുണ്ടായ ഭർത്താവിന്റെ മരണത്തിൽനിന്നും മുക്തിനേടി എങ്കിലും തന്റെ മൂത്തമകന്റെ ദാരുണ മരണം മറക്കാൻ അവർക്കിതുവരെ സാധിച്ചിട്ടില്ല. പക്ഷേ അവളുടെ കരച്ചിലുകൾ സ്വകാര്യമായിരുന്നു. ആരും ഒരിക്കലും അവളുടെ മുഖത്ത് ക്ഷീണമൊന്നും കണ്ടില്ല. സുഖമില്ല എന്ന് ശാന്തിലീല ഒരിക്കലും പരാതിപറഞ്ഞിട്ടില്ല. അവർക്കൊരിക്കലും അസുഖംവന്നിട്ടും ഇല്ല. അവളുടെ എല്ലാ പ്രതീക്ഷയും അർജുനന്റെ വിജയത്തിലായിരുന്നു.

അടുത്തുള്ള കോളനിയിൽ മഹാഭാരതം വായിക്കുന്നത് കേൾക്കുന്നതിനിടെയാണ് അർജുനന് പരിക്കു പറ്റിയവിവരം ശാന്തിലീല അറിഞ്ഞത്. അപ്പോൾ ഒരുനിമിഷം അവൻ മരിച്ചുപോയേക്കുമോ എന്നുതന്നെ അവർ ഭയന്നു. അവരുടനേ ബോധരഹിതയായി. സ്വബോധം കിട്ടിയതും അവർ വീട്ടിലേക്ക് ഓടി, അവർതന്നെയാണ് അർജുനനെ ആശുപത്രിയിൽ എത്തിച്ചത്. നിസഹായയായ ഒരു യുവവിധവയായിരുന്നു വീടുവിട്ടിറങ്ങുമ്പോൾ അവർ. പക്ഷേ കൂടുതൽക്കാലം കഴിയുംമുമ്പെതന്നെ അവർ ഉറച്ചമനസോടെ ഏതു സാഹചര്യത്തെയും നേരിടാനുള്ള കരുത്താർജിച്ചു.

അർജുന്റെ ചെറിയ മുറിയിൽ, ചെറിയ കിടക്ക, മേശ, പുസ്തകങ്ങൾ, എല്ലാം ഭംഗിയായി ഒതുക്കിവെച്ചിരിക്കുന്നു. നായയെ മേശയുടെ കാലിനോട് ചേർത്ത് കെട്ടിയിട്ടിരിക്കുന്നു. അവിടെക്കിടന്ന് അത് ഒരു കൂറയെ പിടിക്കാൻ വ്യഥാശ്രമം നടത്തുന്നു. ശാന്തിലത ഒരു ഹിന്ദുവിധവയാണ്. പക്ഷേ അവർ നായയെ അശുദ്ധിയായി കണക്കാക്കുന്നില്ല. ഈ മൃഗം അവരുടെ മകൻ സോമനാഥിന്റെ പ്രിയപ്പെട്ടതായിരുന്നു, അവന്റെ സന്തതസഹചാരി.

ശാന്തിലതയുടെ മുറിയിൽ ഒരു ബെഡ്ഡുപോലും ഇല്ല. അവരിപ്പോഴും തറയിലാണ് കിടക്കുന്നത്. ലബോണിയ വന്ന് തറയിൽ ശാന്തിലതക്കൊപ്പം ഇരുന്നു. അവൾ വളരെ അടുപ്പത്തോടെയാണ് സംസാരിച്ചത്.

“ശാന്തിപിഷി നിങ്ങൾ രാത്രി വല്ലതും കഴിച്ചോ?”

“കഴിച്ചു” ശാന്തിലത ചിരിച്ചു. “എന്തേ?”

“വരൂ. എനിക്ക് സത്യമറിയണം. ശരിക്കും നിങ്ങളത്താഴം കഴിച്ചോ?”

“അതെ മോളേ ഞാൻ കഴിച്ചു.”

“എന്താ നിന്റെ ഒപ്പം വരുന്നതിന്? ഞാൻ നിനക്കും കുറച്ച് എടുത്തുതരാം.”

“എനിക്കുവേണ്ട. മുത്തച്ഛന് സുഖമില്ല.”

“എങ്ങനെ ഉണ്ട് അദ്ദേഹത്തിന്?”

“ഇന്നുരാവിലെ കുറച്ച് സുഖമുണ്ട്. ഇന്ന് പുറത്തൊന്നും പോവരുതെന്ന് ഞാൻ പറഞ്ഞിട്ടുണ്ട്. പക്ഷേ അദ്ദേഹം കേൾക്കില്ല. ശാന്തിപിഷി ഇന്നലെ രാത്രി ആരാ നിങ്ങളുടെ ലൈറ്റണച്ചത്?”

“എന്തോ? എനിക്കത് ഒറ്റക്ക് കഴിയില്ലാന്ന് നിനക്കറിയില്ലേ?”

“അതെനിക്കറിയാം. അർജുൻ എപ്പോഴും നിങ്ങളുടെ മുറിയിലെ ലൈറ്റണക്കാറുണ്ട്.”

ഒരുവർഷം മുമ്പാണ് കോളണിയിൽ ഇലക്ട്രിസിറ്റി എത്തിയത്. ശാന്തിലതക്കിപ്പോഴും അതുപയോഗിക്കാനറിഞ്ഞുകൂടാ. ഒരു റാന്തൽവിളക്ക് തിരിതാഴ്ത്തി തലക്കടുത്ത് വെച്ച് കിടന്നുറങ്ങുകയാണ് അവരുടെ പതിവ്. മൊത്തത്തിലുള്ള ഇരുട്ട് അവർക്ക് പേടിയാണ്. ലൈറ്റ് അണച്ചശേഷം കിടക്കുന്ന സ്ഥലത്തേക്ക് നടന്നുപോവാൻകൂടി അവർക്ക് ഭയമാണ്. ഇപ്പോളവർ അസ്വസ്ഥയായി.

"ഞാനിന്നലെ രാത്രി ലൈറ്റണച്ചിട്ടില്ല. അത് ഇട്ടുവെച്ചിട്ടാണ് ഞാനുറങ്ങിയത്."

"രാത്രി മുഴുവനും ലൈറ്റിട്ടുവെച്ച് നിങ്ങളെങ്ങനെ ആണ് ഉറങ്ങുക?"

"ലാബി, മുഴുവനും ഇരുട്ടിലാവുന്നതിലും എളുപ്പം അതാണ്. അതു പോട്ടെ, നിന്റെ കല്യാണമൊക്കെ തീരുമാനിച്ചൂന്ന് കേട്ടല്ലോ ലാബി...."

"ആരാ പറഞ്ഞത്? ഇതുവരെ ഒന്നും ഉറപ്പിച്ചിട്ടില്ല."

"ഉംം? നിന്റെ അമ്മയാ പറഞ്ഞത്. ഇന്നലെ വായനക്ക് അവരും ഉണ്ടായിരുന്നു."

"ഇല്ല പിഷി. എനിക്കിപ്പോഴൊന്നും കല്യാണം വേണ്ട. നിങ്ങൾക്കെന്താ അതെന്റെ അമ്മയോട് പറഞ്ഞാൽ?"

"നിനക്കെന്താ ഇപ്പോ കല്യാണം കഴിച്ചാൽ? അതിനുള്ള പ്രായമൊക്കെ ആയി."

"വെറുതേ ഓരോന്നു പറയാതെ. എനിക്കത്ര പ്രായമൊന്നും ആയിട്ടില്ല. എനിക്ക് 21 വയസേ ആയിട്ടുള്ളൂ."

"ഞാൻ കല്യാണം കഴിച്ചപ്പോ എനിക്കെത്രയായിരുന്നു പ്രായം എന്നു നിനക്കറിയാമോ? വെറും 13. നിന്റെ പ്രായമായപ്പോ, അല്ലങ്കിൽ നിന്നെക്കാളും രണ്ട് വയസൂടെ ആയപ്പോ എനിക്ക് 2 കുട്ടികളുണ്ടായിരുന്നു."

"പക്ഷേ അതു നിങ്ങളുടെ തലമുറയിലെ കാര്യം. അതു വ്യത്യാസമുണ്ട്. എനിക്ക് പഠനം തുടരണം."

"നിന്റെ പരീക്ഷക്കിനി അത്രയൊന്നുമില്ലല്ലോ. വിവാഹം അതുകഴിഞ്ഞിട്ട് നടത്തിയാമതി."

"വേണ്ട. എനിക്കിനിയും പഠിക്കണം."

"ഇനിയും എത്ര പഠിക്കണം? പെണ്ണുങ്ങൾക്ക് അതിനൊക്കെ ഒരു കണക്കുണ്ട്. അധികം പഠിച്ചാലതു നിന്റെ തലച്ചോറിനു ദോഷം ചെയ്യും."

"ശരി. അങ്ങനെ ആണങ്കി അർജ്ജുനൻ മാസ്റ്റേഴ്സ് കഴിഞ്ഞിട്ടും നിങ്ങളവരെ ജോലിക്ക് വിടാത്തതെന്തേ? അവരിപ്പോഴും പഠിക്കുന്നില്ലേ?"

"അവനൊരാണല്ലേ. അതു നിന്റേപോലെയാണോ?"

"എന്തുകൊണ്ടല്ല?" ലാബോണിയ വികാരാവേശത്തോടെ പൊട്ടിത്തെറിച്ചു. "എനിക്കും അർജ്ജുനനെപ്പോലെ ഉയർന്നു പഠിക്കണം. എനിക്ക് ഗവേഷണവും നടത്തണം."

ശാന്തിലത പിന്നെ ഒന്നും പറഞ്ഞില്ല. സ്നേഹത്തോടെ അവർ ലാബോണിയയെ നോക്കി. മുഖംകുനിച്ചിരുന്ന് വെറുതെ തറയിൽ ചൊറിയുകയായിരുന്നു അവൾ. കോളനിയുടെ സാഹചര്യങ്ങളിൽ നിന്നും രക്ഷപ്പെടാൻ പഠനം മാത്രമേ ഒരു വഴിയുള്ളൂ എന്നും അർജ്ജുൻ ആണ് അവളെ പറഞ്ഞു പഠിപ്പിച്ചത്. കോളനിയിലെ ബാക്കി എല്ലാവരും പച്ചക്കറി വിൽപ്പനയും, മറ്റുമായി അലയുകയാണ്. പക്ഷേ അർജ്ജുനനെ നോക്കൂ. അവന് നഗരത്തിലെ പ്രധാനികളായു പലരേയും അറിയാം. അവരിൽ ചിലർ അവനെ കാണാൻ ഇങ്ങോട്ടും വരും, അല്ലങ്കി അവരാരും ഇങ്ങോട്ട്

തിരിഞ്ഞ് നോക്കാറുകൂടി ഇല്ല. ലാബോണിയ അർജുനനെപ്പോലെ ആവാനാഗ്രഹിക്കുന്നു.

ഇതുപോലെയുള്ള കോളനിനിവാസികൾക്ക് എന്തെങ്കിലും ലക്ഷ്യമുണ്ടാവുക അത്ര എളുപ്പമല്ല. നിലനിൽപ്പുതന്നെ ഒരു നേട്ടമാണ്. ലാബോണയെപ്പോലെയുള്ള പെൺകുട്ടികൾ ഹൈസ്കൂളിനപ്പുറം പഠിക്കാറില്ല. അതിനുള്ളിൽത്തന്നെ അവരെ അടുത്ത കോളനിയിലെ വല്ല ചെറുക്കന്മാരും കല്യാണം കഴിക്കും. ചിലരൊക്കെ വല്ല പണിക്കും പോവും. പലരും വേറെ പല വഴിക്കും, ശരീരത്തിന്റെ ഭീഷണിക്കു വഴങ്ങും. പക്ഷേ ജീവിതത്തിൽ വേറെയും പല വഴികളും ഉണ്ടെന്ന് അർജുൻ ലാബോണിയക്ക് പറഞ്ഞുകൊടുത്തു.

സ്കൂൾ ഫൈനൽ പരീക്ഷയിൽ രണ്ടാം സ്ഥാനം കിട്ടിയപ്പോൾ അർജുനന് ഏതെങ്കിലും ഓഫീസിൽ സീനിയർ ക്ലാർക്ക് ആയി വല്ല ജോലിയും കിട്ടും എന്ന് എല്ലാവരും കരുതി. മാനസികരോഗിയായ ഒരു സഹോദരനും തുന്നൽക്കാരിയായ ഒരമ്മയും ഉള്ള ഒരു ചെറുപ്പക്കാരന് അതിലും നല്ല ഭാവിയൊന്നും പ്രതീക്ഷിക്കാൻ വകയില്ല. പക്ഷേ അർജുനൻ കോളേജിൽ പോയിത്തുടങ്ങിയത് എല്ലാവരേയും അത്ഭുതപ്പെടുത്തി. മാത്രവുമല്ല എം എസ് സി ഡിഗ്രി കിട്ടുംവരെ അവനൊരു ജോലിയും അന്വേഷിച്ചില്ല. കൽക്കട്ടയിലെ പലരേയും അവനറിയാം. അവൻ കോളനിയിലെ വെറും താമസക്കാരനല്ല, മറിച്ച് രാജ്യത്തിലെ ഒരുത്തമ പൗരനാണ്. ലാബോണിയ അവനെപ്പോലെത്തെ ഒരു ജീവിതമാണ് ആഗ്രഹിക്കുന്നത്.

പക്ഷേ ലാബോണിയക്ക് അത്ര ബുദ്ധിയില്ല. അവൾ സ്കൂൾ ഫാനൽ പരീക്ഷയിൽ സെക്കന്റ് പാർട്ട് തോൽക്കുകയും ചെയ്തു. എങ്കിലും ഗവേഷണം നടത്തണം എന്നതുവരെയുള്ള ഇച്ഛാശക്തി അവൾക്കുണ്ട്. അതുകൊണ്ടുതന്നെ ആളുകൾ അവളെ ബഹുമാനിക്കുന്നു. ആരും ഇതൊന്നും ചെയ്തിട്ടില്ല. അതുകൊണ്ടാണ് അവൾ ഒഴിവു കിട്ടുന്ന ഓരോ നിമിഷവും ഇരുന്ന് ടെക്സ്റ്റ് ബുക്സ് ഉരുവിട്ട് പഠിക്കുന്നത്.

“നിന്റെ ഭാവിവരൻ നല്ലവനാണന്നാ ഞാൻ കേട്ടത്. നിന്നേക്കാളും വലിയ പ്രായമൊന്നുമില്ല. പടിപുകൂറിൽ ഒരു ഇലക്ട്രിക് ഷോപ്പുണ്ട് അയാൾക്ക്.” ശാന്തിലത പറഞ്ഞു.

“വേണ്ട.” ലാബോണിയ കയർത്തു. “എനിക്കു കല്യാണം കഴിക്കണ്ട. എനിക്കു വേണ്ട. എന്ത്? ഒരു കടക്കാരനെ കെട്ടുക.... എന്നിട്ട്...”

ആ സമയത്ത് ഹരൻ അകത്തേക്ക് തലനീട്ടി.

“കാകിമാ...., അർജുൻ എപ്പവരും? പറയ്, ഞാൻ എന്റെ ടാക്സിയിൽ അവനെ കൂട്ടിക്കൊണ്ടുവരാം.”

ഹരൻ ടാക്സി ഡ്രൈവറാണ്. ഹരൻ ഒരു പുരോഹിതന്റെ മകനാണ്.

“നാളെ വൈകുന്നേരം വരുമായിരിക്കും.”

"കൃത്യം സമയം നാളെ രാവിലെ എന്നെ അറിയിക്കണം. ഞാൻ പോയി കൂട്ടിക്കൊണ്ടുവരാം. ലാബോണിയ, നീ എന്റെകൂടെ വരുന്നോ?"

അവനെക്കണ്ടതും ലാബോണിയ സാരി ശരിക്കും മാറത്ത് പിടിച്ചിട്ട് കാലുകൾ മടക്കി, ഒതുങ്ങി ഇരുന്നു. അർജുനനെക്കുറിച്ചാണ് ചോദ്യമെങ്കിലും സംസാരിച്ചനേരമത്രയും അയാളുടെ കണ്ണുകൾ ലാബോണയുടെ മാറിലും അരക്കെട്ടിലും തങ്ങിനിന്നു.

"ഇല്ല. ഞാൻ വരുന്നില്ല" ലാബോണിയ പറഞ്ഞു.

"എന്താ? നല്ല കാറ്റൊക്കെക്കൊണ്ട് നിനക്കൊരു യാത്രയാവുമല്ലോ"

"ഇല്ല. നിങ്ങൾ ശാന്തിപിഷിയെ കൊണ്ടുപോയ്ക്കൊളൂ."

"ആവാം. അവരും വന്നോട്ടെ. വരുന്നോ കാകിമാ?"

ഹരൻ ഇപ്പോൾ മുറിയിൽ കേറിവന്ന് രണ്ട് സ്ത്രീകളുടെയും മുമ്പിലായി നിന്നു. അയാൾക്ക് മൂന്നു മക്കളുണ്ട്. ഇവിടെ അയാൾ ലാബോണിയയുടെ സാരി ഒന്നൂർന്ന് വീണെങ്കിൽ, ബ്ലൗസിന്റെ ബട്ടൺ ഒന്ന് ലൂസായെങ്കിൽ, എന്നൊക്കെ പ്രതീക്ഷിച്ചുതന്നെയാണ് നിൽക്കുന്നത്.

ശാന്തിലത പെട്ടെന്നാണ് ഒരുകാര്യം ഓർത്തത്.

"ലാബീ വീട്ടിൽ ചിരവ ഉണ്ടോ?"

"ഉണ്ട്."

"നീയതൊന്ന് കൊണ്ടുത്തരുമോ? അർജുനന് തേങ്ങാപ്പലഹാരങ്ങൾ വലിയ ഇഷ്ടമാണ്. എനിക്കിന്നലെ രണ്ട് തേങ്ങ കിട്ടിയിട്ടുണ്ട്."

"കുറച്ച് ദിവസംകൂടി കഴിഞ്ഞിട്ട് ഉണ്ടാക്കിയാ പോരേ? ഡോക്ടർമാരിപ്പത്തന്നെ അതൊക്കെ കഴിക്കാനവരെ സമ്മതിക്കൂന്ന് തോന്നുന്നുണ്ടോ?"

"നീ പോയി ചിരവ എടുത്തുകൊണ്ടുവാ. അവനത് എന്തിഷ്ടമാണെന്നറിയോ? ഡോക്ടർമാർ അമ്മമാരുണ്ടാക്കുന്നതൊന്നും കഴിക്കാൻ തടസ്സംപറയില്ല."

ഒരു കണക്കിന് ലാബോണിയക്ക് അതൊരു രക്ഷപെടലായിരുന്നു. ഹരന്റെ നോട്ടം അവൾക്കൊട്ടും സുഖിക്കുന്നുണ്ടായിരുന്നില്ല. പക്ഷേ അവിടന്നിറങ്ങി കുറച്ചടിവെച്ചതും അവൾ സുകന്റെ മുമ്പിൽ ചെന്നുപെട്ടു. ചുറ്റും നോക്കിയശേഷം അവൾ അടക്കിപ്പിടിച്ച ശബ്ദത്തിൽ സംസാരിച്ചു.

"ലാബി, ദിബ്യ. നിന്നെ കാണണം എന്നു പറഞ്ഞയച്ചിരുന്നല്ലോ? നീ എന്താ അവനെ പോയി കാണാത്തത്?"

ലാബോണിയ അവന്റെ നേരെ കയർത്തു.

"നുണ. ഞാൻ കുറച്ച് മുമ്പ് ദിബ്യാനയെ കണ്ടതേ ഉള്ളൂ. അവനതിനെക്കുറിച്ച് ഒന്നും പറഞ്ഞില്ലല്ലോ...."

സുകൻ വീണ്ടും ചുറ്റും നോക്കി.

"അതു ശരിയാണ്. ദിബ്യ ഇപ്പോ എന്റെ വീട്ടിലുണ്ട്. പോയി ലാബോണിയയെ കൂട്ടീട്ടുവാ. ഒരു കത്തെഴുതാൻ എനിക്കവളെ ആവശ്യമുണ്ട്, അവൾ നന്നായി എഴുതും." എന്നൊക്കെ ഇപ്പഴെന്നോട് പറഞ്ഞതേ ഉള്ളൂ."

"നിങ്ങൾക്കുവേണ്ടി ഇരുന്ന് കത്തെഴുതുകയല്ലാതെ എനിക്ക് മറ്റൊരു പണിയും ഇല്ലെന്നാണോ നിങ്ങളെ വിചാരം?"

"നീ എന്തിനാ ഇത്രവേഗം ദേഷ്യപ്പെടുന്നത്? നീ ദ സെയ്ന്റ് ആന്റ് ദ മർച്ചന്റ് എന്ന സിനിമ കണ്ടിട്ടുണ്ടോ? നീ ഇന്ന് മാറ്റിനി കാണാൻ വരുന്നോ?"

"ഇല്ല. നിങ്ങളുടെകൂടെ സിനിമയ്ക്കു വരുന്നില്ലാന്ന് എത്രതവണ ഞാൻ പറഞ്ഞിട്ടുണ്ട്."

"ശരി. മനസുമാറിട്ടുണ്ടെങ്കി തീയേറ്ററിൽ വാ. ദിബ്യയും ഉണ്ടാവും അവിടെ."

"നിങ്ങൾക്കങ്ങനെ ഒരു കൂട്ട് വേണംന്ന് നിർബന്ധമാണങ്കി പൂർണിമയെ കൂട്ടിയാലെന്താ? ചോദിച്ചാൽ വരാൻ അവളൊരുക്കമാവും."

"നീ വാടീ. പൂർണിമയെ ആർക്കുവേണം അവളാരുടെ കൂടെയും പോയ്ക്കോളും. എനിക്കു നിന്നെമതി. ഞാനിതെത്ര തവണയായി നിന്നോടു പറയുന്നു. പക്ഷേ നീ ഒരിക്കലും ശ്രദ്ധിക്കില്ല."

"നോക്കൂ, എന്നെ ഇങ്ങനെ ഇനിയും ശല്യംചെയ്താൽ ഞാൻ ദിബ്യയോട് പറയും."

"പക്ഷേ ദിബ്യയാണല്ലോ എന്നെ നിന്റെ അടുത്തേക്കയച്ചത്. നിനക്ക് സിനിമയക്കു പോവാൻ ഒരവസരവും ഇല്ലാന്ന് ഞങ്ങൾക്കറിയാം."

"അങ്ങനെയാണങ്കി ദിബ്യയോടുതന്നെ പോയി എന്നോട് വന്ന് പറയാൻ പറയ്. എന്തിന് നീ വന്നു പറയുന്നു?"

"അതുശരി. നീ ഈയിടെയായി വലിയ ദേഷ്യത്തിലാണല്ലോ? നിനക്ക് ഇഷ്ടമുള്ള ഒരേ ഒരാൾ അർജുൻ ആണോ? ആണല്ലേ?"

ലാബോണിയയുടെ മുഖം ദേഷ്യംകൊണ്ട് ചുവന്നു. മുഖത്തേക്ക് ചോര ഇരച്ചുകയറി.

"ഞാനെന്റെ അച്ഛനെ വിളിക്കും." അവൾ സുകന്റെ നേരെ അലറി."അസൂയാലൂ, കള്ളൻ..."

സുകൻ പെട്ടെന്ന് അപ്രത്യക്ഷനായി. അവന് ലാബോണിയയെ വിവാഹം കഴിക്കണം. 115 രൂപ മാസശമ്പളത്തിന് ഒരു ബേക്കറിയിൽ ജോലി ചെയ്യുകയാണ് അവൻ. ലാബോണിയയുടെ സൗന്ദര്യം കണ്ടുള്ള ഭ്രമമാണ് അയാൾക്ക്. അവളുടെ അച്ഛൻ തന്നെ ആ ആലോചന നിരസിച്ചതാണ്. പക്ഷേ സുകനിപ്പോഴും പ്രതീക്ഷ കൈവിട്ടിട്ടില്ല. തനിച്ചു കിട്ടുമ്പോഴൊക്കെ അവൻ ലാബോണിയയെ ശല്യം ചെയ്യും. നേരിട്ട് ധൈര്യം പോര, അതിനാണ് ദിബ്യയുടെ പേരുപറയുന്നത്.

ലാബോണിയക്ക് ദുഃഖംതോന്നി. ആരും തന്നെ സ്നേഹിക്കുന്നില്ല, ആരും ബഹുമാനിക്കുന്നും ഇല്ല. നല്ല ആരോഗ്യമുള്ളതുകൊണ്ട് ആണുങ്ങൾക്കെല്ലാം — വൃദ്ധർക്കും യുവാക്കൾക്കും എല്ലാം തന്നോടഭിനിവേശമുണ്ട്. ദൈവമേ, അവരെത്ര ഇടുങ്ങിയ മനസുള്ളവരാണ്. അർജുനനെക്കുറിച്ചുപോലും എത്ര മോശമായാണവർ സൂചിപ്പിച്ചത്.

ഹരന്ദൻ റായ് മാവിനു കീഴെ നിൽക്കുകയായിരുന്നു. അയാൾക്ക് അറുപതി നോടടുത്ത് പ്രായമായി. അയാളൊരു കൊച്ചുകള്ളനാണ് എന്ന് എല്ലാവർക്കും അറിയാം. ലാബോണിയയെ കണ്ടതും ഹരന്ദ പഞ്ചാര വർത്തമാനം തുടങ്ങി.

"എന്തൊക്കെ ഉണ്ട് ലാബോണിയ? നീ എവിടെയായിരുന്നു?"

"ഡാൻസ് ഹാളിൽ, ശാന്തിപിഷിയെ കാണാൻപോയതാ"

"അതു ശരി. അർജുനന് എങ്ങനെ ഉണ്ട്? നീ വല്ലതും കേട്ടോ?"

"നല്ല സുഖമുണ്ട്."

"സുകനെന്താ ലാബോണിയ നിന്നോട് പറഞ്ഞത്?"

ലാബോണിയ വീണ്ടും ദേഷ്യപ്പെട്ടു. ഈ വയസൻ അമ്മാവൻപോലും കണ്ണുകൊണ്ട് തന്റെശരീരമാണ് ഉഴിയുന്നത്. എന്താ നടക്കുന്നത് എന്നവൾക്ക് ശരിക്കും അറിയും. ഇവിടെ നിൽക്കണം എന്നവൾക്ക് ഒരാഗ്രഹവും ഇല്ല. അതുകൊണ്ട് അവൾ അലസമായി മറുപടി പറഞ്ഞു.

"ഹൊ. അവൻ നിങ്ങളുടെ മകൾ പൂർണിമയെപ്പറ്റി എന്തോ പറയുകയായിരുന്നു. ഞാനതൊന്നും ശ്രദ്ധിച്ചില്ല."

അവൾ മുമ്പോട്ട് നടക്കാനൊരുങ്ങി, പക്ഷേ ഹരന്ദൻ പിന്നെയും അവളെ വിളിച്ചു.

"നോക്കൂ മോളേ, എനിക്ക് നിന്നോടൊരു കാര്യം പറയാനുണ്ട്."

"എന്ത്? എനിക്കോടിപ്പോണ്ടതുണ്ട് അങ്കിൾ."

"നിന്നെ കാണാൻതന്നെ എത്ര നല്ലതാ. സുന്ദരി. ബി എ ഡിഗ്രിയും ഇപ്പം കിട്ടും. നീ ഒരു പെൺകുട്ടിയുമാണ്. ആണുങ്ങളിങ്ങനെ ആവും പോലൊക്കെ ചെയ്തെന്നിരിക്കും."

"അങ്കിൾ എനിക്ക് പോണം."

"നീ നന്നായി പഠിക്കുന്നുണ്ടോ? പവർകട്ട് വീണ്ടും വന്നിരിക്കുന്നു."

"ഉണ്ട്. നന്നായി പഠിക്കുന്നു."

"അതു നല്ലതുതന്നെ. നിന്റെ അച്ഛനെവിടെ? വീട്ടിലുണ്ടോ?"

"ഇല്ല. കടയിലുണ്ടാവും."

"അതുശരി."

ഒരിക്കൽക്കൂടി ലാബോണിയ മുമ്പോട്ട് നടന്നു, പക്ഷേ ഹരന്ദൻ വീണ്ടും വിളിച്ചു.

"നീ ഇപ്പോ എങ്ങോട്ടാ കുട്ടീ പോവുന്നത് വീട്ടിലേക്കോ?"

"അതെ, എനിക്ക് ശാന്തിപിഷിക്ക് ഒരു സാധനം കൊണ്ടുകൊടുക്കണം. ഞാൻ കുറച്ച് തിരക്കിലാണ്. നിങ്ങൾക്ക് എന്നോടെന്തെങ്കിലും പറയാനുണ്ടോ?"

"ഏയ്... ഇല്ലില്ല. അങ്ങനെ പ്രത്യേകിച്ചൊന്നും ഇല്ല. നിന്നോടിങ്ങനെ സംസാരിക്കാൻ നല്ലരസമാണ്. നീ നല്ല കഴിവുകളൊക്കെയുള്ള ഒരു കുട്ടിയല്ലേ എന്റെ കുഞ്ഞേ.... നിന്നെപ്പോലെയുള്ള പെൺകുട്ടികൾ...."

പിന്നെ എന്തോ ഓർത്തിട്ടെന്നവണ്ണം അടക്കിപ്പിടിച്ച ശബ്ദത്തിൽ അയാൾ ചോദിച്ചു. "നിന്റെ കൈയിൽ നാലണ ചില്ലറ എടുക്കാനുണ്ടോ? നാളെ രാവിലെ മടക്കിത്തരാം. എന്റെ കൈയിൽ ചില്ലറ ഇല്ലാഞ്ഞിട്ടാ... എനിക്ക് കുറച്ച് സിഗരറ്റ് വാങ്ങാനായിരുന്നു."

"ഇല്ല. എന്റെ കൈയിൽ ഒറ്റപ്പൈസയും ഇല്ല."

•

ലോകത്തിലെ ഒന്നും തനിക്കു പ്രശ്നമല്ലാത്തമട്ടിൽ ഹരന്ദൻ ശാന്തനായി നടപ്പു തുടർന്നു. ഒരു ചെറിയ കടം ചോദിച്ചു അതു കിട്ടിയില്ല. പക്ഷേ അതൊരു വിഷയമേ അല്ല. ജീവിതം ഒരു മിഥ്യയാണ്. അയാൾ കോളനിയിലെ വീടുകളിലേക്കും, മാളങ്ങളിലേക്കും എല്ലാം നോക്കി. ആ കാഴ്ച തന്നെ സന്തോഷകരമാണെന്ന മട്ടിലായിരുന്നു നോട്ടം. അവിടെ രണ്ട് തെങ്ങുകൾ അടുത്തടുത്തായി വളരുന്നുണ്ട്, നിറയെ തേങ്ങയുണ്ടതിൽ. അയാൾ കുറച്ചുനേരം നടപ്പു നിർത്തി നിന്ന് തേങ്ങ എണ്ണാൻ തുടങ്ങി.

വിശ്വനാഥിന്റെ ഡ്രൈക്ലീനിങ് കടയ്ക്കു മുമ്പിൽ ഒരു ചെറിയ ആൾക്കൂട്ടം ഉണ്ടായിരുന്നു. ചിലരൊക്കെ നേരെ കടയിലേക്കു കേറി. മറ്റു ചിലർ പുറത്തുള്ള മരപ്പലകയിൽ ഇരുന്നു. വിശ്വനാഥ് കടയ്ക്ക് പ്രത്യേകിച്ച് വാടക ഒന്നും കൊടുക്കുന്നില്ല. അതുകൊണ്ടുതന്നെ അതു തന്റെ സ്വന്തം സ്ഥലമാണെന്ന് അയാൾക്ക് അവകാശം പറയാനും കഴിയില്ല. ഹരന്ദൻ നേരേ വിശ്വനാഥിന്റെ കടയിലേക്ക് ചെന്നു, അയാളുടെ അടുത്തുചെന്നുനിന്ന് വലിയ സൗഹാർദത്തിൽ സംസാരിച്ചുതുടങ്ങി.

"നമുക്കോരോ സിഗരറ്റ് പുകയ്ക്കാം?"

വിശ്വനാഥ് അരസികനാണ്. അയാൾ അകൗണ്ട് ബുക്കിന്റെ പേജുകൾ മറിച്ചുകൊണ്ടിരുന്നു. അയാൾ ഹരന്ദനെ നോക്കുകയോ എന്തെങ്കിലും മറുപടി പറയുകയോ ചെയ്തില്ല.

"സിഗരറ്റ് കട റോഡിന്റെ നേരെ താഴെയല്ലേ? നിങ്ങൾക്കെന്താ പോയി കുറച്ച് വാങ്ങിച്ചാൽ?"

"വേണ്ട. എനിക്ക് നിങ്ങൾ തരുന്ന ഒന്നാണ് വേണ്ടത്. അതിനൊരു പ്രത്യേക രുചിയാണ്. നിങ്ങൾക്ക് അറിയില്ലേ? നല്ല രുചി. അത് നിങ്ങളുടേതല്ലതാനും. ഹ..ഹ...ഹാ..."

ഞാൻ സിഗരറ്റ് വലിക്കാറില്ല. ബീഡി മാത്രം."

"ഹോ. അതൊക്കെ ഒന്നുതന്നെ. നമ്മൾ ഗ്രാമത്തിലായിരുന്നപ്പോ സിഗരറ്റ് കണ്ടിട്ടുകൂടി ഇല്ല. ബീഡിയായിരുന്നു നമ്മുടെ ശരിക്കും ഉള്ള സിഗരറ്റ്."

ഒരു ബീഡി കത്തിച്ച് വിശ്വനാഥ് ഹരന്ദന് കൊടുത്തു. അയാൾ വലിയ സന്തോഷത്തോടെ ഒരു പുകയെടുത്തു. അയാൾ വിശ്വനാഥിനെക്കുറച്ച് പൊക്കാൻ തന്നെ തീരുമാനിച്ചു.

"നിങ്ങൾ കുറേ ദിവസമായി കഠിനാധ്വാനം തന്നെയാണല്ലേ? കഴിഞ്ഞ കുറേ ദിവസങ്ങളിൽ നിങ്ങൾക്ക് കുറേ കസ്റ്റമേഴ്സ് ഉണ്ടായിരുന്നത് ഞാൻ കണ്ടു. കട നല്ലവണ്ണം പച്ചപിടിക്കുംന്നാ തോന്നുന്നത് അല്ലേ?"

ജോലിചെയ്യുകയാണെങ്കിലും വിശ്വനാഥിന്റെ കണ്ണുകൾ സൂക്ഷ്മ നിരീക്ഷണത്തിലായിരുന്നു. അല്ലെങ്കി പെൻസിൽ, പേന പോലുള്ള പലതും കൗണ്ടറിൽ നിന്നു ഹരന്ദയുടെ പോക്കറ്റിലേക്ക് എത്തും. ക്യാഷ്ബോക്സ് പൂട്ടിയിരിക്കുകയാണ്.

"എന്നോട് ദേഷ്യപ്പെടില്ലാന്ന് വാഗ്ദാനം ചെയ്താൽ, ആരോടും പറയില്ലെങ്കി ഞാൻ ഒരു കാര്യം പറയാം."

"പറയ്."

"നിങ്ങളെനിക്ക് ഇന്ന് അഞ്ചു രൂപ തരണം. നിങ്ങൾ തരണം. അല്ലങ്കി ഞാൻ നിങ്ങളെ വിടില്ല."

"എന്നേ വിട്ടേക്കൂ. ഹരന്ദ, ഞാൻ നിങ്ങൾക്ക് മുമ്പ് പണം തന്നിട്ടുണ്ട്. ഇപ്പോ ഞാൻതന്നെ രണ്ടറ്റം മുട്ടിക്കാൻ പാടുപെടുകയാണ്."

"പതുക്കെ, പതുക്കെ, മറ്റുള്ളവരെ ഇതൊക്കെ കേൾപ്പിച്ചിട്ടെന്തിനാ?"

കടയ്ക്കു മുമ്പിൽ വീണ്ടും ആളുകൾ തടിച്ചുകൂടി.

ദിബ്യ വന്നതോടെ എല്ലാവരും അവന്റെ ചുറ്റുംകൂടി.

പാമ്പിനെ കുഴിച്ചിട്ടു, ഇനി എന്തു ചെയ്യാനുണ്ടെന്നാണ് ദിബ്യ നോക്കുന്നത്. ഹരന്ദൻ ദിബ്യയോട് സ്വരമുയർത്തി സംസാരിച്ചു.

"ദിബ്യാ, നീ എന്തിനാണാ വലിയ പാമ്പിനെ ചുട്ടത്? ആ പാമ്പിന്റെ തൊലിക്ക് നല്ല വിലയാണെന്ന് ഞാൻ കേട്ടിട്ടുണ്ട്."

"ഉണ്ടാവും." ദിബ്യ പരിഹാസത്തോടെ പറഞ്ഞു.

"പക്ഷേ ഞാനൊരു കശാപ്പുകാരനല്ലല്ലോ. അതുകൊണ്ടുതന്നെ എനിക്ക് തോല് വിൽപ്പനയൊന്നും ഒട്ടും അറിയില്ല."

"ഒരിക്കലുമില്ല. ഞാൻ പറഞ്ഞന്നേ ഉള്ളൂ. ദിബ്യാ, വേറാരും അത്ര വലിയൊരു പാമ്പിനെ കൊല്ലില്ല. നീ ശരിക്കും ഞങ്ങൾക്കൊക്കെ ഒരു ധൈര്യമാണ്. പക്ഷേ നിന്നെപ്പോലുള്ളവരൊക്കെ ഇവിടെ ഉണ്ടായിട്ടും ആരാണ് അർജുനനെ വന്നിങ്ങനെ അടിച്ചിട്ട് പോയതെന്ന് ഒട്ടും മനസിലാവുന്നില്ല".

അത് ദിബ്യയെ ആകെ അസ്വസ്ഥനാക്കി. അതവന് പരിഹരിക്കാനാവാത്ത ഒരു പ്രശ്നമാണ്. ദിബ്യക്ക് കോളനിയിലെ സംരക്ഷകന്റെ വേഷമാണ്. അവന്റെ ആരോഗ്യംതന്നെയാണ് അതിന്റെ ഒരു കാരണം. അതുകൊണ്ടുതന്നെ എന്ത് അക്രമമുണ്ടായാലും അതവന്റെ ഉത്തരവാദിത്വത്തിലാണ് ഉൾപ്പെടുക. ഈ കഴിഞ്ഞ വിഷയത്തിലാണങ്കിൽ അവനൊന്നും ചെയ്യാനും സാധിച്ചില്ല. കുട്ടിക്കാലം ഒപ്പം ചിലവിട്ടതാണെങ്കിലും ഉള്ളിൽ ദിബ്യക്ക് അർജുനനോട് ബഹുമാനമാണ്. അതവൻ നല്ലവണ്ണം പഠിക്കുന്നതുകൊണ്ടുതന്നെയാണ്.

ഇപ്പോൾ എന്തെങ്കിലും ഉപായം പറയാനേ ദിബ്യക്ക് കഴിയൂ.

"അതാ ഇരുട്ടിയനേരത്തായിരുന്നു, ഞങ്ങളൊക്കെ ടാക്സി ഡ്രൈവർ സംഭവത്തിലുമായിരുന്നു."

"നമ്മുടെ കോളനിയിലെ ആരെങ്കിലും ആവുംന്ന് തോന്നുന്നുണ്ടോ? അതോ പുറത്തുനിന്ന് ആരെങ്കിലും വന്നതാവുമോ?"

"നമ്മുടെ കോളണിയിലുള്ളവർ അർജുനനെ അടിക്കുക! നിങ്ങളെന്താ ഹരീന്ദാ ഈ പറയുന്നത്?"

"മനുഷ്യർ എതുതരമാണെന്ന് പറയാൻ പ്രയാസമാണെന്റെ കുട്ടി.... ഇക്കാലത്ത് മനുഷ്യർക്ക് പല ലക്ഷ്യങ്ങളാണ്. നീ എന്തുപറയും എന്നെനിക്കറിയില്ല, പക്ഷേ ആ കേൾസിങ്ങിനെ അത്ര വിശ്വസിച്ചുകൂടാ. എന്താ അവനെ അവന്റെ സ്ഥാനത്തു നിർത്തിയാൽ."

കോളണിയിലെ മിക്ക ആളുകൾക്കും കേൾസിങ്ങിനെ ഇഷ്ടമല്ല. പക്ഷേ യുവാക്കളെ സ്വാധീനിക്കാൻ നല്ല മിടുക്കാണ് അയാൾക്ക്. അയാൾ ദിബ്യയുമായി നല്ല സൗഹാർദത്തിലാണുതാനും.

"അദ്ദേഹം നമുക്കൊരുപദ്രവവും ചെയ്യില്ല. മാത്രവുമല്ല അൻപത് രൂപയാണ് നമ്മുടെ സരസ്വതിപൂജാ ഉത്സവത്തിന് അദ്ദേഹം തന്നത്."

ശശിധർ എന്നുപേരുള്ള ഒരു പയ്യൻ അതിനിടക്ക് സംസാരിച്ചു. അർജുൻ ഏറെസമയവും ഒരു പണക്കാരന്റെ മകളോടൊപ്പം ചിലവിടാറുണ്ട് എന്നാണയാൾ പറയുന്നത്. ചിലപ്പോഴാ പെൺകുട്ടിയുടെ അച്ഛൻ അർജുനനെ അടിക്കാൻ ആളെ വിട്ടതാവണം. ശശിധർ ഇത്തരമൊരു കദനകഥ അടുത്തിടെ ഒരു ഹിന്ദി ഫിലിമിൽ കണ്ടിട്ടുണ്ട്.

"പൊട്ടത്തരം പറയാതെ? അർജുനനെക്കുറിച്ച് ആരാ ഇതൊക്കെ നിന്നോട് പറഞ്ഞത്?"

"ഞാൻ പറയും. ഞാനെന്റെ കണ്ണുകൊണ്ട് കണ്ടതാണ്. അർജുൻ ഒരു വെളുത്ത കാറിൽ ആ പെണ്ണിന്റൊപ്പം ഡ്രൈവ് ചെയ്തുപോയി. ആ പെണ്ണ് അവനെ ആശുപത്രിയിലും കാണാൻചെന്നിരുന്നു. അവളുടെ അമ്മാവൻ മന്ത്രിയാണെന്നാണ് ഞാൻ കേട്ടത്."

വിശ്വനാഥ് അത്തരം ചർച്ചയിലൊന്നും കൂടാറില്ല. അയാൾക്കിത്തരം പരദൂഷണത്തിലൊന്നും താൽപ്പര്യമില്ല. പക്ഷേ ഹരന്ദൻ അയാളെയും വെറുതെവിട്ടില്ല.

"നോക്കൂ വിശ്വനാഥ്, വീട്ടിലൊരുവറ്റ് അരിപോലും ഇല്ല. മീനോ മറ്റോ ഒരാഴ്ചയായിട്ട് ഞങ്ങൾ കണ്ടിട്ടില്ല. നീ എനിക്കൊരു അഞ്ചു രൂപ കടംതാ..."

"ഞാനെന്തുചെയ്യും? നീ എന്താ ഇങ്ങനെ തുടരുന്നത്?"

"ശ്.... മറ്റുള്ളവരെ കേൾപ്പിക്കല്ലെ..... നിങ്ങൾക്കൊക്കെ മുമ്പിൽ ഞങ്ങൾ പട്ടിണികിടന്നോട്ടെ എന്നാണോ?"

"നിന്റെ മക്കൾക്കെന്തെങ്കിലും ചെയ്താലെന്താ? അവരൊക്കെ വളർന്നില്ലെ?"

"പക്ഷേ രണ്ട് ആൺമക്കൾക്കും ജോലിയായിട്ടില്ല. ഒരാൾ ഹൈസ്കൂൾ പാസായിട്ടേ ഉള്ളൂ."

"ശരി. പക്ഷേ നിന്റെ മോൾക്കെന്തോ പണിയുണ്ടല്ലോ."

"അവൾ ഒരുചില്ലിക്കാശുപോലും എനിക്ക് തരില്ല. ഈ തലമുറ ഏത് തരക്കാരാന്ന് നിനക്കറിയാമോ? അവൾക്ക് ശമ്പളം കിട്ടിത്തുടങ്ങീട്ടില്ലന്നാ അവൾ പറയുന്നത്. സമയാസമയത്ത് അഞ്ചോപത്തോ കൊണ്ടുതന്ന് ഞങ്ങളെ നോക്കുന്നത് കാർത്തിക് മാത്രമാണ്. പക്ഷേ ഇന്നു ഞങ്ങൾക്ക് തിന്നാൽ ഒന്നും ഇല്ല."

"പണം ഞാൻ തരില്ല. വീട്ടിൽനിന്ന് കുറച്ച് അരിയും മറ്റും കൊടുത്തയക്കാം."

"വേണ്ട, വേണ്ട. നീ എന്താ അങ്ങനെ പറയുന്നത്? അതു സാധ്യമല്ല. കോളനിയിലുള്ളവർ എന്തു കരുതും? വേണ്ടാ, നീ എനിക്ക് അഞ്ചു രൂപ തന്നാമതി, ഞാൻ തിരിച്ച് തന്നേക്കാം."

"അതെന്താ അരികൊണ്ടുപോവുന്നതിന്? ആളുകൾ ഭക്ഷണംവരെ ആവശ്യത്തിന് കടം വാങ്ങാറുണ്ടല്ലോ."

"വേണ്ട. ഞാൻ അരി കടം വാങ്ങില്ല. ഞാനതു ചെയ്യില്ല. എന്റെ കുടുംബത്തിലാരും അങ്ങനെ ചെയ്തിട്ടില്ല."

ഒരു നിമിഷത്തേക്ക് വിശ്വനാഥിന്റെ ഓർമകൾ പിറകോട്ട് പോയി. അവർ ഗ്രാമത്തിലായിരുന്ന സമയത്ത് ഹരന്ദൻ റായ് ദുർഗാപൂജ നല്ല നിലയ്ക്ക് ആഘോഷിക്കുമായിരുന്നു. പൂജയുടെ രണ്ടാം ദിവസം ഗ്രാമീണരെ ആകെ ഭക്ഷണത്തിനു വിളിക്കും. ഹരന്ദൻ തന്നെയാണ് അതിഥികൾക്കു വിളമ്പുക. അയാൾ ഭക്ഷണം കഴിക്കാൻ നിർബന്ധിക്കും. "നിങ്ങൾ യുവാവല്ലേ. കുറച്ച് മധുരംകൂടി കഴിക്കൂ. ഇത്തവണ നല്ലോണം കഴിച്ചാളൂ, ഇത് ദേവിയുടെ ഭക്ഷണമാണ് ഒരസുഖവും വരില്ല..."

ഒരുനിമിഷം വിശ്വനാഥിന്റെ മനസലിഞ്ഞു, ഉടനെതന്നെ അയാൾ അതിനെ കഠിനമാക്കി."ഞാൻ നിങ്ങൾക്ക് പണംതരില്ല. ശനിയാഴ്ച വന്നാലുടൻ നിങ്ങൾക്ക് പണംവേണം. കിട്ടിയാലുടൻ നിങ്ങൾപോയി പന്തയവും ബെറ്റുംവെക്കും. ഈ പന്തയഭ്രാന്ത് നിനക്കെങ്ങനെ കിട്ടിയെന്ന് എനിക്കറിഞ്ഞുകൂടാ ഹരിന്ദാ.... ഗ്രാമത്തിൽ വെച്ച് നിനക്കിതൊന്നും അറിഞ്ഞു കൂടായിരുന്നു. ഇതൊക്കെ പണക്കാരുടെ സ്വഭാവമാണ്, നമ്മളെപ്പോലെത്തെ പാവങ്ങൾക്ക് പറഞ്ഞിട്ടുള്ളതല്ല."

ഹരിന്ദൻ പതിഞ്ഞ ശബ്ദത്തിൽ മുരണ്ടു –

"എന്ത്? ഓട്ടമോ? ആരുപറഞ്ഞു? പണം തരില്ലെങ്കി വേണ്ട, അതിന്റെ പേരിൽ നീ എന്റെ പേരുചീത്തയാക്കുകയൊന്നും വേണ്ട."

"നടക്കുന്നതൊന്നും ഞാനറിയില്ലന്നാ നിന്റെ വിചാരം?"

"ശ്... വേഗം... നീ എന്തിനാ അലറുന്നത്? പ്ലീസ് എനിക്കൊരു അഞ്ചു രൂപതാ... അവസാനത്തെ തവണയായിട്ട്...."

"പന്തയംവെച്ച് ഭാഗ്യം തേടാംന്നാണോ നീ കരുതുന്നത്? നിനക്കു വല്ല പണിയും ചെയ്തുകൂടേ. ചുരുങ്ങിയത് ഒരു കടയെങ്കിലും തുടങ്ങിക്കൂടേ?"

"അതിന് മുടക്കുമുതൽ വേണ്ടേ? അതാരുതരും?" നീ തരുമോ? എങ്കിത്താ, ഒരു 100 രൂപതാ, ഞാനൊരു സിഗരറ്റ് കട തുടങ്ങട്ടെ."

"ഹാ.... അപ്പോ ആ കടയിലെ സിഗരറ്റൊക്കെ വലിക്കുന്ന ആൾ നീ തന്നെ ആവും!

ശശിധർ ഈ സമയത്തൊക്കെ തന്റെ ഭാഗം ന്യായീകരിക്കുകയായിരുന്നു.

"ഞാനെന്റെ കണ്ണുകൊണ്ട് കണ്ടതാണ്. അർജുനും പണക്കാരന്റെ മകളും. നീയും കാണും. അവരാ കാറിലാണ് അർജുനെ വീട്ടിൽ കൊണ്ടുവരിക."

"എന്തിന് അവർ കൊണ്ടുവരണം? നമ്മുടെ പയ്യനെ നമുക്ക് കൊണ്ടുവന്നുകൂടേ. നമ്മൾ ചോദിച്ചാൽ ഹരന്ദ അയാളുടെ ടാക്സി നമുക്ക് തരും, എനിക്കുറപ്പാണ്."

"നോക്ക്, അവനെ ഒരു പ്രൈവറ്റ് ടാക്സിയിൽ തന്നെ കൊണ്ടുവരാവുന്ന അവസ്ഥയിലാണവൻ. അവന് നിന്റെ ടാക്സി ഒന്നും വേണ്ട."

നാല്

പ്രധാന റോഡിൽനിന്നും കോളനിയിലേക്ക് മനോഹരമായ ഒരു റോഡുണ്ട്. ഒരു വെള്ള കാറ് അതിലൂടെ നേരെ വന്ന് ഡാൻസ് ഹാളിന് മുമ്പിലെത്തി നിന്നു. ഒരു കൂട്ടം കുട്ടികൾ ഓടിവന്ന് കാറിനെ പൊതിഞ്ഞു. സ്ത്രീകൾ ജനലുവഴി ഒളിഞ്ഞുനോക്കി, പുരുഷന്മാർ ഇത്തിരി മാറിനിന്ന് എന്താണ് നടക്കുന്നത് എന്നു വീക്ഷിച്ചു. ഇതുപോലത്തെ ഒരു കാർ ഒരിക്കലും കോളനിക്കകത്തേക്ക് വന്നിട്ടില്ല. കാറിനകത്ത് നല്ല വസ്ത്രം ധരിച്ച, വൃത്തിയുള്ള ആളുകളാണ് ഉണ്ടായിരുന്നത്.

ബാക്ക് സീറ്റിൽ പ്രോബൽ, ശുക്ല എന്നിവർക്ക് നടുവിലായി അർജുൻ ഇരിപ്പുണ്ട്. അവന്റെ തലയ്ക്ക് ചുറ്റും ഇപ്പോഴും ബാന്റേജ് ഉണ്ട്. പ്രോബൽ ഒരു കൈതാങ്ങിക്കൊടുത്തു, ഉടനെ അബിനിഷ് വന്ന് അടുത്ത കൈയും താങ്ങി. “വേണ്ട... കുഴപ്പമില്ല. നിങ്ങളെന്നെ പിടിക്കണ്ടന്നെ. എനിക്ക് തന്നെ പറ്റും.... പറ്റുംന്നേ...” ചിരിച്ചുകൊണ്ട് അർജുൻ പറഞ്ഞു.

പന്ത്രണ്ട് ദിവസത്തിനുശേഷമാണ് അയാൾ വീട്ടിലേക്ക് മടങ്ങി എത്തുന്നത്. ആദ്യത്തെ രണ്ടുദിവസം അയാൾ അത്യാസന്ന നിലയിലായിരുന്നു. പക്ഷേ ഇപ്പോഴയാൾക്ക് തനിച്ച് പടിക്കെട്ടുകൾ കയറാൻവരെ സാധിക്കും. കഴിഞ്ഞ ദിവസങ്ങൾകൊണ്ട് അയാൾ കുറച്ച് മെലിഞ്ഞിട്ടുണ്ട്. പക്ഷേ കണ്ണുകളിൽ ജീവിതത്തോടുള്ള തീക്ഷ്ണമായ ആവേശം തിളങ്ങുന്നു.

അയാൾ സുഹൃത്തുക്കളുടെ കൈ മാറ്റിയിട്ട് ഒറ്റയ്ക്ക് നിവർന്നുനിന്നു. പഴയ അതേ അന്തരീക്ഷം, അതെ ആളുകൾ— പക്ഷേ എന്തോ മാറ്റം ഉണ്ടുതാനും. ഒരുപക്ഷേ മരണത്തിന്റെ വക്കിൽനിന്നും തിരിച്ചെത്തുമ്പോൾ ഇങ്ങനെ സംഭവിക്കുമായിരിക്കും. കുറേ നാളുകൾക്കുശേഷം സ്വന്തംവീട്ടിലേക്ക് മടങ്ങി എത്തുന്നത് വലിയ സന്തോഷംതന്നെയാണ്.

ശാന്തിലത ഉമ്മറത്തുതന്നെ നിൽപ്പുണ്ട്, കുറച്ച് പിറകിൽ വാതിലി

നടുത്തായിട്ട് ലാബോണയും. ശാന്തിലതയുടെ മുഖം ഒരു പ്രതിമയുടേതുപോലെ വികാരരഹിതമായിരുന്നു. കണ്ണുകളും വികാരശൂന്യം. കുറേ ദിവസങ്ങളായി തന്നെ കുഴയ്ക്കുന്ന ആ ചോദ്യം ഇപ്പോൾ വീണ്ടും അവരുടെ തലച്ചോറിൽ മുഴങ്ങി — ആരാണ് തന്റെ പ്രിയപ്പെട്ട മകനെ ഈവിധത്തിൽ ഉപദ്രവിച്ചത്? അവൻ മരിച്ചിരുന്നെങ്കിലോ? അവളുടെ മകൻ ഒരിക്കലും ആരെയും ഉപദ്രവിച്ചിട്ടില്ല. അവളും ഉപദ്രവിച്ചിട്ടില്ല. ഓ... ദൈവമേ ഇനിയും എന്തൊക്കെ സഹിക്കണം....?

പക്ഷേ അർജുൻ ഉത്സാഹത്തിലായിരുന്നു.

“ഹലോ അമ്മേ.... സുഖമല്ലേ? ഹായ് ലാബി, നിനക്ക് വിശേഷമൊന്നും ഇല്ലല്ലൊ...”

അവന്റെ നായ ഓടി അടുത്തെത്തി കണ്ടതിലുള്ള സന്തോഷം പ്രകടിപ്പിച്ചു. “ഓ ബച്ചാരുൺ, ഇപ്പഴും ഉണ്ടോ....” അർജുൻ അതിന്റെ തലയിൽ തലോടി.

പിന്നെ കൂട്ടുകാരുടെ നേരെ തിരിഞ്ഞു.

“ അബനിഷദ, ഇതുവഴിവാ...., ഷുക്‌ല വാ..... വരൂ പ്രോബൽ. അബനിഷദാ, ഇതാണെന്റെ അമ്മ. അമ്മേ അബനിഷദയെ അറിയില്ലേ? ഞങ്ങളുടെ പ്രൊഫസർ ആണ്. ഇത് ശുക്‌ല, ഇദ്ദേഹത്തിന്റെ സഹോദരിയാണ്. ഇത് പ്രോബൽ. രണ്ടു പേരും എന്റെ ഫ്രണ്ട്സ് ആണ്.”

അബനിഷദായും പ്രോബലും ശാന്തിലതയെ നോക്കി കൈകൂപ്പി. പക്ഷേ ശുക്‌ല കുനിഞ്ഞ് അവരുടെ കാലുതൊട്ടു. അത് ശാന്തിലതയെ ഉണർത്തി. അവർ വേഗംതന്നെ അവളുടെ കരംകവർന്നു. “വരൂ, മക്കളേ, അകത്തേക്ക് വന്നിരിക്കൂ.”

ഈ സമയത്ത് ഒരു സന്ദർശനം വേണ്ടാ എന്ന് അബനിഷ് കരുതി.

“വേണ്ട. ഞങ്ങളിപ്പോ നിൽക്കുന്നില്ല. പോട്ടെ. അർജുൻ നീ അകത്ത് പോയി വിശ്രമിക്ക്.”

“അയ്യോ ഇപ്പോത്തന്നെ പോവരുത്. അകത്തുവന്ന് കുറച്ചുനേരം ഇരിക്കൂ. ഓരോ കപ്പ് ചായ കഴിച്ചിട്ടേ പോകാവൂ, പ്രോബൽ.”

“ശരി. പക്ഷേ നീ ഇത്രയ്ക്ക് ആവേശം കൊള്ളണ്ട, പോയി കിടക്ക്. ഒരാഴ്ച അവനെ എഴുന്നേൽക്കാൻ സമ്മതിക്കരുത്.” അയാൾ ശാന്തിലതയെ നോക്കിക്കൊണ്ട് തുടർന്നു. “ഡോ. അതാണ് പറഞ്ഞിരിക്കുന്നത്. ഒരു മെഡിക്കൽ അസിസ്റ്റന്റിനെ ഞാൻ വീട്ടിൽനിന്നും പറഞ്ഞുവിടാം. എല്ലാ ദിവസവും മുറിവ് അയാൾ കെട്ടിക്കോളും.”

അർജുന്റെ മുറിയിൽ ഒറ്റക്കസേരയേ ഉണ്ടായിരുന്നുള്ളൂ. അബനീഷ് അതിൽ ഇരുന്നു. ശുക്‌ല ബെഡിലും. പ്രോബൻ നന്നായി വസ്ത്രം ധരിച്ച ഒരാളായിരുന്നു. അയാളെപ്പോഴും ശ്രദ്ധാപൂർവമാണ് നടന്നത്. ഇതുവരെ അയാളൊന്നും ഒട്ട് മിണ്ടിയതും ഇല്ല. അയാൾ ബെഡിൽ ഇരുന്നില്ല. മേശമേൽ, ചാഞ്ഞു നിൽക്കാൻ തുടങ്ങിയിട്ട് പെട്ടെന്ന് പൊടിയുണ്ടാവുമോ എന്നോർത്തപ്പോൾ അയാൾ വീണ്ടും നേരെ നിൽപ്പു തുടർന്നു. അർജുൻ അവിടെ കിടന്നു.

നായ അകത്തേക്കു കയറി വന്നു, ചുറ്റും എന്തോ തിരഞ്ഞു. നായയെ കണ്ടു പ്രോബൻ ചെറുതായി വിരണ്ടു.

"പേടിക്കണ്ട. അവൻ കടിക്കില്ല. ഒന്നും ചെയ്യില്ല. ബച്ചാറൻ പുറത്തുപോ...." അർജുൻ പറഞ്ഞു.

"നിനക്കിതിനെ എവിടന്നു കിട്ടി? ഞങ്ങളൊന്നും ഇത്തരം വളർത്തു മൃഗങ്ങളെ വളർത്താറേ ഇല്ല" പ്രോബൻ പറഞ്ഞു.

"ഓ... ഇതെന്റെ സഹോദരന്റെ പ്രീയപ്പെട്ട മൃഗമായിരുന്നു. അതാ ഞാനിതിനെ വളർത്തുന്നത്. അവനിതിനെ എന്നു കിട്ടിയതാണെന്നെനിക്കോർമയില്ല. ഇവൻ വയസനായിട്ടുണ്ട്. മുടി വിണുകിടക്കുന്നത് നോക്ക്.... പക്ഷേ മരിക്കാറായിട്ടൊന്നും ഇല്ലതാനും." അർജുൻ.

"നല്ല പേരുതന്നെ നീ ഇട്ടത്. ബച്ചാറൻ. നല്ല പേര്." ശുക്ല പറഞ്ഞു.

"അതെ" അബനിഷായും പറഞ്ഞു; "അവന്റെ പേര് കറക്ട് ആണ്. അവനു നന്നായി ചേരും."

"നിക്ക്, അവനെത്ര തിരുപദ്രവകാരിയാന്നറിയാമോ? ജീവൻ അവനു വിലപ്പെട്ടതാണ്, ഒരിക്കലും ആരെയും കടിക്കില്ല. അതു മാത്രമല്ല പൂച്ചയെയും, എലിയേയും ഒന്നും ഉപദ്രവിക്കില്ല. ഞങ്ങൾക്ക് അവനെന്നും ഇറച്ചി ഒന്നും കൊടുക്കാൻ കഴിവില്ല. അതുകൊണ്ടവൻ ഉരുളക്കിഴങ്ങും, പയറും മറ്റുമൊക്കെ സന്തോഷത്തോടെ കഴിക്കും."

അബനിഷ് എഴുന്നേറ്റ് ജനലിലൂടെ പുറത്തേക്ക് നോക്കി.

"ആക്രമിക്കപ്പെട്ടപ്പോ നീ എവിടയാ ഇരുന്നിരുന്നത്? ഈ ജനലിനടുത്താണോ?"

"പ്ലീസ് അബനിഷിനാ, നമുക്കതേക്കുറിച്ച് പറയണ്ട".

" നീ എന്താ പറയുന്നത്? അതിനെക്കുറിച്ച് പറയണ്ടാന്നോ? നീ ഇനിമുതൽ നല്ലവണ്ണം ശ്രദ്ധിക്കണം. ഇരുട്ടിയാ പിന്നെ ഈ ജനൽ ഒരിക്കലും തുറക്കരുത്. നിന്റെ അമ്മയോടതൊക്കെ നോക്കണം എന്നു പറയാൻ പോവുകയാണ് ഞാൻ."

"പക്ഷേ അതീ മുറിയിലെ ഏകജനലാണ്. അതടച്ചാ പിന്നെ ഞാനിതിനകത്ത് ചൂടുകൊണ്ട് വിങ്ങും."

മുറിക്കകത്ത് ഫാൻ ഇല്ലെന്ന കാര്യം അതിഥികൾ അപ്പോഴാണ് ശ്രദ്ധിച്ചത്. ഉടനെതന്നെ അവർക്ക് ഉഷ്ണിക്കുന്നതായി തോന്നി. പക്ഷേ അബനിഷാദ് പിന്നെയും എതിർത്തു.

"ചൂടൊന്നും കാര്യമാക്കണ്ട. നീ നല്ലവണ്ണം ശ്രദ്ധിക്കണം. അർജുൻ ചുരുങ്ങിയത് പ്രതികളെ പിടിക്കുംവരെ എങ്കിലും. എന്റെ അച്ഛൻ പോലീസിലേക്ക് ഫോൺചെയ്തിട്ടുണ്ട്. നിന്നോട് സംസാരിക്കാൻ അവർ വേറെ ഒരാളെക്കൂടി അയയ്ക്കും."

"പക്ഷേ സംഭവം കഴിഞ്ഞിട്ട് ഒരുപാട് ദിവസമായല്ലോ. ഇപ്പോ സംസാരിച്ചിട്ടെന്താ ഗുണം?"

"നോക്ക്, ശത്രു ആരാണെന്ന് അറിഞ്ഞുവെക്കുന്നത് എപ്പോഴും നല്ല താണ്. അത്ര കുറച്ച് പേടിച്ചാൽ മതിയല്ലോ. അറിയാത്ത ഒരു ശക്തി, ഇരുട്ടത്ത് പതുങ്ങി വന്ന് നിന്നെ ആക്രമിക്കുക....."

"പേടിക്കാതെ അബനിഷദാ ആരുപദ്രവിച്ചാലും ഞാൻ രക്ഷപ്പെടും, അതുറപ്പാണ്. ഞാനത്ര പെട്ടെന്ന് മരിക്കില്ല."

"നിനക്കെന്താ ഇത്ര ഉറപ്പ്? നീ ചിരംജീവിയെങ്ങാനും ആണോ?" ശുക്ല ചോദിച്ചു.

"അതല്ല. പക്ഷേ മരിക്കണം എന്നാണങ്കി എനിക്കിതിനു മുമ്പേ പല അവസരങ്ങളും ഉണ്ടായിരുന്നു. അതൊക്കെ അതിജീവിച്ചില്ലേ, അപ്പോ ഇനി അത്ര എളുപ്പം മരിക്കും എന്നു തോന്നുന്നില്ല."

ലാബോണയും ശാന്തിലതയും ചായയും കുറച്ച് ഭക്ഷണവും ആയി അങ്ങോട്ട് വന്നു. ശാന്തിലതക്ക് ഇപ്പോഴും അപരിചിതരുടെ മുമ്പിൽ തൊണ്ട വരളും. അബനിഷനെന്ന ഈ യുവാവും അയാളുടെ അച്ഛനുംകൂടിയാണ് അർജുന്റെ ആശുപത്രി ചികിത്സ എല്ലാം ഏർപ്പാടു ചെയ്തത്. അവർക്ക് അങ്ങോട്ട് നന്ദി പ്രകടിപ്പിക്കണം എന്നുണ്ട്, പക്ഷേ വാക്കുകൾ കിട്ടുന്നില്ല. അവർ സ്നേഹത്തോടെ അവരെ നോക്കി. കാണാനെത്ര മാന്യർ, എന്തു പണക്കാർ പക്ഷേ അതിന്റെ ഒന്നും ഒരു അഹങ്കാരവും ഇല്ല.

അവരുടെ അയൽക്കാർ, ഹരന്ദന്റെ ഭാര്യ, അമ്മ, കുട്ടികൾ എല്ലാം അർജുനെ കാണാൻ വന്നു. കോളനിയിലെ മറ്റ് അംഗങ്ങളും വന്നിട്ട് പോയി. അർജുനെ കണ്ടിട്ടുപോവുന്നവരെല്ലാം ശുക്ലയെ ഒന്നിരുത്തി നോക്കാൻ മറന്നില്ല. വെള്ള സിൽക്ക് സാരിയാണ് ശുക്ലയുടെ വേഷം, മൃദുലമായ തൊലി, ഒരു ആശങ്കയും ഇല്ലാത്ത മുഖം. മനോഹരമായ മാറിടം. ഇത്ര മനോഹരമായ ഒരു രൂപം അവരാരും സ്ക്രീനിൽ അല്ലാതെ എങ്ങും കണ്ടിട്ടില്ല. അതു മാത്രമല്ല, യുവതി അവിവാഹിത, എന്ത് തന്റേടമാണവൾക്ക്!

അതാണ് അവരുടെയെല്ലാം മനം കവർന്നത്.

"നിങ്ങൾ എത്ര കുടുംബങ്ങൾ ഇപ്പോഴിവിടെ താമസിക്കുന്നുണ്ട്?" അബനിഷാ ചോദിച്ചു.

"ശരിക്കും ഒപ്പത്തിയേഴ്. അതിൽ ഒരു കുടുംബം ജോലിയായിട്ട് ഖരായ്പൂരിലേക്ക് മാറി. എന്തായാലും അംഗങ്ങളുടെ എണ്ണം കുറച്ച് വർഷമായിട്ട് വളരെ കൂടുന്നു, എല്ലാർക്കും റൂം പോലും തികയാൻ ബുദ്ധിമുട്ടാണ്."

"ഞാനിതുപോലത്തെ ഒരു സ്ഥലം കണ്ടിട്ടേ ഇല്ല. പ്രോബൻ എന്റെ ഒപ്പം വരൂ.... നമുക്ക് പുറത്തിറങ്ങി ചുറ്റുംനോക്കാം."

പ്രോബലിന് അതിലത്ര കൗതുകമൊന്നും തോന്നിയില്ല.

"അതു നമുക്ക് ഇനി ഒരിക്കലായിക്കൂടേ?" ഇപ്പോ അർജുൻ കുറച്ച് വിശ്രമിക്കട്ടെ. നമുക്ക് പിന്നീട് വരാം."

"പക്ഷേ അതിന് അർജുൻ നമ്മുടെ ഒപ്പം വരണ്ടല്ലോ."

ആ സമയത്ത് ദിബ്യ പുറത്തുനിന്നും അകത്തേക്ക് എത്തിനോക്കി.

“ഹലോ അർജുൻ, എങ്ങനെ ഉണ്ടിപ്പോൾ?”

“സുഖം, നിന്റെ കാര്യങ്ങളൊക്കെ എങ്ങനെ?”

തലേന്ന് അവൻ വെല്ലുവിളിച്ചതിന് വിപരീതമായി ഷഷാന്ദർ പറഞ്ഞപോലെ തന്നെ കാറിൽ, പണക്കാരന്റെ മകളുടെകൂടെ തന്നെയാണ് അർജുൻ ഇന്ന് ആശുപത്രി വിട്ട് വന്നിരിക്കുന്നത്. അതിൽ പക്ഷേ ദിബ്യക്ക് ഒരു വിഷമവും തോന്നിയില്ല. റാണ്ഘട്ടന് ഒരു ഓട്ടം പോവാനുള്ളതുകൊണ്ട് ടാക്സി ഉണ്ടാവില്ല എന്ന് ഹരൻ രാവിലെതന്നെ പറഞ്ഞിരുന്നു. മാത്രവുമല്ല പണക്കാരന്റെ കാറിലാണ് അർജുൻ വരുന്നതെങ്കിൽ ആ പെണ്ണിനെ ഒന്ന് നേരിൽ കാണാമല്ലോ എന്നും ദിബ്യ ചിന്തിച്ചു. അവനോട് ചേർന്നുനിന്ന ഷഷാന്ദർ ഇതുതന്നെയാണ് ഞാൻ പറഞ്ഞ പെണ്ണ് എന്ന് അവനെ കണ്ണുകാണിച്ചു.

“ദിബ്യാ, നീ ഒരുപകാരം ചെയ്യുമോ? ഇത് ഞങ്ങളുടെ പ്രൊഫസർ, അബനിഷദയാണ്. അദ്ദേഹത്തിന് കോളനി ഒക്കെയൊന്ന് കാണണം. നീ ഇദ്ദേഹത്തെ ഒന്ന് ചുറ്റിക്കാണിക്കുമോ?”

ദിബ്യ സന്തോഷത്തോടെ സമ്മതിച്ചു. വാതിൽക്കലെത്തിയതും ശുക്ല തന്റെ സഹോദരനോട് “ഞാനിവിടെ ഇരുന്നോളാം...” എന്നുപറഞ്ഞ് മടങ്ങിവന്ന് കസേരയിൽ തന്നെ ഇരുന്നു. പുറത്തിറങ്ങിയാലുടൻ നൂറുകണക്കിനു കണ്ണുകൾ തന്നെ പൊതിയും എന്ന് അവൾ മനസിലാക്കിയിരുന്നു. ആ ചിന്തതന്നെ അവളെ അസ്വസ്ഥപ്പെടുത്തി. ദിബ്യക്ക് കുറച്ച് നിരാശയായി.

ശുക്ല ഒരു കസേര വലിച്ചിട്ട് അതിലിരുന്നു.

“എനിക്ക് ഇപ്പോ വീണ്ടും നിന്റെ സുഗന്ധം കിട്ടുന്നുണ്ട്. അതെന്നെ ശരിക്കും സന്തോഷിപ്പിക്കുന്നു.” അർജുൻ പറഞ്ഞു.

“എന്തൊര് ചൂടാണിവിടെ. നിനക്കൊരു ഫാൻ വാങ്ങിക്കൂടേ? ഈ ചൂടത്തിരുന്നെങ്ങനെ ജോലിചെയ്യും?”

“ഫാൻ വാങ്ങുക. ഞങ്ങൾക്ക് അത്തരം ആഡംഭരമൊന്നും സാധിക്കില്ല.”

“ഓ... നിർത്ത്. നിന്റെ ദാരിദ്ര്യമിങ്ങനെ എപ്പഴും പാടികൊണ്ടിരിക്കാതെ. എനിക്കത് വെറുപ്പാണ്. ഒരു ഫാൻ വാങ്ങാനൊക്കെ നിനക്ക് കഴിയും. അത്ര വലിയ ആഡംഭരമൊന്നുമല്ല — ഒരാവശ്യമാണ്. വീട്ടിൽ രണ്ടു മൂന്നു ടേബിൾ ഫാൻ വെറുതേ കിടക്കുന്നുണ്ട്. ഒന്നിങ്ങോട്ട് കൊടുത്തുവിടട്ടെ?”

“നോ താങ്ക്സ്. നീയത്രക്ക് ദയാലു ആവണ്ട. എനിക്ക് ഫാൻ ഇല്ലെങ്കിലും ഒരു കുഴപ്പവും ഇല്ല.”

“ഓ. അതുശരി. ഞങ്ങളുടെ വീട്ടിൽനിന്നും ഫാൻ കൊണ്ടുവന്നാ അതു നിങ്ങൾക്ക് അഭിമാനപ്രശ്നമുണ്ടാക്കും. എങ്കിൽ പോയി ഒരെണ്ണം വാങ്ങിക്കൂ.”

"ശരി. ഞാനൊരു ഫാൻ വാങ്ങി എന്ന് കരുതുക. ഒരു ഫാൻ മാത്രം. പക്ഷേ അതൊട്ടും ശരിയാവില്ല. ഈ കോളനിയിലാർക്കും ഫാനില്ല. ഞങ്ങളുടെ വീട്ടിൽ മാത്രം....."

"നിങ്ങളെന്തിനാ ഇവിടെത്തന്നെ താമസിക്കുന്നത്? നിങ്ങളാകെ രണ്ടുപേരല്ലേ ഉള്ളൂ — അമ്മയും നീയും. നിങ്ങൾക്ക് എവിടെ വേണമെങ്കിലും വാടകയ്ക്ക് ഒരു ഫ്ളാറ്റ് കിട്ടില്ലേ?"

"കിട്ടും. പക്ഷേ ഞങ്ങളെല്ലാവരും ഒരുമിച്ച് പല പരീക്ഷണങ്ങളും കടന്നുവന്നവരാണ്. പിന്നെങ്ങനെയാണ് മറ്റുള്ളവരെ ഉപേക്ഷിച്ച് പോവാനാവുക."

"നിന്റെ ദുഃഖങ്ങൾ വിട്. അത്തരം കാര്യങ്ങളൊക്കെ മറന്ന് ജീവിതം പുതിയ വഴിയിൽ മുമ്പോട്ട് കൊണ്ടുപോവുകയാണ് ആളുകൾ സാധാരണ ചെയ്യാറ്."

"നീ എന്താ ഇന്നെന്നോടിത്ര പരുക്കനായി സംസാരിക്കുന്നത്?"

"അങ്ങനെ തോന്നിയതുകൊണ്ട്."

അർജുൻ തലയണ കയറ്റിവെച്ച് തല സ്വൽപ്പം ഉയർത്തിവെച്ചു.

"അതെ... ഞങ്ങൾക്കീ സ്ഥലംവിടണം. ശരിക്കും വിടണം. പക്ഷേ എന്തിന്? ആരെ സന്തോഷിപ്പിക്കാൻ? എനിക്ക് ഒരു ജോലി കണ്ടെത്താവുന്നതേ ഉള്ളൂ. ജോലി കിട്ടാത്ത പലരേയും എനിക്കറിയാം, പക്ഷേ എനിക്കൊരു ജോലികിട്ടും എന്നെനിക്കുറപ്പാണ്. വേണമെങ്കിൽ എനിക്ക് സിവിൽ സർവന്റ് വരെ ആവാം."

"സ്വയം ഇങ്ങനെ പൊങ്ങച്ചം പറയാതെ".

"ഞാൻ പൊങ്ങച്ചം പറയുന്നതല്ല. സിവിൽ സർവീസിന് പോയ പലരേയും എനിക്കറിയാം. അവരിൽ പലരും എന്റെ അക്കാദമിക് റെക്കോർഡിന്റെ അത്ര ഇല്ലാത്തവരാണ്."

"നല്ല അക്കാദമിക് റിക്കോർഡ് മാത്രംപോര അതിന്. നീ നല്ല സ്മാർട്ട് ആവുകകൂടി വേണം. പ്രോബലിനെ നോക്ക്. അവൻ നിന്നെപ്പോലെ ഫസ്റ്റ് ഒന്നുമല്ല. പക്ഷേ അവന് ഒരു നല്ല, വലിയ ജോലി ഉണ്ട്."

"എനിക്കറിയാം. പക്ഷേ എനിക്കത്തരം കാര്യങ്ങളിലൊന്നും താൽപ്പര്യമില്ല. നിന്റെ സഹോദരനെ തന്നെ നോക്ക്. നിന്റെ അച്ഛൻ എത്ര അറിയപ്പെടുന്ന ഡോക്ടർ ആണ്. മകനും അങ്ങനെ ആവുക സ്വാഭാവികം. എനിക്ക് വിദേശത്ത് പോവാനും എളുപ്പം സാധിക്കും. പക്ഷേ അബനിഷദ അങ്ങനത്തെ ഒരു കാര്യവും ചെയ്യാനാഗ്രഹിക്കുന്നില്ല. പുസ്തകങ്ങളുമായി ഇരിക്കാനാണ് അദ്ദേഹത്തിന് ഇഷ്ടം. എന്റെ മാതൃക അവനാണ്. എനിക്കദ്ദേഹത്തെപ്പോലെ ആവാനാണിഷ്ടം."

"ടീച്ചർമാരും സ്റ്റുഡന്റുമാരും തമ്മിൽ അത്തരം ഒരു ധാരണ ഉണ്ടാവുന്നതിൽ ഒരത്ഭുതവും ഇല്ല. പക്ഷേ ഒരുകാര്യം ഓർക്കണം. നിങ്ങളുടെ അധ്യാപകന് സമ്പന്നനായ ഒരച്ഛനുണ്ട്. നീ ആ അവസ്ഥയിലല്ല. നീ നിന്റെ അമ്മയെ പറ്റിക്കൂടി ചിന്തിക്കണം."

"നിന്റെ കുടുംബം വലിയ സമ്പന്നരാണെന്നതിങ്ങനെ പറഞ്ഞ് ബോറടിപ്പിക്കാതെ ശുക്ലാ. ഇത്തരം അഭിമാനമൊക്കെ വലിയ മോശമാണ്."

ശുക്ല പൊട്ടിച്ചിരിച്ചുപോയി. പിന്നെ പെട്ടെന്നു തന്നെ നിർത്തി.

"എന്നെ നോക്ക്, നിന്റെ ഒപ്പം ഇവിടെ ഇരിക്കാനും അടുത്ത മുറിയിൽ പോയി നിന്റെ അമ്മയുമായി സംസാരിക്കാവുന്നതുമാണ്."

അടുത്തമുറിയിൽ നിന്നും ഒരുപാടാളുടെ ശബ്ദം കേട്ടു.

"എന്റെ അമ്മ വലിയ നാണക്കാരിയാണ്. നീ അവരുടെ അടുത്തു പോയാലും അവരത്രയൊന്നും സംസാരിക്കില്ല."

"അതു ശരിയാണ്."

"നീ ഇവിടെ ഇരിക്ക്. എനിക്ക് നിന്നെ തനിച്ചു കാണാൻ അവസരം കിട്ടാറേ ഇല്ല."

"എങ്കിൽ എന്നെ നോക്കിക്കോ.... ഞാനെന്റെ തല എങ്ങോട്ട് തിരിക്കണം? നിന്റെ നേരയോ, ജനലിനു നേരയോ?"

അർജുൻ മറുപടി ഒന്നും പറഞ്ഞില്ല. ശുക്ല കസേരയിൽ നേരെ ഇരുന്നുകൊണ്ട് അവന്റെ കണ്ണുകളിലേക്ക് നോക്കി. അവൾക്ക് ശരാശരി ബംഗാളി പെൺകുട്ടികളെക്കാൾ ഉയരമുണ്ട്. ഇന്റർ കൊളീജിയറ്റ് ടേബിൾ ടെന്നീസ് ചാമ്പ്യനാണ് അവൾ. നന്നായി അണിഞ്ഞൊരുങ്ങി, നീണ്ട മുടിയൊക്കെയായി, തന്റെ സൗന്ദര്യം ശരിക്കും ആസ്വദിക്കുന്ന തരത്തിലുള്ള ആളാണ് ശുക്ല. അവൾ സുന്ദരിയാണ്. എന്തിനാണെന്നറിയാത്ത ഒരു നഷ്ടബോധം അർജുനിൽ അനുഭവപ്പെട്ടു.

അവനൊരിക്കലും അവളെ തനിച്ച് കാണാൻ കിട്ടാറില്ല. ഒരുപാടു സുഹൃത്തുക്കളുണ്ടവൾക്ക്, മിക്കപ്പോഴും അവൾ അവരോടൊപ്പം ആയിരിക്കും. അബനിഷയെ കാണാൻ ചെല്ലുമ്പോൾ ഇടയ്ക്ക് അവളെ കാണും, അപ്പോഴും അധികമൊന്നും സംസാരിക്കാറില്ല. നീ എന്ന് ശുക്ല അർജുനനെ വിളിക്കുന്നതിൽ പ്രത്യേകിച്ച് റൊമാന്റിക് ആയി യാതൊന്നും ഇല്ല. ശുക്ല അതൊന്നും ശ്രദ്ധിക്കുന്ന ആളല്ല. അവൾ പലരേയും നീ എന്നു വിളിക്കാറുണ്ട്. അവളുടെ ഗാങ്ങിലൊക്കെപ്പെട്ട ആൺകുട്ടികളും, പെൺകുട്ടികളും പരസ്പരം 'നീ' എന്നുതന്നെയാണ് വിളിക്കുന്നത്. 'നിങ്ങൾ' എന്നു ബഹുമാനത്തോടെ വിളിക്കുന്നതിൽനിന്നും 'നീ'യിലേക്കു മാറുന്നതിൽ പ്രത്യേകിച്ച് ശൃംഗാരമൊന്നും ഇല്ല അവർക്കിടയിൽ.

"നിനക്ക് മതിയായോ?"

"ഇല്ല."

"എങ്കിൽ നീ എന്നെ ധ്യാനിച്ചങ്ങനെ ഇരുന്നൊ. ഞാൻ പോണു."

"നിന്നെ ധ്യാനിക്കയല്ലാതെ വേറെ പലതും എനിക്ക് ചെയ്യാനുണ്ട്."

"അതുശരി. എങ്കിൽ നീ സരസ്വതിദേവിയെ ധ്യാനിച്ചോ. അതു നിന്റെ തീസീസിന് ഉപകാരപ്പെട്ടേക്കും."

"പിന്നെ നീ എന്തേ ആശുപത്രിയിൽ വരാത്തത്? ഇന്നും നീ വാർഡിലേക്കൊന്നും വന്നില്ലാ?"

"എനിക്ക് എന്നും ആശുപത്രിയിൽ വരികയല്ലാതെ വേറെ പലതും ചെയ്യാനുണ്ട്."

"അതുണ്ട്. നിനക്ക് തിരക്കാണെന്നെനിക്കറിയാം."

"നിന്നോടാരാ ചെന്ന് അപകടത്തിൽ ചാടി തലപൊട്ടിക്കാൻ പറഞ്ഞത്?"

"അതും ഒരു ഭാഗ്യംതന്നെ, അല്ലേ? അതുകൊണ്ടല്ലേ നീ എന്നെ കാണാൻ വന്നത്. അല്ലെങ്കി നിന്നെ തനിച്ച് കാണാൻ കിട്ടില്ലായിരുന്നു."

കേട്ടിട്ടുള്ളതിൽവെച്ച് ഏറ്റവും വലിയ തമാശ എന്നമട്ടിൽ ശുക്ല ചിരിക്കാൻ തുടങ്ങി.

"അപ്പോ നിങ്ങൾ തല മനഃപൂർവം പൊട്ടിച്ചതൊന്നാണോ പറയുന്നത്? അവൾ ചോദിച്ചു. "എന്നെ ഒറ്റയ്ക്കു കാണാൻ ഇത്രയ്ക്ക് ആഗ്രഹമാണ് എന്ന് നേരത്തെ പറയാഞ്ഞതെന്തേ?"

അർജ്ജുൻ മറുപടി ഒന്നും പറഞ്ഞില്ല.

ശുക്ല കസേരയിൽ നിന്നും എഴുന്നേറ്റു.

"ഈ കോളനി എത്ര വലുതാണ്? എന്റെ സഹോദരൻ എപ്പോ മടങ്ങിവരും?"

"ഇരിക്ക്. അവരുടനെ വരും. നീ എന്തിനാ ഇങ്ങനെ പായുന്നത്?"

"പ്ലീസ്. നിനക്ക് മനസിലാക്കാൻ പറ്റില്ലേ? എനിക്ക് വെറേയും പണിയില്ലേ? ദിവസം മുഴുവനും ഇവിടെ ഇങ്ങനെ ഇരിക്കാനെനിക്ക് പറ്റില്ല."

"വേറെന്ത് പണി? ഇപ്പോ ക്ലാസ് ഒന്നും ഇല്ലല്ലോ....."

"ക്ലാസ് അറ്റന്റ് ചെയ്യുകയല്ലാതെ എനിക്ക് വേറെ പണി ഒന്നും ഇല്ലന്നാണോ?"

"വേറെന്ത്?"

"ഞാനിന്നൊരു സിനിമയ്ക്ക് പോണംന്ന് കരുതിയതാ. അതും വൈകും."

"ആരുടെ കൂടെയാ പോവുന്നത്?"

" ബരൂൺ പോയി ടിക്കറ്റ് എടുക്കും. ബരുണും ഞാനും പ്രോബലുംകൂടി......"

"എന്തു സുഖമുള്ള ജീവിതമാ! സിനിമക്ക് പോവുക, വെറുതെ ചുറ്റിക്കറങ്ങുക."

"ഞാനെന്റെ ജീവിതം നിങ്ങളെപ്പോലെതന്നെ പുസ്തകങ്ങൾക്കിടയിൽ പുകച്ച് തീർക്കണം എന്നാണോ നിങ്ങൾ പറയുന്നത്? അതോ അടുക്കളയിൽ പാത്രങ്ങളോടൊപ്പം കലപില കൂട്ടിക്കഴിയണോ?"

"ആ. ഞാനൊരു അബദ്ധം പറഞ്ഞുപോയി. സ്ത്രീകൾ ജോലിചെയ്യേണ്ടസ്ഥലം ഏതൊക്കെ എന്നു പറയാൻ എനിക്ക് പ്രയാസമാണ്."

ഇപ്പോഴും ശുക്ലയുടെ മുഖത്ത് ചെറിയ ചിരിയുണ്ട്. തിളക്കമുള്ള അവളുടെ കണ്ണുകൾ അർജ്ജുനിൻ തങ്ങിനിന്നു. അവളുടെ അച്ഛൻ പ്രശസ്തനായ ഒരു ഡോക്ടർ ആണ്, അയാളിപ്പോഴും പണം സമ്പാദിക്കുന്നു. ഒരു നിമിഷംപോലും അയാൾ ഫ്രീയല്ല. അവൾക്ക് ആരോഗ്യവും സൗന്ദര്യവും ബുദ്ധിയും ഉണ്ട്. അക്കാദമിക് കരിയറിൽ ഒട്ടും മോശമല്ല, അവളെപ്പോലെ ഒരു പെൺകുട്ടി ജീവിതം ആസ്വദിക്കുകയല്ലാതെ

പിന്നെന്തു ചെയ്യും? എന്നാലും എന്തൊക്കെയോ ചെയ്യാനുണ്ട്, അതാണ് അർജുന് ശരിക്കങ്ങോട്ട് മനസിലാവാത്തത്.

"എന്തൊക്കെയുണ്ട് അർജുൻ? ഒന്നു വന്നു നിന്നെ കാണാന്ന് ഞാൻ കരുതി."

മുത്തച്ഛൻ, നിഷിയായിരുന്നു അത്. ലാബോണിയയാണ് അദ്ദേഹത്തിന്റെ കൈപിടിച്ചിരിക്കുന്നത്. അർജുൻ വേഗം ബെഡിൽ എഴുന്നേറ്റിരുന്നു. കാഴ്ചയില്ലെങ്കിലും 'കാണുക' എന്ന വാക്ക് അദ്ദേഹം മറന്നിട്ടില്ല. ലാബോണിയയുടെ കൈ വിടുവിച്ച് ഒരൂഹംവെച്ച് അദ്ദേഹം അർജുന്റെ നേരെ നടന്നുചെന്നു.

"വരൂ മുത്തച്ഛാ... എനിക്ക് നല്ല സുഖമുണ്ട്. നിങ്ങൾക്കിപ്പോ എങ്ങനെ ഉണ്ട്?"

മുത്തച്ഛൻ അർജുനെ തൊടാൻവേണ്ടി കൈനീട്ടി, പക്ഷേ ശുക്ലയെ ആണ് തൊട്ടത്. മുത്തച്ഛന്റെ ഞരമ്പുകൾ പൊങ്ങിയ വിറക്കുന്ന കൈ, ശുക്ലയുടെ മൃദുലമായ കൈകളിൽ തൊട്ടു. അയാൾക്ക് പെട്ടെന്ന് കാര്യം പിടികിട്ടി, "ഈ പെൺകുട്ടി ആരാണ്?"

"എന്റെ പ്രൊഫസറിന്റെ സഹോദരിയാണ്. അവരാണ് അവരുടെ കാറിൽ ഇന്ന് എന്നെ കൊണ്ടുവന്നത്."

"ഗുഡ്. നിങ്ങളെപ്പോലെ ഉള്ളവരുടെ സഹായം ഒന്നുകൊണ്ടുമാത്രമാണ് ഞങ്ങൾക്കിവനെ തിരിച്ച് കിട്ടിയത്. ഇവന്റെ അമ്മ ഒരുപാട് സഹിച്ചിട്ടുണ്ട്. നിനക്കറിയാമോ ഇപ്പഴും അവർ സഹിക്കുകയാണ്. ഇവനത്രക്ക് നല്ല ചെറുക്കനാണ്. ആർക്കാണിവനെ ഇങ്ങനെ ഉപദ്രവിക്കാൻ കഴിയുക. എനിക്കറിഞ്ഞുകൂട. ആളുകളെങ്ങനെ ഇത്ര ക്രൂരന്മാരാവുന്നു?"

ഇടയ്ക്കുകേറി സംസാരിച്ചുകൊണ്ട് അർജുൻ അവന്റെ അസ്വസ്ഥത മറച്ചുപിടിച്ചു.

"നിനക്കറിയാമോ ശുക്ല, ബ്രിട്ടീഷ് ഭരണകാലത്ത് ഈ മുത്തച്ഛൻ വലിയ വിപ്ലവകാരിയായിരുന്നു. പൊലീസ് പീഡനംമൂലമാണ് അദ്ദേഹത്തിന്റെ ഒരു കണ്ണിന്റെ കാഴ്ചപോയത്. റിവോൾവർപോലും ഉപയോഗിച്ചിട്ടുണ്ടത്രേ ഇദ്ദേഹം."

ഈ സംസാരമെല്ലാം നടക്കുമ്പോൾ ലാബോണിയ മുറിയുടെ മൂലയ്ക്ക് നിൽക്കുകയായിരുന്നു. കണ്ണിന്റെ കോണിലൂടെ അവൾ ശുക്ലയെ ശ്രദ്ധിച്ചു. പ്രിന്റുകളുള്ള ഒരു സാധാരണ കോട്ടൺ സാരിയാണ് ലാബോണിയ ഉടുത്തിരിക്കുന്നത്, ബ്ലൗസ് ആണെങ്കിൽ ഇടയ്ക്ക് കീറിയിട്ടുണ്ട്. കീറിയത് ശുക്ല കാണാത്തവിധം ലാബോണിയ വശം തിരിഞ്ഞ് നിന്നു. ശുക്ലയുമായി കണ്ണുകൾ കൂട്ടിമുട്ടിയതും, ലാബോണിയ "എന്താ ഇരിക്കാത്തത്, നിക്കുന്നതെന്തിനാ?" എന്നു ചോദിച്ചുകൊണ്ട് കസേര ചൂണ്ടിക്കാണിച്ചുകൊടുത്തു.

ശുക്ലയുടെ മുഖത്ത് അഹങ്കാരത്തിന്റെയോ പ്രൗഢിയുടെയോ ലാഞ്ചനപോലുമില്ല. അവൾ നല്ല മാന്യവും മൃദുലവുമായി ലാബോണിയയോട് സംസാരിക്കാൻ തയാറാവുകയും ചെയ്തു.

"നീയെന്താ ഇരിക്കാത്തത്".

"ഓ, വേണ്ട പ്ലീസ്. അതൊന്നും കുഴപ്പമില്ല. ഞാനീ വീട്ടിലെ ഒരാളെപ്പോലെതന്നെയാണ്."

പക്ഷേ ശുക്ല ഇരുന്നില്ല. പകരം അവൾ ലാബോണിയയോട് കുറച്ചുകൂടി ചേർന്നുനിന്ന് സംസാരിക്കാനാരംഭിച്ചു.

"ഞാൻ നിന്നെ മുമ്പ് കണ്ടിട്ടില്ല. എന്റെ പേര് ശുക്ല മുഖർജി എന്നാണ്."

അഞ്ച്

ഒരിക്കൽ ബരുൺ നിഷ്കളങ്കമായ ഭാവംനടിച്ച് എന്നോട് ചോദിച്ചു; “അർജുൻ ഈസ്റ്റ് ബംഗാളിൽ നിങ്ങളുടെ കുടുംബം സമീന്ദാർസ് ആയിരുന്നു അല്ലേ?”

“അല്ല. ഞങ്ങൾ സമീന്ദാർസ് ഒന്നും ആയിരുന്നില്ല. ഭൂവുടമകളും ആയിരുന്നില്ല. ഈസ്റ്റ് ബംഗാളിൽ ഞങ്ങൾ വെറും പാവങ്ങൾതന്നെ ആയിരുന്നു.”

ബരുണിന്റെ അത്ഭുതം വ്യക്തമായിരുന്നു.

“എന്ത് വിചിത്രം. ഈസ്റ്റ് ബംഗാളിൽ നിന്നുള്ള എല്ലാ അഭയാർഥികളും ഭൂവുടമകളായ ഉന്നതകുലജാതരാണെന്നാ ഞാൻ കേട്ടിട്ടുള്ളത്. അവരെല്ലാംതന്നെ പാലും വെണ്ണയും ഒക്കെ ധാരാളം കഴിക്കുന്നവരാണ്, ഇവിടെ മാത്രമാണ് അവർക്കിങ്ങനെ ഒരു നാശം പിടിച്ചജീവിതം എന്നൊക്കെയാ ഞാൻ കരുതിയത്.”

അവൻ കളിയാക്കുകയാണ് എന്നത് തീർച്ച. പലരും ഭൂതകാലത്തെക്കുറിച്ച് കഥകൾ മെനയുന്നുണ്ട് എന്നത് സത്യവുമാണ്. പലരും ഇന്ത്യയിലെത്തിയശേഷം ഈസ്റ്റ് ബംഗാളിൽ ഉപേക്ഷിച്ചിട്ടുപോന്ന വസ്തുവകകളെക്കുറിച്ച് നിറംപിടിപ്പിച്ച് വിവരിക്കുന്നുണ്ട്. ഭൂതകാലത്തെ പ്രകീർത്തിക്കുക മനുഷ്യന്റെ ഒരു പ്രകൃതംതന്നെയാണ്. ഒരു തുണ്ടുഭൂമിയെങ്കിലും ഞങ്ങൾക്കെല്ലാവർക്കും അവിടെ സ്വന്തമായിട്ട് ഉണ്ടായിരുന്നു എന്നത് സത്യവുമാണ്. അതാണ് അഭയാർഥികൾ അഥവാ ഭൂരഹിതർ എന്ന തലക്കെട്ട് ഞങ്ങളെ അസ്വസ്ഥരാക്കുന്നത്.

ജീവിതം കൃഷിയുമായി ബന്ധപ്പെട്ടിരുന്നു. ഭൂമിയായിരുന്നു എല്ലാം. അതാണ് ഇപ്പോഴും മണ്ണിനോടിത്ര ബന്ധംതോന്നുന്നത്. പാകിസ്ഥാന്റെ രൂപീകരണത്തിനുശേഷം റോഡുനിർമാണത്തിലും, ഫാക്ടറി നിർമാണത്തിലുമെല്ലാം ധൃതഗതിയിലുള്ള പുരോഗതി ഉണ്ടായി. പക്ഷേ ഹിന്ദുക്ക

ളിലാരിലും അതിനോട് യാതൊരു മമതയും വളർന്നില്ല. ഒരുപക്ഷേ അമേരിക്കയിലെ കറുത്തവർഗക്കാർക്കു മാത്രമേ ഒരു രാജ്യത്തിലെ രണ്ടാം തരം പൗരന്മാർ ആയിരിക്കുന്നതിന്റെയും, സമത്വം നേടാനുള്ള ശ്രമം തുടരുന്നതിന്റെയും ഒക്കെയുള്ള ഞങ്ങളുടെ പ്രയാസങ്ങൾ ശരിക്കും മനസിലാവുകയുള്ളൂ.

എന്റെ കുടുംബത്തിനും ഭൂമിയുണ്ടായിരുന്നു. പക്ഷേ ഞാനതൊരിക്കലും കണ്ടിട്ടില്ല. പകരം വർഷത്തിലൊരിക്കൽ നല്ല വസ്ത്രംധരിച്ച ഒരു മുസ്ലീം ജെന്റിൽമാൻ വന്ന് അച്ഛന് ഭൂമിവാടക കൊടുത്തിട്ട് പോവുന്നത് ഞാൻ കണ്ടിട്ടുണ്ട്. അയാൾ ഭൂമി ഞങ്ങളിൽനിന്നും വാടകക്കെടുത്തിരിക്കുകയാണ്. പക്ഷേ വർഷാവസാനം കരംകെട്ടുന്നത് ഞങ്ങൾ തന്നെ ആണ്. അതെന്റെ തന്നെ ചെറുപ്പത്തിലെ ഉള്ള ഓർമയാണ്. കുറച്ചുകൂടി വളർന്നതിൽപ്പിന്നെ ഞാനയാളെയും കണ്ടിട്ടില്ല.

എന്തൊക്കെയാണെങ്കിലും ഞങ്ങൾ അവിടെ ഇവിടത്തേതിനേക്കാളും നല്ല സ്ഥിതിയിലായിരുന്നില്ല. അതേക്കുറിച്ച് യാതൊരു സംശയവും ഇല്ല. അവിടെ ഞങ്ങൾ ഒരിക്കലും കോൺക്രീറ്റ് ബിൽഡിങ്ങുകളിൽ താമസിച്ചിട്ടില്ല. ചുമരുകൾ മണ്ണുകൊണ്ടുള്ളതായിരുന്നു. മഴക്കാലത്ത് ഞങ്ങൾ ഒരുപാട് കഷ്ടപ്പെട്ടു. അതിനുംപുറമേ കള്ളന്മാരുടേയും കൊള്ളക്കാരുടെയും ഉപദ്രവവും. അവർ ആയുധങ്ങളുപയോഗിച്ച് വീടു തകർത്ത് അകത്തേക്കു കയറും.

കുട്ടിയായിരുന്നപ്പോൾ ഒരു കള്ളനെ കാണാനിടയായ ആ സംഭവം ഞാനിപ്പോഴും മറന്നിട്ടില്ല. രാത്രിയിൽ ഞങ്ങൾ ഒരിക്കലും റാന്തൽ അണക്കാറില്ല. അർധരാത്രിയിൽ, റാന്തലിന്റെ അരണ്ടവെളിച്ചത്തിൽ, ഒരാളെ ഞങ്ങളുടെ മുറിയിൽ ഞാൻ കണ്ടു. അയാളുടെ കറുത്തദേഹം തിളങ്ങുന്നു. അവർ വരുംമുമ്പ് അവരുടെ ശരീരത്തിൽ എണ്ണതേക്കാറാണ് പതിവ് എന്ന് പിന്നീട് ഞാൻ അറിഞ്ഞു. എനിക്ക് അന്ന് 6 വയസാണ് പ്രായം. എന്റെ ഒരുവശത്ത് എന്റെ സഹോദരൻ, മറുവശത്ത് അമ്മ. എന്റെ തൊണ്ട വരണ്ടു. അടുത്ത മുറിയിൽനിന്നും അച്ചന്റെ കൂർക്കംവലി കേൾക്കാം. ഞാൻ മാത്രമാണ് ഉണർന്നത് എന്നെനിക്കറിയാം. ആ പാവം കള്ളന് ഞങ്ങളുടെ വീട്ടിൽനിന്ന് കൂടുതലൊന്നും മോഷ്ടിക്കാനുണ്ടായിരുന്നില്ല.

അവസാനം ഞങ്ങൾ മൂന്നുപേരുംകൂടി പുതച്ചിരുന്ന ബ്ലാങ്കറ്റ് അയാൾ വലിക്കാൻ തുടങ്ങി. അയാൾ ഞങ്ങൾക്ക് മൂന്ന് അടി അകലെയാണ്. ബ്ലാങ്കറ്റ് മുഴുവനും അവൻ വലിച്ചെടുത്തപ്പോ എനിക്ക് തണുപ്പ് സഹിക്കാനായില്ല. ഞാൻ ഒരുവശത്തേക്ക് ചെരിഞ്ഞ് കിടന്ന് "അമ്മേ" എന്ന് കരഞ്ഞു. "മിണ്ടല്ലേ....." അമ്മ പറഞ്ഞു. അതിനർഥം അവരും ഉണർന്നു കിടക്കുകയാണ്. അലറിക്കരയുകയോ, അച്ഛനെ വിളിക്കുകയോ ചെയ്യുന്നതിനു പകരം കള്ളൻപോവുംവരെ ഞങ്ങൾ കാത്തിരുന്നു. ആ പ്രായത്തിലും കള്ളന്റെ ക്രൂരതയോർത്ത് എന്റെ കണ്ണുകൾ നിറഞ്ഞു. മഞ്ഞു പെയ്യുന്ന ആ രാത്രിയിലും ഒരുകുട്ടിയുടെ ബ്ലാങ്കറ്റ് മോഷ്ടിക്കാൻ അയാൾക്ക് ഒരു കുറ്റബോധവും തോന്നിയില്ല.

രണ്ടു ദിവസത്തിനുശേഷം ഞങ്ങളുടെ ഗ്രാമത്തിലെ ഒരു കുട്ടി എന്റെ കട്ടിയുള്ള മഞ്ഞ ബനിയൻ ധരിച്ചുകൊണ്ട് നിൽക്കുന്നത് ഞാൻ കണ്ടു. അത് ആ രാത്രി മോഷ്ടിക്കപ്പെട്ടതായിരുന്നു. അത് പുതിയതൊന്നുമല്ല, എന്റെ അച്ഛൻ എനിക്ക് ഒന്നരക്കൊല്ലം മുമ്പ് വാങ്ങിത്തന്നതാണ്. പക്ഷേ അതെനിക്ക് പ്രിയപ്പെട്ടതായിരുന്നു. ചില പ്രധാന ചടങ്ങുകൾക്കല്ലാതെ ഞാനത് അധികം ധരിച്ചിട്ടുപോലുമില്ല. മിക്ക സമയത്തും അമ്മ വീട്ടിൽ തുന്നിയെടുത്ത അയഞ്ഞ ടോപ്പുകളാണ് ഞാൻ ധരിച്ചിരുന്നത്. അതുകൊണ്ട് ഒരു ബനിയനോ ഷർട്ടോ ഒക്കെ എനിക്ക് വിലപ്പെട്ടതായിരുന്നു. എന്റെ ബനിയൻ ആ കുട്ടിയുടെ കൈയിൽ കണ്ടതും ഞാൻ ആ വിവരം ഓടിച്ചെന്ന് അമ്മയോട് പറഞ്ഞു. പക്ഷേ അതെക്കുറിച്ച് ആരോടും പറയണ്ടാ എന്നാണ് അമ്മ പറഞ്ഞത്. ഇല്ല, ഞങ്ങൾക്ക് പരാതിപ്പെടാൻ ഒരവകാശാവും ഇല്ല, കാരണം ഞങ്ങൾ വെറും ന്യൂനപക്ഷക്കാരാണ്. പുറമേനിന്നുള്ള ആർക്കും അടിച്ചമർത്തപ്പെടലിന്റെ ആ നൊമ്പരം മനസിലാവുകയില്ല. നമ്മുടെ സംസ്കാരത്തിന് അങ്ങനെ ഒരു കുഴപ്പമുണ്ട്, അതായത് നമ്മൾ അംഗബലത്തിന്റെ പേരിലാണ് മനുഷ്യന്റെ ശക്തി അളക്കുന്നത്.

ഒരു മൺവീട് മാത്രമായിരുന്നില്ല ഞങ്ങളുടെ പ്രശ്നം. ഭക്ഷണം മറ്റൊരു പ്രശ്നമായിരുന്നു, അത് വർഷം മുഴുവനും നിലനിന്നു. എന്റെ അച്ഛന് അദ്ദേഹത്തിന്റെ തൊഴിലിൽ ഒരു താൽപ്പര്യവും ഉണ്ടായിരുന്നില്ല. അതു മാത്രമല്ല അദ്ദേഹത്തിന് കൃത്യമായി ശമ്പളം കിട്ടിയിരുന്നുമില്ല. 1943 ബംഗാൾ ദാരിദ്ര്യത്തിന്റെ സമയത്ത് ഞാൻ ജനിച്ചിട്ടുണ്ടായിരുന്നില്ല, ആ സമയത്ത് വേവിച്ച മധുരക്കിഴങ്ങുമായി എങ്ങനെയാണ് ദിവസങ്ങൾ തള്ളിനീക്കിയിരുന്നത് എന്ന് എനിക്കെന്റെ ജ്യേഷ്ഠൻ പറഞ്ഞുതന്നിട്ടുണ്ട്. ഇടവിട്ട ദിവസങ്ങളിൽ അരികൊണ്ടുള്ള കഞ്ഞി ഉണ്ടാവും. അത് ഒരുത്സവംപോലെതന്നെ ആയിരുന്നു.

ഞങ്ങൾക്ക് മീൻകിട്ടുമായിരുന്നു. പക്ഷേ തടാകത്തിൽനിന്നോ, കനാലിൽനിന്നോ ഞങ്ങൾ മീൻപിടിച്ചുകൊണ്ടുവരുമ്പോൾ അമ്മ ദേഷ്യപ്പെടും. മീൻ വെക്കാൻ ഒരുപാട് എണ്ണവേണം. അമ്മയ്ക്ക് അത്രയും എണ്ണ എവിടുന്ന് കിട്ടാനാണ്? അതുകൊണ്ട് കൂടുതൽ മീൻപിടിക്കുന്നതും വിലക്കപ്പെട്ടു.

ചിലപ്പോഴൊക്കെ ജൈനുദ്ദീൻ മാർക്കറ്റിൽനിന്നു മടങ്ങുമ്പോൾ ഞങ്ങളുടെ വീടിനടുത്ത് വന്നുനിന്ന് അമ്മയോട് ഇന്ന് അധികം പാലുണ്ട് വേണോ എന്ന് അന്വേഷിക്കും. "എന്റെ കൈയിൽ പണമില്ല. പക്ഷേ നല്ല പഴമുണ്ട്, നീ പകരം അതെടുക്കുമെങ്കിൽ...."

അതെ. താരതമ്യംചെയ്താൽ അക്കാലത്തെക്കാളും നല്ലനിലയിലാണ് ഞാനിന്ന്. പിന്നെന്തിന് ദുഃഖിക്കണം? ഞങ്ങൾ ഗ്രാമത്തിൽത്തന്നെ ആയിരുന്നെങ്കിൽ ഏറിയാൽ ഞാനവിടത്തെ ഒരു സ്കൂൾ മാസ്റ്റർ ആയേനെ. അതിനേക്കാളും കൂടുതലായി ആഗ്രഹിക്കാനാവുമോ? എനിക്കെങ്ങനെയാണ് ഉന്നതവിദ്യാഭ്യാസത്തിന് അവസരംകിട്ടുക? എന്റെ അച്ഛന്

സ്കൂൾ ബുക്സ്പോലും മുഴുവൻ വാങ്ങാൻ ആവുമായിരുന്നില്ല. ഇനി ഞാൻ സ്കോളർഷിപ്പ് ഒക്കെ നേടി കൽക്കട്ട, ഡെൽഹി പോലത്തെ വലിയ നഗരങ്ങളിൽ ജോലിക്ക് പോയി എന്നുതന്നെ കരുതുക. പിന്നെ എനിക്കെന്നെങ്കിലും ഗ്രാമത്തിലേക്ക് മടങ്ങാനാവുമായിരുന്നോ? വരൂ അർജുൻ, നമുക്ക് സത്യം മനസിലാക്കാം, നഗരത്തിന്റെ എല്ലാ ഗുണങ്ങളും ആസ്വദിച്ചശേഷം മടങ്ങിപ്പോവാൻ മാത്രം ആത്മബന്ധം ഗ്രാമവുമായി നിനക്കുണ്ടോ? ഏറിപ്പോയാൽ രണ്ടോ മൂന്നോ വർഷം കഴിയുമ്പോൾ ബംഗാളിന്റെ ഗ്രാമഭംഗി ആസ്വദിക്കാൻ നീ പോയെന്നിരിക്കും. അല്ലങ്കിൽ മിക്കവരേയുംപോലെ വർഷാവർഷം പൂജ ആഘോഷിക്കാൻ ചെല്ലും. അല്ലങ്കി നരേഷ് അമ്മാവനെപ്പോലെ നേവിയിൽ വലിയ ജോലിയൊക്കെ നേടി രണ്ടുമൂന്നു കൊല്ലംകൂടുമ്പോ വീട്ടിലെത്തിയിട്ട് 'നിങ്ങളെന്താ ഈ പറയുന്നത്, വീട്ടിൽ ജീവിക്കുന്നതിന്റെ സന്തോഷം മറ്റൊന്നിനും ഇല്ലാന്നേ' എന്നൊക്കെ പറയും.

മടങ്ങിപ്പോവാൻ നമുക്ക് വീടുകളില്ല, നമ്മൾ ഓടിപ്പോന്നവരാണ്. അതിലാണ് വലിയ വേദന. അത് ഹൃദയഭേദകമായ ഒന്നാണ്.

ഒരു രാജ്യത്ത് ജീവിച്ച് പിന്നെ ഒരിടത്തേക്ക് കുടിയേറുന്ന മനുഷ്യസമൂഹങ്ങളെക്കുറിച്ച് ചരിത്രത്തിൽ നിങ്ങൾ വായിച്ചിട്ടുണ്ടാവും. ആര്യന്മാർപോലും പശ്ചിമ ഏഷ്യയിൽനിന്നും വന്നവരായിരുന്നു, പക്ഷേ അവരൊരിക്കലും അതിന്റെ പേരിൽ വേദനിച്ചിട്ടില്ല.

തുടർപഠനത്തിന് പ്രസിഡൻസി കോളേജിലാണ് ഞാൻ ചേർന്നത്. പക്ഷേ പണമില്ലാത്തവനായതുകൊണ്ട് അവിടെ ഞാനെന്നും അപമാനബോധം പേറേണ്ടിവന്നു. മിക്ക ആൺകുട്ടികളും കോളേജ് ഗ്രൗണ്ടിൽ പുകവലിക്കുമായിരുന്നു. ഒരു പാക്കറ്റ് സിഗരറ്റിന് അന്ന് ഒരു രൂപയോ അതിലധികമോ വിലയുണ്ട്. ക്ലാസ് ബെൽ അടിക്കുകയോ, ഏതെങ്കിലും പ്രൊഫസേഴ്സ് വരികയോ ഒക്കെ ചെയ്താൽ ഒന്നോ രണ്ടോ പുകയൂതിയിട്ട് അവർ ആ സിഗരറ്റുകുറ്റി വെറുതെ കളയും. ആ കാഴ്ച എന്നെ അസ്വസ്ഥനാക്കി. ആ സമയത്ത് ഞാനെന്റെ പോക്കറ്റിൽ കൈയിട്ട് ചില്ലറത്തുട്ടുകൾ എണ്ണിനോക്കും. അഞ്ചോ ആറോ പൈസതന്നെ എനിക്ക് വലുതായിരുന്നു. ഞാൻ എങ്ങനെയാണ് ജീവിക്കുന്നത് എന്നതിനെക്കുറിച്ച് അവർക്കൊന്നും യാതൊരു ഊഹവും ഉണ്ടായിരുന്നില്ല. ഞാൻ ഭക്ഷണത്തിനുവേണ്ടി ഇരന്നിട്ടുണ്ട്, കോളനിയിൽ ഞാൻ ചായക്കടയിലെ വെയിറ്റർ ജോലിചെയ്തിട്ടുണ്ട്. അന്നൊക്കെ ഏതെങ്കിലും കസ്റ്റമർ ഒരു 10 പൈസ ടിപ്പ് തന്നാൽ അയാളെനിക്ക് ദൈവമായിരുന്നു.

ഇന്ന് കാര്യങ്ങളൊക്കെ ഒരുപാട് മാറി. പക്ഷേ നല്ല വസ്ത്രം ധരിച്ച, പണക്കാരായ ആ ആളുകൾക്കിടയിൽക്കൂടാനാവാതെ ഒറ്റപ്പെട്ടു ജീവിച്ചു. എന്റെ ആ കലാലയദിനങ്ങളുടെ ഓർമയിൽനിന്നും എനിക്കൊരിക്കലും മോചനം നേടാനായിട്ടില്ല. ഞാനൊരു കുടിയേറ്റക്കാരനാണ് എനിക്ക് ഒരാളുമായി നല്ല കമ്പനികൂടാൻ കഴിഞ്ഞില്ല. അവരുടെ അനുഭവങ്ങൾ വ്യത്യസ്തമാണ്, ചിരിയുടെ മുഴക്കംപോലും വ്യത്യസ്തമാണ്. ക്ലാസിലിരി

ക്കുമ്പോൾപ്പോലും മറ്റുള്ളവർക്കുവേണ്ടി വസ്ത്രം തയ്ക്കുന്ന എന്റെ അമ്മയിലേക്കും, ഏതു സമയത്തും തലതിരിഞ്ഞേക്കാവുന്ന എന്റെ സഹോദരനിലേക്കും എന്റെ മനസ്സ് വഴുതിപ്പോവും. കാൽച്ചുവട്ടിൽ നിന്നും മണ്ണും വഴുതിപ്പോവുന്ന തോന്നലായിരുന്നു എനിക്ക് എപ്പോഴും.

ദീപാങ്കർ എന്ന കുട്ടിയായിരുന്നു സ്കൂൾ ഫൈനൽസിൽ ഒന്നാം സ്ഥാനത്ത്. എന്നെക്കാളും പതിനൊന്ന് പോയിന്റ് മുമ്പിൽ. വലിയ വ്യത്യാസം. സ്വാഭാവികമായും എനിക്കവനോട് അസൂയതോന്നി. അവന്റെ സ്വഭാവത്തിൽ ഒരു അധികാരഭാവവും ഉണ്ടായിരുന്നില്ല. മൃദുലഭാവക്കാരനായ ഒരാൾ. അവനിപ്പോൾ ഇംഗ്ലണ്ടിലാണ് താമസം. ഞാൻ മിക്കപ്പോഴും അവന്റെ വീട്ടിൽ പോവുമായിരുന്നു. കെയറ്റോള റോഡരികിൽ വലിയ ഒരു വീട്, അവിടത്തെ വേലക്കാർപോലും എന്നെക്കാളും നല്ലനിലയിലാണ്. ദീപങ്കർ അവന്റെ പഠിത്തത്തിലാവും. അവന് ആവശ്യമുള്ള ഏതു പുസ്തകവും വാങ്ങാൻ കഴിവുണ്ട്. അവന് നല്ല സാമർഥ്യമുണ്ട്, എന്നിട്ടും അവനു ട്യൂഷൻ എടുക്കാൻ രണ്ടു പ്രൊഫസർമാർ വീട്ടിൽത്തന്നെ ഉണ്ടായിരുന്നു. എനിക്ക് ആ പതിനൊന്ന് പോയിന്റ്സ് കൂടിയുണ്ടാവുമായിരുന്നു. പക്ഷേ ഞാൻ രാത്രിമുഴുവനും വീടുവിട്ടുപോയ എന്റെ സഹോദരനെ തേടി അലയുകയായിരുന്നു. അതുകൊണ്ട് ഞാൻ എന്നോടുതന്നെ പറയും. "ശരി ദിപങ്കർ, നീ നോക്കിക്കോ. അടുത്ത തവണ ഞാൻനിന്നെ തോൽപ്പിക്കും, അതുറപ്പണ്. ബി എസ് പി പരീക്ഷയിൽ നിന്നെ തോൽപ്പിച്ചില്ലങ്കിൽപ്പിന്നെ ഞാനൊന്നുമല്ല." അതായിരുന്നു എന്റെ ആയുധം, അതായിരുന്നു എനിക്ക് വിജയം നൽകിയിരുന്നത്. എനിക്ക് നഷ്ടപ്പെടാനാവില്ല, എനിക്ക് നഷ്ടപ്പെടില്ല, ഞാൻ ജയിക്കും.

"ലാബോണിയ ആണോ അത്? അകത്തുവാ. ലൈറ്റിട്."

"എങ്ങനെ ഉണ്ട് അർജുൻദാ, ഇന്നു പനി ഒന്നും ഇല്ലല്ലോ?"

"ഇല്ലില്ല. സുഖമുണ്ട്. നാളെത്തൊട്ട് മുറിവ് കെട്ടണ്ട. മറ്റന്നാൾ തൊട്ട് എനിക്ക് പുറത്തിറങ്ങാം. എനിക്കൊന്ന് കോളേജിൽ പോവണം."

"ആ മുറിവ് നിങ്ങളുടെ കഴുത്തിൽ കറുത്തപാടുണ്ടാക്കും, അല്ലേ?"

"അതിനെന്താ? നോക്ക്, നീ ശരിക്കും പഠിക്കുന്നുണ്ടോ? പരീക്ഷക്കിനി അധികം നാളില്ല അറിയാല്ലോ?"

"ഉണ്ട് പക്ഷേ നിങ്ങളെന്നെ ഒന്ന് നോക്ക്. എനിക്ക് കുറച്ച് സഹായം വേണമായിരുന്നു കഴിഞ്ഞ ദിവസങ്ങളിൽ, പക്ഷേ നിങ്ങളപ്പഴേക്കും തല പൊട്ടിച്ചില്ലേ."

"ശരി. നീ എന്താ നിന്റെ ബുക്സ് കൊണ്ടുവരാത്തത്, എന്താ സഹായംന്ന് ചോദിച്ചാൽ മതി പറഞ്ഞുതരാം. എന്റെ തലയേ പൊട്ടിയിട്ടുള്ളൂ, തലച്ചോറിനൊരു കുഴപ്പവും ഇല്ല. ഞാൻ നിന്നെ സഹായിക്കാം."

"അതുമതി." "നിന്റെ അമ്മ എന്തുപറയുന്നു? നാളെ ബുക്സുമായി വരണം."

"ഇല്ല. ഞാൻ നാളെ വരില്ല. ഞാനിനി ഒരിക്കലും നിങ്ങളുടെ വീട്ടിൽവരില്ല. ഞാൻ നിങ്ങളോട് മിണ്ടുകയും ഇല്ല."

"എന്തേ? എന്താ കാര്യം? ഞാനെന്തു ചെയ്തു."

"നിങ്ങളുടെ കൂട്ടുകാരി ശുക്‌ലക്ക് എന്നെ പരിചയപ്പെടുത്തിയില്ലല്ലോ?"

"എന്താ പറഞ്ഞത്? പരിചയപ്പെടുത്തുകയോ? നിങ്ങൾ രണ്ടുപേരും സംസാരിക്കുന്നത് ഞാൻ കണ്ടല്ലോ."

"അതെ. പക്ഷേ അതവരെന്നോട് സംസാരിക്കാൻ വന്നതുകൊണ്ടല്ലേ. നീ എന്നെ ഒഴിച്ച് എല്ലാരേയും അവർക്ക് പരിചയപ്പെടുത്തി. എന്തേ, ഞാനൊരു മനുഷ്യനാണെന്ന് നിനക്ക് തോന്നിയിട്ടില്ലേ?"

"ഓ, ദൈവമേ, നിനക്കെവിടന്നാ ഈ മര്യാദകളൊക്കെക്കൂടി കിട്ടിയത്? പെൺകുട്ടികൾ പരസ്പരം കണ്ടാൽ അങ്ങ് സംസാരിച്ച് തുടങ്ങും. അതിൽ പ്രത്യേകിച്ചൊന്നും ഇല്ല."

"അവൾ നിങ്ങളുടെ വലിയ സുഹൃത്താണല്ലോ. അല്ലെ അർജുൻദാ."

"ശുക്‌ലാ, ഏയ് അത്ര അടുത്ത സുഹൃത്തൊന്നുമല്ല. ഞങ്ങൾക്ക് പരസ്പരം അറിയാംന്നുമാത്രം. അവൾക്ക് പല സുഹൃത്തുക്കളും ഉണ്ട്."

"ശരി. അവൾ നല്ല സ്മാർട്ടാണ് അല്ലേ? നല്ല പണക്കാരിയാണെങ്കിലും, അതിന്റെ അഹങ്കാരമൊന്നും ഇല്ല."

"ഇല്ലന്നോ? നീ തമാശ പറയുകയാവും. അവൾ ഏറ്റവും മര്യാദക്കാവും നിന്നോട് സംസാരിച്ചിരിക്കുക. അതും അവരുടെ ഒരു അടവാണെന്ന് ഓർത്തോ."

"എനിക്കതൊന്നും അറിയില്ല. പക്ഷേ എനിക്കവളെ ഇഷ്ടമായി. ഭംഗിയുമുണ്ട്, ഹേമമാലിനിയെപ്പോലെയുണ്ട്."

"ഓ അതുശരി നിനക്കതാണല്ലേ പണി. ഹിന്ദിസിനിമ കാണുക, സിനിമാതാരങ്ങളുടെ മുഖം ഓർത്തിരിക്കുക...."

"അല്ല. എന്നെ സിനിമയ്ക്ക് കൊണ്ടുപോവാൻ ആരുണ്ട്?"

"എന്തിന് കൊണ്ടുപോണം? നിനക്ക് ടിക്കറ്റ് എടുത്ത് നടന്നുപോയാപ്പോരേ?"

"ഒറ്റക്കോ? ആരും സിനിമയ്ക്ക് ഒറ്റക്ക് പോവാറില്ല. നിങ്ങൾക്കൊന്നും അറിഞ്ഞുകൂടാ. നിങ്ങൾ ഒരിക്കലും സിനിമകണ്ടിട്ടില്ലേ?"

"ഞാനെന്നു സിനിമ കാണാനാണ്. ഉത്തംകുമാർ, സുചിത്ര സെൻ ഈ സിനിമാതാരങ്ങളൊക്കെ എനിക്ക് വെറും പേരുകളാണ്. ഞാനവരെ ഒന്നും കണ്ടിട്ടില്ല."

"ലബോൺയാ, നിന്നെ ആരോ പുറത്തുനിന്ന് വിളിക്കുന്നുണ്ട്."

"വിളിച്ചോട്ടെ. ആ വൃത്തികെട്ട ശുകൻ എപ്പഴും എന്നെ ശല്യം ചെയ്യുന്നു. നിനക്ക് സുഖപ്പെട്ടിട്ട് നീ അവനോടൊന്ന് പറയണം. നമ്മുടെ കോളനി ആകെ നശിച്ചിരിക്കുന്നു. ആണുങ്ങളൊക്കെ മഹാമോശമായിരിക്കുന്നു."

"അതവരുടെ കുഴപ്പമല്ല. അവർക്കൊന്നും ഒരു ജോലിയും ഇല്ല. യുവാക്കളായാൽ വല്ലതുമൊക്കെ ജോലിവേണം."

"ജോലി ഇല്ലാത്തതുകൊണ്ട് മാത്രമാണോ അവരിത്ര വഷളാവുന്നത്?"

"അതൊക്കെ വലിയ കുഴപ്പമാണ്. നിനക്ക് മനസിലാവില്ല."

"ശരി. നിനക്ക് വേഗം ഒരു ജോലി കണ്ടുപിടിച്ച് വല്ലയിടത്തും പോവാമല്ലോ. പക്ഷേ ഞങ്ങൾ ഈ നരകത്തിൽ തന്നെ ബാക്കിയും ജീവിച്ച് തീർക്കണം."

"നിനക്കും പോവാല്ലോ. കല്യാണം കഴിഞ്ഞാൽ പോയ്ക്കൂടേ?"

"അതെ. പക്ഷേ എങ്ങോട്ട്? ഇതുപോലത്തെ വല്ലടത്തേക്കും. അതല്ലങ്കി ഞാൻ പിന്നെ പൂർണിമയെപ്പോലെ ആവണം."

"പൂർണിമാ? ഓ.... അവൾ എന്തുചെയ്തു? അവൾക്കെന്താ ജോലി ഇല്ലെ?"

"പൂർണിയെ വിട്ടേക്ക്. നമുക്ക് ശുക്ലാദിയെപ്പറ്റി സംസാരിക്കാം."

"എന്ത്? അവളിപ്പഴേ നിന്റെ സഹോദരി ആയോ?"

"അവർ വേറേതോ ലോകത്തുള്ളവരാണെന്നുതോന്നും അല്ലേ? ദൈവം അവർക്ക് എല്ലാം കൊടുത്തു. നമ്മളെപ്പോലുള്ളവർക്ക് ദൗർഭാഗ്യങ്ങളല്ലാതെ മറ്റൊന്നും ഒട്ടില്ലതാനും."

"ലാബോണിയ ഇങ്ങനെ അസൂയപ്പെടാതെ. ഒരുപക്ഷേ ഒരു ദിവസം നിനക്കും അവരെപ്പോലെ ആ ഭാഗ്യമൊക്കെ കിട്ടും."

"ലോട്ടറി അടിച്ചാ ചിലപ്പോ ആ ഭാഗ്യമൊക്കെ എനിക്കും കിട്ടും. പക്ഷേ എനിക്ക് ശുക്ലയെപ്പോലെ സുന്ദരി ആവാനാവുമോ? തലമുറകളായി പണമുള്ളവർക്ക് നല്ല ഭംഗിയും ഉണ്ടാവും കാഴ്ചയിൽ."

"നിനക്കെന്താ പരാതി? നീ നല്ല ഭംഗിയുള്ള കുട്ടിയാണ്. അതെല്ലാരും പറയുന്നില്ലേ? നീ ഒരു സുന്ദരി ആണെന്നാണ് എനിക്ക് തോന്നീട്ടുള്ളത്. വെളുത്തനിറം മാത്രമല്ല സൗന്ദര്യം."

വിഡ്ഢിത്തം. എന്നെ കാണാനെങ്ങനെ ഉണ്ടെന്ന് എനിക്കറിയാം. ശുക്ലാദിക്ക് കുറേ ഫ്രണ്ട്സ് ഉണ്ടെന്ന് നിങ്ങൾ പറഞ്ഞില്ലേ. ഞാനൊരു കാര്യം പറയാം. എനിക്ക് ഒറ്റ ഫ്രണ്ടുപോലും ഇല്ല. എല്ലാരും എന്നെ എങ്ങനേലും ഒഴിവാക്കും. നിങ്ങൾ ചിരിക്കണ്ട. നിങ്ങൾ വെറുതെ പുസ്തകത്തിൽ ജീവിക്കുകയാണ്. നിങ്ങൾക്കൊന്നും അറിഞ്ഞുകൂടാ. എന്നെപ്പോലെയുള്ള പെൺകുട്ടികൾ സ്വയം നശിക്കാതെ സൂക്ഷിക്കാൻ എത്ര പാടുപെടുന്നു എന്നു നിങ്ങൾക്കറിയാമോ?"

"ശരി. നിർത്ത്. നീയിപ്പോ ഓടിപ്പൊയ്ക്കോ. ആരോ നിന്നെ വിളിക്കുന്നുണ്ട്. മിക്കവാറും നിന്റെ അമ്മയാവും അത്."

•

ഞാൻ വളരെ കുറച്ച് ദിവസങ്ങൾ മാത്രമേ ശുക്ലയ്ക്ക് വീട്ടിൽവെച്ച് ട്യൂഷൻ എടുത്തിട്ടുള്ളൂ. പിന്നെ അവളത് തുടരാൻ ആഗ്രഹിച്ചില്ല. പക്ഷേ ഞാനവരുടെ വീട്ടിൽ പോക്ക് തുടർന്നു. അബനിഷാദയെപ്പോലത്തെ ഒരാളുടെ സഹായമില്ലാതെ എന്റെ ഗവേഷണം തുടരാൻ എനിക്ക് സാധി

ക്കുമായിരുന്നില്ല. അദ്ദേഹത്തെപ്പോലെ ഒരാളുടെ പ്രീതിക്ക് പാത്രമാവാനായത് എന്റെ ഒരു ഭാഗ്യമാണ്.

അബനിഷാദയുടെ വീടുനിറയെ ആളുകളായിരിക്കും എപ്പോഴും. അതിഥികൾ വന്നും പോയും ഇരിക്കും. മുമ്പിലെ രണ്ടു മുറികൾ അബനിഷാദയുടെ അച്ഛനെ കാണാൻ വരുന്ന രോഗികൾക്കുള്ളതാണ്. അവിടെ എപ്പോഴും ആൾക്കൂട്ടമുണ്ടാവും. അബനിഷാദക്ക് മറ്റ് നാലു സഹോദരങ്ങളും മൂന്നു സഹോദരിമാരും ഉണ്ട്. അവരുടെ സുഹൃത്തുക്കൾ വന്നാൽ അവർ നേരെ മുകൾനിലയിലേക്കു വരും. എല്ലാവർക്കും സ്വന്തം സ്വന്തം മുറികളുണ്ട്. സുഹൃത്തുക്കൾക്ക് പുറമേ ബന്ധുക്കളും മറ്റും വന്നും പോയും ഇരിക്കും. ഓരോ ദിവസവും ഭക്ഷണത്തിന് എത്ര പേരുണ്ടാവും എന്നുപോലും കണക്കില്ല.

അവസരങ്ങളും സാധ്യതകളും ഒരുപാടുള്ളതുകൊണ്ട് പണക്കാരുടെ മക്കളൊക്കെ ദുർനടപ്പുള്ളവരായിരിക്കും എന്നൊരു തെറ്റിദ്ധാരണ എനിക്ക് പണ്ട് ഉണ്ടായിരുന്നു. പക്ഷേ അബനിഷാദയുടെ വീട്ടിലെ കാര്യങ്ങൾ അങ്ങനെ ഒന്നും ആയിരുന്നില്ല. അവരുടെ അച്ഛന് ഒന്നും ശ്രദ്ധിക്കാൻ നേരമില്ലാഞ്ഞിട്ടുകൂടി, അവരെല്ലാവരും നന്നായി പഠിച്ചു, നന്നായി വളർന്നു, നല്ല ബുദ്ധിയും ഉണ്ട്. എതിർലിംഗക്കാരുമായി ഇടപഴകാൻ ധാരാളം അവസരങ്ങളുണ്ടായിട്ടും അവരെ ആരെയുംകുറിച്ച് യാതൊരു അപവാദവും കേട്ടിട്ടേ ഇല്ല. അതൊരു വല്ലാത്ത പ്രതിഭാസം തന്നെ ആണെന്ന് ഞാൻ കരുതി.

പക്ഷേ ആ സഹോദരങ്ങളാരും ശുക്ലയുടെ അത്ര നിർദയർ ആയിരുന്നില്ല. ഞാനെപ്പോ അവിടെ ചെല്ലുമ്പോഴും അവളുടെ മുറിനിറയെ സുഹൃത്തുക്കൾ ഉണ്ടാവും. അവരെപ്പോഴും പിക്നിക്കിനോ സിനിമക്കോ പോവാനൊരുങ്ങുകയാവും. പാർട്ടിക്കുള്ള ക്ഷണങ്ങൾ സാധാരണം. അതിന്റെയൊക്കെ ഇടയിലെങ്ങനെ ആണവൾ പഠിക്കാൻ സമയം കണ്ടെത്തുന്നത് എന്നു ഞാൻ അതിശയിച്ചു. പക്ഷേ അവളതും നന്നായി ചെയ്തു. ഒരിക്കലും തനിച്ച് കാണാത്ത ഒരു വ്യക്തിയാണ് ശുക്ല. "നിനക്കറിയാമോ ശുക്ല നിന്റെ ട്യൂഷൻ വേണ്ടാന്നുവെക്കാൻ എന്താ കാരണം എന്ന്? നിന്നെപ്പോലെ ഒരു യുവാവ് ട്യൂഷനെടുക്കുന്നതു കണ്ടാ അവളുടെ ബോയ്ഫ്രണ്ട്സിന് അസൂയയായാലോ വിഷമമായാലോ എന്നൊക്കെ ഭയന്നിട്ടാണത്രെ!" ചിരിയോടെ ഒരു ദിവസം അബനിഷാദ പറഞ്ഞു.

അവൾക്ക് അക്തർ എന്ന ഒരു സുഹൃത്തുണ്ട്. അവർ തമ്മിൽ വിവാഹം കഴിച്ചേക്കും എന്നും ഞാൻ കരുതിയിരുന്നു. അവരുടെ കുടുംബത്തിലങ്ങനെ മുസ്ലീം വിരോധമൊന്നുമില്ല. ഈ വിവാഹത്തിന് ഒരെതിർപ്പും ഉണ്ടാവാനിടയില്ല. മാത്രവുമല്ല ആരെങ്കിലും എതിർത്താൽ നിർത്തുന്നതരത്തിലുള്ള കുട്ടിയുമല്ല ശുക്ല. അക്തറും ശുക്ലയും നല്ല ചേർച്ചയായിരുന്നു. സ്വഭാവവും ചേരും.

മുസ്ലീം ആയിട്ടും അക്തറിന് ഇന്ത്യൻ ജീവിതം ഒരു തടസവും ഉണ്ടാക്കിയില്ല. പണക്കാർക്ക് ഒരു രാജ്യത്തും ഒന്നും പ്രശ്നമല്ല. എല്ലാം പാവപ്പെട്ടവരാണ് സഹിക്കേണ്ടുന്നത്.

എനിക്ക് ബാദൽ എന്ന കുട്ടിക്കുകൂടി ട്യൂഷൻ എടുക്കാനുണ്ടായിരുന്നു. ഒരുദിവസം എന്റെ സഹായം വേണം എന്നുംപറഞ്ഞ് അവൻ അവന്റെ സുഹൃത്ത് മിസനൂറിനെക്കൂടി കൂട്ടിക്കൊണ്ടുവന്നു. മിസനൂർ ചേരിയിലാണ് താമസിച്ചിരുന്നത്. ഈ കുട്ടി എങ്ങനെ എങ്കിലും പഠിച്ച് സ്വയം പര്യാപ്തനാവാൻ നോക്കുകയാണ്. അച്ഛന് ഒരു ചെറിയ ജോലിയേ ഉള്ളൂ. 1964 ലെ കലാപത്തിൽ അവന്റെ മൂത്ത സഹോദരൻ കൊല്ലപ്പെട്ടു. അയാളുടെ മൂന്നു കുട്ടികളും ഭാര്യയും അനാഥരാക്കപ്പെട്ടു.

ഭയംനിറഞ്ഞ അവന്റെ മുഖം എന്നെ ഈസ്റ്റ് ബംഗാളിലെ എന്റെ കുട്ടിക്കാലത്തെ ഓർമിപ്പിച്ചു. എനിക്കവനോട് തുറന്ന് സംസാരിച്ച് അവന്റെ പ്രശ്നങ്ങൾ മനസിലാക്കണമെന്നുണ്ടായിരുന്നു. അവന്റെ പ്രശ്നങ്ങൾക്ക് പരിഹാരം കാണാൻ അവനൊപ്പം നിൽക്കണം. ഒരു മുസ്ലീം ആണെന്നു കരുതി ഇന്ത്യയിൽ ഒരു രണ്ടാംതരം പൗരനാവാൻ മിസ്നൂർ ഒരുക്കമല്ല.

ബി എസ് സി ഡിഗ്രി നേടിയാൽപ്പോലും ഇവിടെ ഒരു ജോലി വാങ്ങുക എന്നത് മിസ്നൂറിന് എളുപ്പമാവില്ല എന്നെനിക്ക് ബോധ്യമായി. അവൻ പാകിസ്ഥാനിൽകൂടി അവസരങ്ങൾ തിരയേണ്ടതുണ്ട്. അവിടെ എത്തിയാൽ അവന് ന്യൂനപക്ഷമാവേണ്ടതില്ല. അവൻ വെള്ളത്തിലെ മത്സ്യത്തെപ്പോലെ സ്വതന്ത്രനാവും.

ഒരുപക്ഷേ ഒരു മില്യൺ മുസ്ലീങ്ങൾക്കിടയിൽനിന്നും ഒരാൾക്ക് ഇന്ത്യൻ പ്രസിഡന്റാവാൻ സാധിക്കുമായിരിക്കും. പക്ഷേ മറ്റുള്ളവർ, കർഷകരും തൊഴിലാളികളും തികഞ്ഞ അരക്ഷിതാവസ്ഥയിൽത്തന്നെ തുടരും. ഞാൻ രാഷ്ട്രീയത്തിലിടപെട്ടുകൊണ്ടിരിക്കുന്നു. ഭൂമിയില്ലാത്തവർക്ക് ഭൂമി നേടിക്കൊടുക്കുന്നതോ, തൊഴിലാളിപ്രസ്ഥാനങ്ങളോ ഒന്നും ആയിരിക്കില്ല എന്റെ മുൻഗണന. ഇന്ത്യൻ ജനങ്ങൾക്കിടയിൽനിന്നും മതത്തിന്റെ പേരിലുള്ള ചേരിതിരിവുകളെ ഉന്മൂലനം ചെയ്യാനാവും ഞാനാദ്യം ശ്രമിക്കുക. അതാണ് ഏറ്റവും അത്യാവശ്യം. ഈസ്റ്റ് ബംഗാളിലെയും വെസ്റ്റ് ബംഗാളിലെയും ജനങ്ങൾ മുസ്ലീങ്ങളും ഹിന്ദുക്കളും എന്നതിനപ്പുറം തങ്ങൾ ബംഗാളികളാണ് എന്ന് സ്വയം വിശ്വസിക്കാത്തിടത്തോളം കാലം ഈ പ്രശ്നം അവസാനിക്കുകയില്ല.

കോളേജിൽ പഠിച്ചിരുന്ന കാലത്ത് വലിയ റസ്റ്റോറന്റുകളിലെ ഡൈനിങ് ടേബിൾ മാനേഴ്സ് ഒന്നും എനിക്കറിയില്ലായിരുന്നു. കോളേജുപഠനത്തിന്റെ അവസാനമായപ്പോഴേക്കും ബിമൻ എന്ന ഒരു കുട്ടി എന്നെ ഇടയ്ക്കിടെ പുറത്തേക്ക് ക്ഷണിക്കുമായിരുന്നു. എന്നെ മാത്രമല്ല ഞങ്ങളെ എല്ലാവരേയും. ബിമൻ ഒരിക്കലും ഞങ്ങളെ ഒന്നും ബിൽ പേ ചെയ്യാൻ സമ്മതിക്കുമായിരുന്നില്ല. അയാൾ അസാധാരണമാംവിധത്തിൽ പണം ചിലവാക്കി. വെയിറ്റേഴ്സിന് അയാൾ രണ്ടു മുതൽ നാലു രൂപവരെ ടിപ്പ് കൊടുത്തു. താമസിയാതെ തന്നെ ഈ ധൂർത്തിന്റെ കാരണം എനിക്ക് പിടികിട്ടി. അയാൾ ഈസ്റ്റ് ബംഗാളിൽനിന്നുള്ള ഭൂവുടമയുടെ മകനാണ്.

ഒരുദിവസം സുഹൃത്തുക്കളോടൊത്ത് ഇറങ്ങാൻനേരം റെസ്റ്റോറന്റിൽവെച്ച് കണ്ണട ധരിച്ച ഒരു സ്ത്രീ എന്നെ വിളിച്ചു. “അർജുൻ അല്ലേ? നിനക്കെന്നെ മനസിലായോ?”

എനിക്കവരെ മനസിലായില്ല, ഞാൻ അപരിചിതഭാവത്തിൽ നോക്കി. സ്ത്രീകളുമായി ഇടപഴകാൻ എനിക്ക് കൂടുതൽ അവസരം കിട്ടിയിട്ടുമില്ല. ഈ സ്ത്രീയെ എനിക്കൊട്ടും അറിയില്ല. അവർ എന്നെ കുറേസമയം നോക്കിനിന്നു. പിന്നെയും സംസാരിച്ചു.

“അപ്പോ നീ എന്നെ ഓർക്കുന്നില്ല? നീ അർജുൻ അല്ലേ? അല്ലേ? എന്നാണ് നിങ്ങളൊക്കെ ഇവിടെ വന്നത്?”

അവസാനം, ഒരു സംശയത്തിനും ഇടയില്ലാത്തവണ്ണം എനിക്കവരെ പിടികിട്ടി. അവസാനത്തെ ആ വാക്കുകളിൽ എനിക്കവരെ വ്യക്തമായി. കമലാതി, അമലാതിയുടെ സഹോദരി. ഞങ്ങളുടെ ഗ്രാമത്തിലെ ദത്താ കുടുംബത്തിലെ മകൾ. എന്റെ ശരീരത്തിലൂടെ ഒരു വിറയൽ കടന്നുപോയി. മുന്തിരിമരം, കനാൽ, ആളൊഴിഞ്ഞ ആൽമരം എല്ലാം എന്റെ കൺമുമ്പിൽ തെളിഞ്ഞു.

കമലാതി എന്നെ അവരുടെ ഭർത്താവിന് പരിചയപ്പെടുത്തി. അവർ രണ്ടുപേരും കോളേജധ്യാപകരാണ്. ഞങ്ങളുടെ ഗ്രാമത്തിലെ ഒരു പെൺകുട്ടി സന്തോഷത്തോടെ കൽക്കട്ടയിൽ ജീവിക്കുന്നു എന്ന അറിവ് എന്നെ വളരെ സന്തുഷ്ടനാക്കി.

“നീ എന്തൊരു കുട്ടിയായിരുന്നു, ഞാൻ നിന്നെ അവസാനം കാണുമ്പോ.... ഇപ്പം നീ വളർന്നു, നന്നായിരിക്കുന്നു. നന്നായിത്തന്നെ വളർന്നു. നിന്റെ സഹോദരന് എങ്ങനെ ഉണ്ട്?”

ഞാൻ മറുപടി ഒന്നും പറഞ്ഞില്ല. കണ്ണുനീർ എന്നെ .....

എന്റെ സഹോദരൻ ജീവിച്ചിരിപ്പില്ല, അമലാതിയും. ഒരുപാടു കാര്യങ്ങൾ. കണ്ണുനീർ എന്റെ നെഞ്ചെരിച്ചു. പക്ഷേ ആരാണ് ആവശ്യമില്ലാതെ ജീവൻകളഞ്ഞ അവരുടെ ജീവിതം മടക്കിക്കൊടുക്കുക?

ഒരു ദിവസം ഞാൻ സുബിമൽ ബാബുവിനെ ഓർത്തു. ഒരിക്കൽ എന്റെ സുഹൃത്ത് ദിപൻകർ എന്നെ അവന്റെ സഹോദരിയുടെ വീട്ടിലേക്ക് കൂട്ടിക്കൊണ്ട് പോയി. അവന്റെ സഹോദരി ഭർത്താവ് ജോദപൂർ പാർക് ഒരു വലിയ വീട് പണിതിട്ടുണ്ട്. സുബിമൽ ബാബുവിന് ഒരു അലൂമിനിയം ഫാക്ടറി ഉണ്ട്. അവിടെ എല്ലാവരും ഈസ്റ്റ് ബംഗാൾ ഉച്ചാരണമാണ് ഉപയോഗിക്കുന്നത് എന്നത് എന്നെ അത്ഭുതപ്പെടുത്തി. പുറത്ത് എല്ലാവരും ഏറ്റവും നല്ല കൽക്കട്ടാ ഭാഷതന്നെ പറയും, പക്ഷേ വീട്ടിൽ സ്വന്തം പ്രാദേശികഭാഷാ ശൈലിയിലാണ് പറയുക. പ്രാദേശികഭാഷ പൂർണമായും സ്വാഭാവികമായി ഉണ്ടാവുന്നതല്ല, അത് ഒരു പുതിയ ഭാഷ അംഗീകരിക്കാനുള്ളതിന്റെ ശ്രമഫലമായി ഉണ്ടാവുന്നതാണ്. സുബിമലിന്റെ കുടുംബത്തിന് 1947 ൽ ഈസ്റ്റ് ബംഗാളുമായി ബന്ധമുണ്ട്. കുറച്ച് പണം കൊണ്ടുവന്നു, പിന്നെ അവർ ഇന്ത്യയിൽ വിജയകരമായി ബിസിനസ് നടത്തി. പക്ഷേ രാജ്യത്തോടുള്ള അവരുടെ ബന്ധം അവർ 23

വർഷങ്ങൾക്ക് മുമ്പ് ഉപേക്ഷിച്ചു. "നമ്മൾ ഈസ്റ്റ് ബംഗാളികൾക്കിടയിൽ ഒരുപാട് ബുദ്ധിശാലികൾ ഉണ്ട്" എന്നുംമറ്റുമുള്ള പരാമർശങ്ങൾ എല്ലാ അവസരത്തിലും നിങ്ങൾക്ക് കേൾക്കാം.

ഞാൻ ഫരിദ്പൂരിൽ നിന്നാണ് എന്നു കേട്ട ഉടനെ സുബിമാൽ ഓടി വന്ന് എന്നെ ആലിംഗനം ചെയ്തു. "വീട്ടിൽനിന്നുള്ള ഒരാളുമായി ഇത്ര അടുത്ത് സംസാരിക്കാനായത് വലിയ സന്തോഷംതന്നെ" അദ്ദേഹം പറഞ്ഞു, അസാധാരണമായ സന്തോഷത്തിൽ നിന്നുമാണ് ആ വാക്കുകൾ പുറത്തുവന്നത്.

എന്തൊക്കെ ആണെങ്കിലും എനിക്ക് സുബിമലിന്റെ കുടുംബത്തോട് യാതൊരടുപ്പവും തോന്നിയില്ല. മാത്രവുമല്ല ആ സന്ദർശനം എനിക്ക് അസുഖകരമായാണ് തോന്നിയത്. ഒരുപക്ഷേ ഞങ്ങൾ രണ്ടുകൂട്ടരും ഫരിദ്പൂർ ജില്ലയിൽ ഉള്ളവരാവണം, പക്ഷേ ഞങ്ങളിൽ സമാനതകൾ ഒന്നുംതന്നെ ഇല്ലായിരുന്നു.

ഒരുതവണ ദുഃഖത്തോടെ സുബിമൽ ഇങ്ങനെ പറഞ്ഞു: "ഈ വിഭജനം ബംഗാളിന്റെ സംസ്കാരത്തിനും ഭാഷയ്ക്കും വലിയ ദ്രോഹമാണ് ചെയ്തത്. പാകിസ്ഥാൻ ഉണ്ടായി എന്നത് ഒരു നല്ല കാര്യംതന്നെയാണ്. ഈസ്റ്റ് ബംഗാളിലെ ഹിന്ദുക്കൾ മുസ്ലീങ്ങളെ ഭയാനകമാംവിധത്തിൽ അടിച്ചമർത്തിയിരിക്കുകയാണ്. അവർക്ക് വിദ്യാഭ്യാസം നേടാനോ നല്ല ജോലി നേടാനോ ഒന്നും അവർ അവസരം നൽകുന്നില്ല. മുസ്ലീങ്ങളുമായി ശരീരം തൊട്ടുപോവുന്നതുപോലും അവർ പാപമായാണ് കാണുന്നത്. മുസ്ലീമിന്റെ കൈയിൽനിന്നും ഒരു ഗ്ലാസ് വെള്ളംപോലും അവർ സ്വീകരിക്കില്ല. ഇപ്പോ അവിടത്തെ മുസ്ലീങ്ങളെ ഒന്ന് നോക്കൂ, അവർ കൈവരിച്ച അഭൂതപൂർവമായ പുരോഗതി ഒന്ന് കാണൂ. അവരുടെ പയ്യന്മാരാണ് ബംഗാളിഭാഷയ്ക്കുവേണ്ടി ജീവത്യാഗം ചെയ്തത്." ഞാനെല്ലാം നിശബ്ദമായി കേട്ടു. ഒറ്റവാക്കുപോലും മിണ്ടിയില്ല.

അദ്ദേഹവും അഭയാർഥികളെക്കുറിച്ച് ചോദ്യമുയർത്തി. പഞ്ചാബിൽ നിന്നുള്ളവർ ആരാധിക്കപ്പെടേണ്ടവരാണ്. പക്ഷേ ഈസ്റ്റ് ബംഗാളിൽനിന്നുള്ളവർ വകയ്ക്കുകൊള്ളാത്തവർ — അതായിരുന്നു സംസാരത്തിന്റെ സാരം. ബംഗാളികൾ ഒരിക്കലും സ്വയംപര്യാപ്തി നേടിയില്ല. അവർക്ക് യാതൊരു സ്വയം ബഹുമാനവും ഇല്ല. അയൽരാജ്യത്തിലെ നേതാക്കന്മാരെയും ഭരണകൂടത്തെയും കുറ്റപ്പെടുത്തി. രണ്ടരമണിക്കൂർ നേരത്തെ ഇളക്കിമറിച്ച പ്രസംഗം.

പക്ഷേ അതെന്നെ ഉണർത്തിയതേ ഇല്ല. അതൊരു വിദേശിയുടെ സംസാരംപോലെയായിരുന്നു എനിക്ക്. ഞാൻ പ്രസിഡൻസി കോളേജിലെ മിടുക്കനായ ഒരു സ്റ്റുഡന്റ് ആണ്, അയാളുടെ ഭാര്യാസഹോദരന്റെ സുഹൃത്തുമാണ്. അതുകൊണ്ട് അയാൾക്കെന്നെ അസ്വസ്ഥതപ്പെടുത്തുന്നതിന് ബുദ്ധിമുട്ടില്ല. പക്ഷേ റയിൽവേ സ്റ്റേഷനിലെ പ്ലാറ്റ്ഫോമിൽ കിടക്കുന്നവരോടും അദ്ദേഹം ഇതുതന്നെയാവുമോ ചെയ്യുക? ബാലിഗംജും ന്യൂ ആലിപൂരും എല്ലാം പണക്കാരായ ഈസ്റ്റ് ബംഗാളികൾ

ആണ്, അവരൊന്നുംതന്നെ അവരുടെ നാട്ടുകാരെ രക്ഷിക്കാൻ ഒരു വിരലുപോലും അനക്കിയില്ല. പഴയകാലത്തെ ഓർത്ത് നിലവിളിക്കുക മാത്രമാണ് അവർ ആകെ ചെയ്തത്.

സുബിമാൻ ബാബു ഈസ്റ്റ് ബംഗാളിലെ നദികളെക്കുറിച്ചൊക്കെ പിന്നെയും എന്തൊക്കെയോ പറഞ്ഞു. പക്ഷേ ഞാനദ്ദേഹത്തെ ശ്രദ്ധിക്കുന്നത് നിർത്തിയിരുന്നു. എന്റെ കണ്ണുകൾ പുറത്ത് പരതുകയായിരുന്നു. ബാൽക്കണിയിൽ സബിമൽബാബുവിന്റെ രണ്ടു കുട്ടികൾനിന്നു കളിക്കുന്നു. വെണ്ണകൊണ്ടുണ്ടാക്കിയ പാവകൾപോലെ രണ്ട് കുട്ടികൾ. ഞങ്ങളുടെ കുട്ടിക്കാലത്ത് ഞങ്ങളെന്തെല്ലാം സഹിച്ചു എന്ന് ഞനോർത്തുപോയി. കുട്ടികളുടെ വിഷമങ്ങൾ മുതിർന്നവരേതിനെക്കാളും ഹൃദയഭേദകമാണ്. ഞങ്ങളുടെ കുട്ടിക്കാലം, ഞങ്ങൾക്കേറെ പ്രിയപ്പെട്ടത് — ഒരുപാട് കഷ്ടപ്പാടുകളിലൂടെയാണ് കടന്നുപോന്നത്. ഈ കുട്ടികളെ എങ്കിലും സന്തോഷത്തിന്റെ മധുരം നുണയാൻ അനുവദിച്ചേതീരൂ എന്ന് അവിടെ ഇരുന്നുകൊണ്ട് ഞാൻ ചിന്തിച്ചു.

ആറ്

ദിബ്യക്ക് ഗുഗുഡങ്കയ്ക്കടുത്തുള്ള ഒരു ഫാക്ടറിയിൽ ജോലി ഉണ്ടായിരുന്നു. പക്ഷേ കഴിഞ്ഞ 6 മാസങ്ങളായി അവൻ തൊഴിൽരഹിതനാണ്. ഫാക്ടറി പൂട്ടിയിരിക്കുന്നു. അടുത്തൊന്നും തുറക്കില്ലെന്നു തോന്നുന്നു കണ്ടിട്ട്. അവൻ വേറെ പലേടത്തും ജോലി തിരഞ്ഞു, പക്ഷേ തൊഴിൽരംഗം വളരെ ടൈറ്റ് ആയിരുന്നു.

ഉത്സാഹവാനായ ഒരു യുവാവ്, അവന് അവന്റെ നേരംകളയാൻ ഒന്നും ചെയ്യാനുണ്ടായിരുന്നില്ല. ഹരൻ എന്ന ടാക്സി ഡ്രൈവർ ദിബ്യയെ സഹായിയായി കുറച്ച് ദിവസം കൊണ്ടുനടന്നു. അയാൾക്ക് രാത്രി 8 മണിക്ക് ശേഷം ദിബ്യയെപ്പോലെ ഒരു സഹായിയെ ആവശ്യമുണ്ട്. പക്ഷേ അത് കുറച്ച് ദിവസങ്ങൾ കഴിഞ്ഞപ്പോൾ ദിബ്യക്ക് ഇഷ്ടപ്പെട്ടില്ല. ഹരന്റെ അടുത്തുനിന്നും ഡ്രൈവിങ് പഠിക്കുക എന്നതായിരുന്നു ദിബ്യയുടെ താൽപ്പര്യം. എന്നാലവനും ടാക്സി ഓടിക്കാം. പക്ഷേ ഹരന് അതിനൊന്നും സമയമുണ്ടായിരുന്നില്ല.

അവൻ സ്കൂളിൽ അത്ര മോശമൊന്നും ആയിരുന്നില്ല. പക്ഷേ ഗ്രാമംവിട്ടോടിപ്പോന്ന് ഇവിടെ വന്ന് താമസമാക്കുന്നതിനിടയ്ക്ക് അവന് രണ്ട് വർഷം നഷ്ടപ്പെട്ടു. പിന്നെ സ്കൂളിൽ മടങ്ങി എത്തിയപ്പോൾ അവന് തുടർച്ച കിട്ടിയില്ല. അർജ്ജുനനേക്കാളും മൂത്തതാണങ്കിലും അർജ്ജുന്റെ ക്ലാസിലാണ് പിന്നെയവന് പ്രവേശനം കിട്ടിയത്. അർജ്ജുൻ ക്ലാസിൽ ഫസ്റ്റ് ആയിരിക്കെ, തോറ്റുപോയതിലുള്ള നാണക്കേടോർത്ത് ദിബ്യ സ്കൂളും പഠനവും അവസാനിപ്പിച്ചു. അതിനുശേഷം അവൻ ഫാക്ടറിയിൽ ജോലിക്ക് ചേർന്നു.

കഴിഞ്ഞ ഇലക്ഷന് മുമ്പ് അവൻ എല്ലാ രാഷ്ട്രീയപ്പാർട്ടിക്കാരുടേയും ലക്ഷ്യമായിരുന്നു. അവരവനെ ഇഷ്ടംപോലെ ഊട്ടി, പണവും നൽകി. അന്നാണ് തനിക്ക് എന്തൊക്കെയോ പ്രത്യേകതകൾ ഉണ്ട് എന്ന്

ദിബ്യക്ക് തോന്നിയത്. ഇപ്പോ അവന് ചായക്കടയിൽപ്പോയി പണംകൊടുക്കാതെ ചായ കുടിക്കാം, റേഷൻകടയിൽ പോയി പഞ്ചസാരവാങ്ങാം. ആരെങ്കിലും പണം ചോദിച്ചാൽ, അവൻ കഴുത്തിലെ മസിലുകൾ തടവി അവരെ തുറിച്ച് നോക്കിക്കൊണ്ട് ഇങ്ങനെ പറയും; "നിന്റെ പണംനിനക്ക് നേരത്തിനുതന്നെ കിട്ടും, എന്താ ഇത്ര ധൃതി? ഹോ? എന്താ തിരക്ക്?" അവർ പിന്നെ ഒന്നും പറയില്ല.

ദിബ്യക്ക് ഒരുകൂട്ടം പിന്തുണക്കാരെയും കിട്ടി. അവരെ എപ്പോഴും അവന്റെ കൂടെ കണ്ടു. അവന്റെ കൂട്ടാളികൾ തെരുവുവിളക്കുകൾ മോഷ്ടിച്ചു, ഇലക്ട്രിക് ലൈനുകൾ മുറിച്ചിട്ടു, വീട്ടുവാതിൽക്കൽ കെട്ടിയിട്ട ലറ്റർ ബോക്സുവരെ കട്ടെടുത്തു. ദിബ്യ ഇതൊന്നും ചെയ്തില്ല, പക്ഷേ അവൻ അവർക്ക് സംരക്ഷണം നൽകി. ദിബ്യയുടെ കൈവശം എപ്പോഴും കത്തി ഉണ്ടായിരുന്നു.

അർജുൻ അവന്റെ പുസ്തകങ്ങൾ ഒതുക്കിവെക്കുമ്പോഴാണ് ദിബ്യ വന്ന് അവനെ പുറത്തുനിന്നും വിളിച്ചത് " നീ പുറത്തു പോവുന്നതിനെക്കുറിച്ചാണോ ദിബ്യാ ചിന്തിക്കുന്നത്?"

"അതെ." അർജുൻ പറഞ്ഞു. "ഇന്ന് പുറത്തിറങ്ങാംന്നാണ് ഞാൻ കരുതുന്നത്. നീ എന്താ അകത്തുവരാത്തത്?"

"ഇല്ല. ഇപ്പഴില്ല. നീ ഏത് സമയത്താ പോവുന്നത്?"

"ഒരു അരമണിക്കൂർ. എനിക്ക് യൂണിവേഴ്സിറ്റി വരെ പോവണം."

"എനിക്ക് നിന്നോട് ചിലത് സംസാരിക്കാനുണ്ട്."

"എന്താ അത്? പറയ്. അകത്തുവാ."

"ഇല്ല. പിന്നെ ഒരിക്കെ പറയാം."

അർജുനന് അവന്റെ ബുക്സിനിടയിൽനിന്നും ഒരു സിഗരറ്റ് കിട്ടി. വൈകിയിരുന്നു ജോലിചെയ്യുമ്പോൾ ചിലപ്പോഴവൻ വലിക്കാറുണ്ട്. പക്ഷേ അതൊരു ശീലമൊന്നും അല്ല.

"നിനക്ക് സിഗരറ്റ് വേണോ ദിബ്യാ." അർജുൻ ചോദിച്ചു.

"ആ, തന്നേക്ക്."

അവൻ ജനലിനടുത്ത് വന്ന് അത് കൊടുത്തു, ദിബ്യ ആകെ വിഷണ്ണനാണെന്ന കാര്യം അർജുൻ അപ്പോഴാണ് ശ്രദ്ധിച്ചത്. എന്തോ നിരാശ അവനെ ബാധിച്ചിട്ടുണ്ട്.

"നിന്റെ കസേര ജനലിന് കുറച്ച് അകലെയാണല്ലോ അർജുൻ, അപ്പോ അവർ നിന്നെ കുത്താൻ കുറേ മുമ്പോട്ട് വന്നുകാണും. നീ എന്തേ എന്നിട്ടും അവരെ കാണാഞ്ഞത്?"

"ഇരുട്ടായിരുന്നു. ഞാൻ ജനലിന് പുറംതിരിഞ്ഞാണ് ഇരുന്നിരുന്നത്."

"വിചിത്രം തന്നെ."

"ദിബ്യാ, അതാരാണെന്ന് നിനക്ക് വല്ലപിടുത്തവും ഉണ്ടോ?"

ദിബ്യ മുഖമുയർത്തി അർജുനനെ നോക്കി. എന്നിട്ട് ഈർഷ്യനിറഞ്ഞ സ്വരത്തിൽ മുരണ്ടു; "അതാരാണെന്നെനിക്കറിയാമായിരുന്നെങ്കിൽ ഞാനിപ്പോ അവനെ കഷ്ണം കഷ്ണം ആക്കിയേനെ."

അർജൻ മൃദുവായി ചിരിച്ചു.

"വേണ്ട. വേണ്ട. എന്താണെങ്കിലും ഇനി അവനെന്നെ ഉപദ്രവിക്കാൻ വരില്ല."

എന്നിട്ടും ദിബ്യ അവനെ താക്കീത് ചെയ്തു.

"നീ ശ്രദ്ധിക്കണം അർജുൻ. അവർ കോളനിക്കകത്തുവന്ന് ഉപദ്രവിക്കാൻ ഇനി ഒരുപക്ഷേ ഭയന്നാലും, നീ പുറത്തിറങ്ങുമ്പോ എന്താ ചെയ്യാൻ പോവുന്നെന്ന് ദൈവത്തിനറിയാം. നോക്ക്, നിനക്ക് കഴിഞ്ഞദിവസം നിന്നെ കാണാൻവന്ന ആ പെണ്ണിനെ അറിയാമോ? അവളുടെ കുടുംബത്തിന് നിന്നോട് വിരോധമൊന്നും ഇല്ലാന്ന് നിനക്കുറുപ്പാണോ? അവളുടെ സഹോദരൻ ഒരു പാവമാണെന്ന് തോന്നി."

കുറച്ച് നേരത്തേക്ക് അർജുന് ചിരിയടക്കാൻ കഴിഞ്ഞില്ല.

"ശുക്ലയുടെ അച്ഛനോ? നിനക്കെങ്ങനെയാ ഇങ്ങനെ ഒരുകാര്യം സങ്കൽപ്പിക്കാൻ തോന്നിയത്? ഒരു പെൺകുട്ടിയോട് സംസാരിച്ചതിന് അവളുടെ അച്ഛൻ എന്നെ തല്ലാൻ ആളെവിടും എന്നാണോ നീ കരുതുന്നത്? നിനക്ക് വട്ടുതന്നെ."

"അത്രക്ക് ഉറപ്പിക്കണ്ട. കൽക്കട്ടയിലെ പണക്കാരാണവർ. പുറമേക്ക് മധുരവാക്കുകളൊക്കെപ്പറയും. പക്ഷേ ഉള്ളിൽ നമ്മളോട് വെറുപ്പുണ്ടാവും."

അർജ്ജുൻ അവന്റെ സിഗരറ്റ് കുറ്റി ജനൽവഴി പുറത്തേക്കെറിഞ്ഞു.

"കേൾസിങ്ങോ? അയാൾ പിന്നെയും എന്തെങ്കിലും ഉപദ്രവം ഉണ്ടാക്കിയോ?"

"കേൾസിങ് എന്തിന് ബുദ്ധിമുട്ടുണ്ടാക്കണം? അയാളങ്ങനെ ഒന്നും ചെയ്യില്ല. ഞാൻ പറഞ്ഞേക്കാം. അർജ്ജുൻ നീ കാരണമില്ലാതെ അയാളെ വെറുക്കണ്ട."

"ഇല്ല. ദിബ്യാ, എനിക്കൊരുകാര്യം പറയാനുണ്ട്. ആ മനുഷ്യന്റെ വരവ് നല്ലതിനല്ല. അയാൾക്ക് ഗൂഢമായ ചില ലക്ഷ്യങ്ങൾ ഉണ്ട്. നിനക്കറിയാമോ അയാൾ സ്ഥിരമായിട്ട് ദന്താഡിനെപ്പോയി കാണാറുണ്ട്."

"ദന്താഡിനെയോ അതു നല്ലതല്ലേ? ദന്താഡിന് നമ്മളെ എന്തു ചെയ്യാനാവും? അവരോട് ഇവിടെവന്ന് നമ്മുടെ ചങ്ക് പിളർക്കാൻ പറയട്ടെ."

"അത് നിനക്കുമാത്രമേ ചെയ്യാനാവൂ, നിനക്കേ ചിന്തിക്കാനുമാവൂ. മർക്കടമുഷ്ടികൊണ്ട് എല്ലാം നേടാൻ ഒരാൾക്ക് ആവുമെങ്കിൽ മാത്രം."

●

ഒരു സമയത്ത് ഈ ഭൂമിയിടെ അവകാശികൾ ദന്താഡ് ആയിരുന്നു. ഇവിടെ പുതിയ ആളുകൾ വന്നു കൈയേറിയപ്പോൾ ഒഴിവാക്കാൻ അവർ ശ്രമം നടത്തിയതാണ്. നേരിട്ട് ശിങ്കിടികളെ അയച്ച് താമസക്കാരെ ഒഴിപ്പിക്കാനാവില്ല എന്നതാണ് പ്രശ്നം. അതൊരു തുറന്ന ഏറ്റുമുട്ടലിലേക്കാവും നയിക്കുക. അതിനുംപുറമേ, ആദ്യകാലത്ത് എല്ലാ രാഷ്ട്രീയ പാർട്ടിക്കാരും അഭയാർഥികളോട് വലിയ സഹതാപമാണ് കാണിച്ചിരു

ന്നത്. ഇപ്പോൾ അതൊന്നും കേൾക്കാറില്ല. അതുകൊണ്ട് ദന്താഡിന് മറ്റൊരു പദ്ധതി നടപ്പിലാക്കാം.

അതിനും പുറമേ, ആദ്യകാലത്ത് എല്ലാ രാഷ്ട്രീയ പാർട്ടിക്കാരും അഭയാർഥികളോട് വലിയ സഹതാപമാണ് കാണിച്ചിരുന്നത്. ഇപ്പോൾ അതൊന്നും കേൾക്കാറില്ല. അതുകൊണ്ട് ദന്താഡിന് മറ്റൊരു പദ്ധതി നടപ്പിലാക്കാം.

വെസ്റ്റ് ബംഗാളിന്റെ സ്ഥിതി മോശമായി തുടങ്ങിയപ്പോൾ അതിന്റെ മൂലകാരണം അഭയാർഥികളാണെന്ന് പ്രാദേശികവാസികൾക്ക് തോന്നിത്തുടങ്ങി. അവരാണ് ഇവിടെ ഒരു വൃത്തികെട്ട സ്ഥലമാക്കി മാറ്റിയത്, കാരണം തൊഴിലില്ലായ്മ അത്ര വലിയ ഒരു പ്രശ്നമായിരുന്നു. അഭയാർഥികൾ മടിയന്മാരും അലസരും കള്ളന്മാരും കൊള്ളക്കാരും ആയി മാറി. ഫാക്ടറികളിൽവരെ അവർക്ക് തൊഴിൽ കൊടുക്കാൻ മടിച്ചു, കാരണം അവർ പ്രശ്നങ്ങൾ ഉണ്ടാക്കും എന്ന് ഉറപ്പായിരുന്നു. വിഭജനത്തെക്കുറിച്ചുള്ള വേദനാജനകമായ ഓർമകൾ മങ്ങിത്തുടങ്ങി. അതുകൊണ്ട് തന്നെ എല്ലാവർക്കും അധികപ്പറ്റായി വന്നുചേർന്ന ഈ ജനക്കൂട്ടം ഒരു ശല്യമായി തോന്നിത്തുടങ്ങി. എന്തുകൊണ്ടാണ് ഇത്ര അധികം ആളുകൾ ഊരും, വീടും ഇല്ലാത്തവരായിത്തീർന്നുപോയതെന്ന് ആരും ചിന്തിക്കാതെ ആയി.

രാഷ്ട്രീയപ്പാർട്ടികൾ അഭയാർഥികളുടെ പ്രശ്നത്തിൽ താൽപ്പര്യം കാണിച്ചതിന്റെ ഏകകാരണം അവരെക്കൂടി ഉൾപ്പെടുത്തി അംഗബലം കൂട്ടാം എന്നതുമാത്രമായിരുന്നു. സത്യത്തിൽ അവർക്ക് അഭയാർഥികളുടെ കാര്യത്തിൽ ഒരു താൽപ്പര്യവും ഉണ്ടായിരുന്നില്ല. അഭയാർഥികൾ അവരുടെ നിലയിൽ സംഘംചേരാനും അപ്രാപ്യരായിരുന്നു. അതായിരുന്നു അവരെ സംബന്ധിച്ച് കൂടുതൽ കഷ്ടം.

ആദ്യത്തെ കുറച്ച് ദിവസങ്ങൾ ദന്തികുടുംബത്തിന്റെ തലവൻ തന്റെ ശിങ്കിടികൾക്കൊപ്പം കോളനിയിലെ മുതിർന്നവരുമായി കാര്യങ്ങൾ സംസാരിക്കാനെത്തിയിരുന്നു. അയാൾ ഡാൻസ് ഹാളിലേക്ക് വന്നില്ല, അവിടെ ഇരുന്നാണ് അയാളും കുടുംബവും ഒരുകാലത്ത് പെൺകുട്ടികളുടെ നൃത്തവും മറ്റും ആസ്വദിച്ചിരിന്നത്.

ഒരുപാടാളുകൾ തന്റെ ഭൂമിയിൽ സ്വർഗം സൃഷ്ടിക്കുന്നത് മനോഹരമായ കാഴ്ചയാണ് എന്ന് മി. ദന്ത സൗമ്യമായി പറഞ്ഞു. ഞാൻ ശരിക്കും തൃപ്തനാണ്.

പക്ഷേ സാഹചര്യങ്ങൾ മാറി. അയാൾക്കും ജീവിക്കണം. ഈ പൂന്തോട്ടത്തിലെ പഴങ്ങൾ വിറ്റുതന്നെ അയാൾക്ക് നല്ല ഒരു തുക സമ്പാദിക്കാം. അതുകൊണ്ട് കോളണിക്കാർ ഉടമസ്ഥാവകാശം പുതുക്കാൻ സമ്മതിക്കണം എന്നായിരുന്നു അയാളുടെ ആവശ്യം.

താമസക്കാരെല്ലാം ഈ ആലോചന ഒരുദിവസം അംഗീകരിച്ചു. എങ്കിലും മറ്റൊരാളുടെ ഭൂമി കൈയേറുന്നതിലെ കുറ്റബോധം അവർക്ക് ഉണ്ടായിരുന്നു. ഭൂവുടമയിക്ക് അയാളുടെ അവകാശം മടക്കിക്കൊടുക്കു

ന്നതിൽ അവർ തെറ്റൊന്നും കണ്ടില്ല. പക്ഷേ അടുത്ത നീക്കം അതിലും ഗുരുതരമായിരുന്നു.

എപ്പോഴൊക്കെ ദത്തയും കൂട്ടരും വന്ന് മാവിൻചുവട്ടിലിരുന്ന് സംസാരിക്കാൻ തുടങ്ങിയാലും കോളനിക്കാരെല്ലാം വന്ന് ചുറ്റും കൂട്ടംകൂടി നിൽക്കും. അയാൾ എപ്പോഴും നല്ല കോട്ടൺകൊണ്ടുള്ള അയഞ്ഞ ടോപ്പാണ് ധരിച്ചിരുന്നത്. മനോഹരമായ മടക്കുകളോടെ അയാളുടെ ദോത്തി ഊർന്ന് കിടക്കും. വെള്ളികെട്ടിയ ഒരു ഊന്നുവടിയും ഉണ്ടായിരുന്നു അയാൾക്ക്. കുട്ടികളുടെ കവിളിൽ തലോടാനൊക്കെ ആയാൾ ശ്രമിക്കും, പക്ഷേ അവർ ഓടിപ്പോവും. വന്നിരുന്നാലുടൻ വിലകൂടിയ വിദേശി സിഗരറ്റ് പാക്കറ്റെടുത്ത് അതിൽനിന്നും ഓരോന്ന് വീതം മുതിർന്ന കോളനി അംഗങ്ങൾക്കെല്ലാം കൊടുക്കും.

ദത്തയുടെ രണ്ടാമത്തെ തീരുമാനം ഇതായിരുന്നു. എല്ലാ താമസക്കാരേയും എന്നേക്കും അവിടെ താമസിക്കാൻ അനുവദിക്കും. അയാൾക്കതിന് യാതൊരു എതിർപ്പും ഇല്ല. (സഹതാപം നിറഞ്ഞ ഒരു ചെറുപ്രസംഗംതന്നെ അവിടെ നടന്നു). പക്ഷേ അവരുടെ ധൃതിപിടിച്ച ആലോചനകൾ അവർക്കൊട്ടും സ്വീകാര്യമാവുംവിധത്തിലുള്ളതായിരുന്നില്ല. ഓരോ കുടുംബത്തിനും, ആവശ്യമനുസരിച്ച് ഭൂമി അളന്നു തിരിച്ച് നൽകും. പക്ഷേ വീടുകളെല്ലാം നിരയൊപ്പിച്ച് വൃത്തിയായി പണിയണം. വീടുകൾ മാറേണ്ടിവരുന്നവർക്ക് അയാൾതന്നെ നഷ്ടപരിഹാരം നൽകും. അതുമാത്രമല്ല, 500 മുതൽ 700 രൂപ വരെ അവരുടെ മറ്റു ബുദ്ധിമുട്ടുകൾ പരിഹരിക്കാൻ വേറെയും നൽകും.

"ആർക്കും ഈ തീരുമാനത്തോട് എതിർപ്പുണ്ടാവില്ലെന്ന് ഞാൻ കരുതുന്നു. ഇത് എല്ലാവർക്കും ഗുണമല്ലേ? അല്ലേ? അതുമല്ല, നിങ്ങൾക്കെല്ലാവർക്കും സമാധാനമായി ജീവിക്കാം, നിങ്ങൾ എന്തുപറയുന്നു?"

പാവപ്പെട്ട, കോളനിക്കാർക്ക് ഇതൊന്നും ആദ്യം മനസിലാവുകകൂടി ചെയ്തില്ല. അന്തംവിട്ടുകൊണ്ട് അവർ പരസ്പരം നോക്കി.

എന്താണിതിന്റെയെല്ലാം അർഥം? പറഞ്ഞാൽ തീരാത്ത കഷ്ടപ്പാടുകൾക്കുശേഷം താമസിക്കാനൊരിടംകിട്ടി, പക്ഷേ ഈ നീക്കം എന്തിനാണ്? അറിയില്ലാത്ത ആശങ്കകൾക്കും, ലാഭേഛകൾക്കും നടുക്ക് അവർ വലിച്ചെറിയപ്പെട്ടു. അഞ്ഞൂറോ എഴുന്നൂറോ ഓ രൂപ കൂടുതൽ കിട്ടും എന്നത് ഒരു വലിയ ആകർഷണമാണ്. കാലങ്ങളായി അവർ അത്രയും തുക ഒരുമിച്ച് കണ്ടിട്ടുകൂടിയില്ല. എന്തായാലും നല്ല പിടയ്ക്കുന്ന പുതിയ നോട്ടുകളായാവും കിട്ടുക. എന്തു നല്ല മണമാണതിന്, തൊടാൻതന്നെ എന്തുസുഖമായിരിക്കും!

അതുകൊണ്ട് അവർ സന്ദേഹിച്ചു. ആരും കൃത്യമായി ഒരുത്തരവും പറഞ്ഞില്ല. അവരെല്ലാവരും ബഹളംവെച്ചു തുടങ്ങി. പ്രായമായ പലരും അപ്പോൾത്തന്നെ അതിനൊരുക്കമായിരുന്നു. പക്ഷേ യുവാക്കൾ അത്തരമൊരു മാറ്റത്തിന് എതിരും ആയിരുന്നു. ആ സമയത്ത് അർജുൻ കുട്ടിയാണ്. അവന്റെ അഭിപ്രായത്തിന് ആരും വിലകൽപ്പിച്ചില്ല. അതുകൊണ്ട്

അർജുൻ ആൾക്കൂട്ടത്തിലൊന്നും ചേരാതെ അവന്റെ നായയുടെകൂടെ ചുറ്റിനടന്നു. “പേടിക്കേണ്ട അർജുൻ, നീ നോക്കിക്കോ, ഹിന്ദുസ്ഥാനും പാകിസ്ഥാനും വീണ്ടും ഒറ്റ രാഷ്ട്രമാകും. നമുക്ക് ഈ നായയേയും കൂടെ കൊണ്ടുപോണം. അവനെ നമുക്ക് കളയണ്ട” മാനസികനില തെറ്റിയ സഹോദരൻ അവനെ സമാധാനിപ്പിച്ചു.

ഒരുമാസത്തോളം ഭൂവുടമ വന്നും പോയും ഇരുന്നു. ദിവസം ചെല്ലുന്തോറും അയാളുടെ ചിരി കൂടുതൽ മധുരമുള്ളതായി. അയാൾ കൂടുതൽ വിലയുള്ള സിഗരറ്റുകൾ വാങ്ങിക്കൊണ്ടുവന്നു കുട്ടികൾക്ക് മധുരമിഠായികൾവരെ കൊണ്ടുവന്നു.

കോളനിയിലെ ആളുകൾ പരസ്പരം തർക്കിച്ചു അവർക്ക് ഒരു നേതാവോ, ഉപദേഷ്ടാവോ ഉണ്ടായിരുന്നില്ല. പക്ഷേ അപ്പോഴും ഒരു കാര്യം അവശേഷിച്ചു — ഒരിക്കലും സ്വന്തം വീട് നഷ്ടപ്പെട്ടിട്ടില്ലാത്തവർക്ക് അതനുഭവിക്കുന്നവരുടെ വേദന എത്ര ശ്രമിച്ചാലും മനസിലാക്കാനാവില്ല. മുത്തച്ഛൻ നിഷി മാത്രമാണ് പതിഞ്ഞ്, പതറിയ ശബ്ദത്തിൽ എതിർപ്പ് തുടർന്നത്. ആദ്യതീരുമാനം കേട്ടപ്പോഴെ അദ്ദേഹം പറഞ്ഞു, ദന്താഡിനെ മരങ്ങൾ കൈകാര്യം ചെയ്യാൻ അനുവദിക്കുക എന്നു പറഞ്ഞാൽ മുറ്റത്തിന്റെ മുഴുവൻ അവകാശവും വീണ്ടും അവർക്ക് വിട്ടുനൽകുക എന്നു തന്നെ ആണ്. അതിന്റെ അർഥം എന്താന്നുവെച്ചാൽ, മറ്റുള്ളവരുടെ മുറ്റത്ത് വീടുപണിയുക എന്നത് വീണ്ടും നിയമത്തിനു മുമ്പിൽ തെറ്റാവും. ദന്താഡ് നിയമപ്രകാരം രേഖകളും പ്രമാണങ്ങളും അടക്കം ഭൂമി അവർക്ക് പതിച്ച് കൊടുക്കുമോ, ഒരിക്കലും ഇല്ല. അപ്പോ പിന്നെ ഉള്ള ഇടത്ത് തുടരുന്നതാണ് നല്ലത്. അങ്ങനെ ആണെങ്കിൽ, എന്നെങ്കിലും, ഗവ. അവരുടെ അവകാശം അംഗീകരിച്ചുകൊടുക്കാൻ ഒരു സാധ്യത എങ്കിലും ഉണ്ട്. മറ്റ് എല്ലാ കോളനികൾക്കും അത്തരത്തിൽ അംഗീകാരം കിട്ടിയിട്ടുണ്ട്. ദത്തന് അവരുടെ ഭൂമിക്ക് നഷ്ടപരിഹാരം വേണം എന്നുണ്ടെങ്കിൽ അവർ പോയി ഗവൺമെന്റിന്റെ കൈയിൽ നിന്നും വാങ്ങട്ടെ.

നിഷിയുടെ വാദങ്ങൾ മിക്ക ആളുകളും തള്ളിക്കളഞ്ഞു. പക്ഷേ, പെട്ടെന്നുതന്നെ പ്രശ്നത്തിന് മറ്റൊരു ആശയക്കുഴപ്പംകൂടി വന്നുചേർന്നു. പുനരധിവാസ വകുപ്പിലെ ആളുകൾ വന്ന് ചുറ്റുപാടും നിരീക്ഷിച്ച് തുടങ്ങിയതായിരുന്നു അത്. അവർ ആന്തമാൻ ദ്വീപുകളിലോ, ദാൻഗകാരൻയയിലോ പുനരധിവാസം നടത്തുന്നതിനുള്ള പ്രേരണകൾ ആരംഭിച്ചു.

അർജുനന്റെ സഹോദരൻ ഗവൺമെന്റ് ജോലിക്കാരന്റെ അടുത്തെത്തി. “നോക്കൂ, നിങ്ങൾക്കെന്താ ഞങ്ങളെ ഫരാദിപൂരിലേക്ക് തിരിച്ചയച്ചാൽ? ഞങ്ങൾക്കതാവും നന്നാവുക. ഇതു വീണ്ടും ഒരു രാജ്യമാവും, നിങ്ങക്കറിയില്ലേ?”

ദന്താഡിന്റെ ആലോചനയിൽനിന്നും തികച്ചും വിഭിന്നമായിരുന്നു പുനരധിവാസവകുപ്പിന്റെ ആലോചന. എങ്കിലും, ഒരു സാമ്യം രണ്ടിലും എല്ലാവരും കണ്ടു. അവരെ അവരുടെ താമസസ്ഥലത്തുനിന്നും പുറത്താക്കാനുള്ള ഒരു ശ്രമം രണ്ട് കൂട്ടരുടെ ഭാഗത്തും ഉണ്ട്. അതായിരുന്നു

അത്! വലിയ വാദഗതികൾ നിരത്താൻ മാത്രമുള്ള ഭാഷ അവർക്ക് വശമുണ്ടായിരുന്നില്ല. അതുകൊണ്ടവർ കൈയിൽക്കിട്ടിയ വടികളുമായി ഗവൺമെന്റ് ജീവനക്കാരെ അവരുടെ താമസസ്ഥലത്തുനിന്നും ഓടിച്ചു. അതുപോലെതന്നെ ദത്താഡിനെയും മേലിൽ അവരുടെ ഭൂമിയിൽ കാലുകുത്താനവർ സമ്മിതിച്ചില്ല. അവർ ദത്തയുടെ കാറിനുനേരെ കല്ലും പാറക്കഷണങ്ങളും വാരി എറിഞ്ഞു, ഭാര്യയുമായി രക്ഷപ്പെടാനായതിൽ തന്നെ ദത്തക്ക് വലിയ സന്തോഷമായി. പിന്നീടിതുവരെ അയാളെ കോളണിയിൽ കണ്ടിട്ടില്ല.

പക്ഷേ ദത്ത അത്രവേഗം അവസാനിപ്പിക്കുകയില്ല. പ്ലൈവുഡ് ഫാക്ടറി ഉടമസ്ഥർവഴി അവർ നേരിട്ട് — ആണ് എന്ന് അർജുന് നന്നായി മനസിലായിട്ടുണ്ട്. അവർ അവരുടെ ആവശ്യമാണ് എന്ന നിലയ്ക്ക് ഭൂമി സ്വന്തമാക്കിയാൽ മറ്റവർക്ക് അത്രയും എളുപ്പമായി. അതുകൊണ്ടാണ് ഇപ്പോൾ ഫാക്ടറി ഉടമസ്ഥർ ഈ ആലോചനയും ആയി വന്നിരിക്കുന്നത്. അഞ്ചു കുടുംബങ്ങളെങ്കിലും അവരുടെ കോട്ടേഴ്സ് തടാകത്തിന്റെ മറുവശത്തേക്ക് മാറ്റിയാൽ കമ്പനിക്ക് ബിസിനസ് അത്രയും വിപുലീകരിക്കാം എന്ന് കേൾസിങ് ആവർത്തിച്ച് പറയുന്നുണ്ട്. ഓരോ കുടുംബത്തിനും 1000 രൂപ വീതം നൽകാൻ അയാൾ തയാറാണ്. പക്ഷേ ഒരിക്കലും സ്വന്തം സ്ഥലംവിട്ടുകൊടുക്കരുത് എന്ന് അർജുൻ എല്ലാവരോടും പറയുന്നുണ്ട്. അർജുൻ നല്ല സാമർഥ്യമുള്ള വിദ്യാർഥിയാണ്, നല്ല ബുദ്ധിയുണ്ട്, അവന് നഗരത്തിലെ പലരേയും അറിയാം. അതുകൊണ്ട് ഒരു പാടാളുകൾ അർജുന്റെ ഉപദേശം തേടിവരാറുണ്ട്.

ദിബ്യ വീണ്ടും അവനോട് സംസാരിച്ചു.

"നിനക്ക് കേൾസിങ്ങിനെക്കുറിച്ച് വേണ്ടാത്ത മുൻധാരണകൾ ഉണ്ടെന്നാണ് എനിക്ക് തോന്നുന്നത്. അയാളത്രക്ക് മോശം ആളല്ല."

"മോശമാണോ അല്ലയോ എന്നതല്ല ദിബ്യാ പ്രശ്നം. അയാളുടെ താൽപ്പര്യങ്ങൾ നമ്മുടെ ഭാഗത്തേക്കല്ല. അത്രയേ ഉള്ളൂ."

"പക്ഷേ കേൾസിങ് ഒരു സ്വാർഥനല്ല. അയാൾ അയാളുടെ ഫാക്ടറി കണക്ഷൻ ഉപയോഗിക്കാൻ സമ്മതിച്ചില്ലായിരുന്നെങ്കി നമുക്കിവിടെ ഇത്ര വേഗം കറണ്ട് കിട്ടുമായിരുന്നു എന്ന് നീ കരുതുന്നുണ്ടോ?"

"നമുക്ക് കറണ്ടില്ലാഞ്ഞിട്ടും ഒരു കുഴപ്പവും ഉണ്ടായിരുന്നില്ല. തങ്ങാൻ ഒരിടമില്ലാതായാൽ പിന്നെ ഈ വെളിച്ചം കൊണ്ടെന്തെങ്കിലും ഗുണമുണ്ടാവുമോ? ഉണ്ടാവില്ലല്ലോ?"

"അതേ. പക്ഷേ നോക്ക്. കഴിഞ്ഞ കലാപത്തിന്റെ കാലത്ത് കേൾസിങ്ങിന്റെ ഫാക്ടറിയിലെ തൊഴിലാളികൾ അല്ലേ രാവും പകലും നമ്മളെ കാത്തത്."

"ആ കലാപത്തിൽ നമ്മളെ ആരും ആക്രമിക്കാൻ വരില്ലായിരുന്നു, ആക്രമണം എന്ന ഒരു പ്രശ്നം തന്നെ ഇവിടെ ഉണ്ടായിരുന്നില്ല. ആ ഫാക്ടറി തൊഴിലാളികൾ കൈകാലിക്കടുത്തുള്ള മുസ്ലീം ഗ്രാമീണരെ പോയി ആക്രമിക്കാൻ വല്ല വഴിയും ഉണ്ടോ എന്ന് നോക്കുകയായിരു

ന്നു. നിങ്ങൾ അവരോടൊപ്പം പോവാനും തയാറായിരുന്നു! ഒരിക്കലും പാടില്ല ദിബ്യാ. നമ്മളിവിടെ വന്നത് സമാധാനമായിട്ട് ജീവിക്കാനാണ്. മറ്റുള്ളവരോട് യുദ്ധം ചെയ്യാനല്ല."

ഈ സമയം ദിബ്യയുടെ സ്വരം പരുക്കനായി.

"നിനക്കതൊക്കെ പറയാം. നിനക്ക് നല്ല സുഖമാണ്. നിങ്ങൾക്ക് ജീവിക്കാൻ നല്ല സ്ഥലംകിട്ടി. ആരും നിങ്ങളെ പുറത്താക്കാൻ വരില്ല. നിന്നെപ്പോലെ ഒരാൾക്ക് മറ്റുള്ളവരെക്കുറിച്ച് ആവേശം കാണിക്കാൻ എളുപ്പമാണ്."

"അതിൽ ഞാൻ നിന്നോട് യോജിക്കുന്നു." അർജുൻ പറഞ്ഞു. "ചില പ്പോ ഇവിടെ ജീവിക്കുന്നതിൽ എനിക്കും നാണക്കേടു തോന്നിയിട്ടുണ്ട്. പക്ഷേ ഒന്നോർക്കണം, നമ്മുടെ കോളനിയിലുള്ളവർ തന്നെയാണ് ഞങ്ങൾക്കിവിടെ താമസിക്കാൻ അനുവാദം തന്നത്, ഹരന്ദയും ഞങ്ങളും ഇവിടെ, കാരണം ഞങ്ങൾ ബ്രാഹ്മണരാണ്."

"ഹോ, ബ്രാഹ്മണരെന്നൊക്കെയുള്ള വിഡ്ഢിത്തം എന്നോട് പറ യാതെ... അതിനർഥം നിങ്ങളീ ഭൂമിയുടെ ഉടമസ്ഥരാണ് എന്നാണോ? എന്താണീ ബ്രാഹ്മണർ എന്ന് പറഞ്ഞാൽ നിനക്കുതോന്നിയിരിക്കുന്നത്?"

"ഞാൻ പറയാം. ഞങ്ങൾ ഇവിടെ ഒരു സ്കൂൾ സ്ഥാപിക്കും. കോള നിയിലെ കുട്ടികൾക്ക് സ്കൂളിൽ പോവാൻ അവസരം ഉണ്ടാവാത്തതു കൊണ്ട്...."

"ചെയ്യുന്നതിനേക്കാളും എളുപ്പമാണ് പറയാൻ. നീ ഇപ്പോ ഒരു പണ്ഡിതൻ തന്നെ ആയി. പിന്നെന്താ നീ സ്കൂൾ ഉണ്ടാക്കാത്തത്?"

"നിങ്ങളാരും എന്നെ സഹായിക്കാതെ എനിക്ക് എങ്ങനെ അത് സാധിക്കും? ഒരുകാര്യം ഞാൻ പറയാം നീ ഹരന്ദയെ ആദ്യം ഇറക്കി യാൽ ബാക്കി ഞാൻ പെട്ടെന്നു നടത്തിക്കോളാം. ഞങ്ങൾ ആകെ രണ്ടു പേരെ ഉള്ളൂ/ഞാനും അമ്മയും/ഞങ്ങൾ എവിടെയെങ്കിലും പോയി താമ സിച്ചോളാം."

"അതെ. എനിക്കറിയാം. നിനക്കെവിടെയെങ്കിലുംപോവാം, നിനക്കെ ന്തെങ്കിലും ജോലികിട്ടും. പിന്നെ നീ ഈ അഭയാർഥികളെ എല്ലാം മറ ക്കും."

അർജുൻ മറുപടി ഒന്നും പറയാൻ നോക്കിയില്ല. ഒരു ചെറിയ ചിരി അവന്റെ മുഖത്ത് പടർന്നു. പലരും ഇതവനോടിതിനകം പറഞ്ഞിട്ടുണ്ട്. അതെത്രക്ക് ശരിയാണന്നോ, തെറ്റാണെന്നോ ഒന്നും അവനുതന്നെ അറി യില്ല. അവൻ അലസമായി പുസ്തകത്തിന്റെ താളുകൾ മറിച്ചു.

ദിബ്യ ജനൽക്കമ്പികളിൽ മുഖം അമർത്തി അവനോട് കെഞ്ചി: "നീ എനിക്കെവിടെയെങ്കിലും ഒരു ജോലി വാങ്ങിത്താ അർജുനാ, ഇതൊ ക്കെക്കൊണ്ട് ഞാൻ മടുത്തു."

അർജുൻ അസ്വസ്ഥനായി.

"ഒരു ജോലി, എന്തുതരം ജോലി."

“എന്ത് ജോലിയും. നിനക്കൊരുപാട് പേരെ അറിയാമല്ലോ. നിനക്ക് എനിക്കുവേണ്ടി എന്തെങ്കിലും ഏർപ്പാടാക്കാൻ കഴിയില്ലേ?”

“എനിക്കെങ്ങനെ കഴിയും? മാർക്കറ്റൊക്കെ ഇപ്പോ മോശമാണ്.”

“പ്ലീസ് ഒന്ന് ശ്രമിക്ക്. നിനക്കെന്തെങ്കിലും ചെയ്യാനാവും എന്നെനിക്കുറപ്പുണ്ട്. നിന്റെ ബന്ധങ്ങൾ ഉപയോഗപ്പെടുത്താതെ ഇക്കാലത്ത് നിനക്കൊന്നും ചെയ്യാനാവില്ല എന്ന് എനിക്കുറപ്പാണ്. നിനക്കെന്താ ആരോടെങ്കിലും പറഞ്ഞാൽ?”

“നോക്ക് ഞാനാരോടും ഒരു സഹായവും ചോദിക്കാറില്ല.”

“എനിക്കുവേണ്ടി പോലും?”

“ശരി. എന്തുചെയ്യാൻ പറ്റും എന്നു ഞാൻ നോക്കട്ടെ. എന്താ പ്രശ്നംന്നുവച്ചാൽ എന്റെ ഒരു രീതിവേറെയാണ്....” അർജുൻ അസ്വസ്ഥതയോടെ പറഞ്ഞു.

ദിബ്യ ഇടയ്ക്കുകയറി. “ശരി. അതുമതി. നീ എന്റെ നേരെ കയർക്കണ്ട. പക്ഷേ ഒരു കാര്യം ഞാൻ പറയാം. നിനക്കാരെയെങ്കിലും ചെറുതായിട്ടുപോലും സഹായിക്കാൻ മനസില്ലങ്കി നീ വായമൂടി ഇരിക്കണം. നീ എന്തിനാ എന്നയിങ്ങനെ പാഠം പഠിപ്പിക്കാൻ വരുന്നത്?”

“ദിബ്യാ ഞാൻ പറയട്ടെ.”

“എനിക്ക് ഒന്നും കേൾക്കേണ്ട. മേലിൽ എന്നോടൊന്നും പറയാൻ വരരുത്. ഞാനെന്റെ വഴിയെ പോയ്ക്കോളളാം.”

“ഇതാണോ നീ എന്നോട് പറയണംന്ന് പറഞ്ഞത്?”

“അല്ല. അത് വേറെ ഒരു കാര്യമാണ്. പക്ഷേ ഇനിയത് പറയേണ്ട കാര്യം ഇല്ല.”

ദിബ്യ. ജനലരികിൽനിന്നും മാറി നീട്ടിവലിച്ച് നടന്നുപോയി. അവൻ തടാകവും കടന്ന് നേരെ പ്ലൈവുഡ് ഫാക്ടറിയിലേക്ക് ചെന്നു. കേൾസിങ് ദിബ്യ വരുന്നതു കണ്ടതും മുറിയിൽ നിന്നിറങ്ങി വന്നു.“ആ ദിബ്യാബാബുവോ, കഴിഞ്ഞ രാത്രി കണ്ടില്ല? നീ എവിടെ എന്നു ഞാൻ ആലോചിക്കുകയായിരുന്നു.”

ദിബ്യ ഫാക്ടറിയുടെ പൊളിഞ്ഞ മതിൽ ചാടിക്കടന്നു. അത് ഈയിടെയായി വൈകുന്നേരത്തെ ഒരു പതിവാണ്. അടുത്തുള്ള പയ്യന്മാർ ഒത്തുകൂടി ഫാക്ടറിക്കകത്ത് കള്ളുകുടി. കഴിഞ്ഞ കുറെ നാളായി ദിബ്യക്കും ക്ഷണമുണ്ട്. ഒരുകാര്യം സമ്മതിക്കണം, വൈകുന്നേരം നല്ല ചൂടോടെ, കൊറിക്കാനുള്ള വകയൊക്കെയായി അങ്ങ് കഴിഞ്ഞുപോവും.

•

കുളിയും ഭക്ഷണവും കഴിഞ്ഞ് അർജുൻ പുറത്തേക്കിറങ്ങി. കുറേ നാളുകൾക്കുശേഷമുള്ള നടത്തം. വഴിയിൽ വെച്ച് കാർത്തിക്, കേൾസിങ്ങിനെ കുറ്റവും പറഞ്ഞുകൊണ്ട് അർജുന്റെകൂടെ നടക്കാൻ കൂടി. അവനതൊന്നും കേൾക്കാൻ താൽപ്പര്യപ്പെട്ടില്ല. തനിച്ച് നടക്കണം എന്നായിരുന്നു അർജുന്റെ മനസിൽ. അതുകൊണ്ട് അർജുൻ അവന്റെ സംസാരത്തെ നിരുത്സാഹപ്പെടുത്തി.

കാർത്തിക് പോയിക്കഴിഞ്ഞു, നടപ്പു തുടരുന്നതിനിടയിൽ കോളനിയിൽ രണ്ടിടത്ത് കലഹം നടക്കുന്നത് അർജുൻ കേട്ടു. വാക്കുതർക്കവും ബഹളവുമെല്ലാം ഈയിടെയായി കോളനിയിൽ പതിവാവുകയാണ് എന്ന് നെടുവീർപ്പോടെ അർജുൻ ഓർത്തു. ഇനിയും ദന്താഡ് കൂടുതൽ പഞ്ചാരവാക്കുകളുമായി വന്നാൽ പണ്ടത്തെപ്പോലെ ഒറ്റക്കെട്ടായി ചെറുത്തുനിൽക്കാനിനി കോളനിക്കാർക്ക് കഴിയുമോ? ഇവിടെ ജനിച്ച പുതിയ തലമുറയ്ക്ക് പഴയ കഷ്ടപ്പാടുകൾ വല്ലതും അറിയുമോ?....

അർജുൻ നടന്നുപോയി. ലാബോണിയയുടെ വീട്ടിനുമുമ്പിൽ മുത്തച്ഛൻ നിഷി നിൽപ്പുണ്ട്. കുറച്ചപ്പുറത്ത് ലാബോണിയ പൂർണിമയുമായി സംസാരിച്ച് നിൽക്കുന്നു. ലാബോണിയയെ വിളിച്ച് സംശയം ചോദിക്കാൻ വരാത്തതെന്തേ എന്ന് അന്വേഷിച്ചാലോന്ന് അർജുൻ ആദ്യം കരുതി. പിന്നെ വേണ്ടെന്നുവെച്ചു. അവൻ ധൃതിയിലായിരുന്നു. അവന്റെ കണ്ണുകൾ ലാബോണിയയുടേതുമായി ഉടക്കി. പക്ഷേ അവൾ ഒന്നുംതന്നെ മിണ്ടിയില്ല.

സുകൻ ആ സമയത്ത് അതിലേ കടന്നുപോയി. അവൻ ലാബോണിയയുടെ മുഖത്തേക്ക് പാളിനോക്കി, പിന്നെ അർജുന്റെ മുഖത്തേക്കും. എന്നിട്ട് കുറച്ചടി മുമ്പോട്ട് വെച്ചശേഷം ബ്രാഹ്മിണന്റെ മകനേയും അലക്കുകാരന്റെ മകളെയുംകുറിച്ചുള്ള ഒരു വഷളൻ പാട്ട് അവൻ പാടിത്തുടങ്ങി.

അർജുൻ ആ പാട്ടിലെ വരികൾ ശ്രദ്ധിച്ചിട്ടില്ലായിരുന്നു. പക്ഷേ അവന്റെ വൃത്തികെട്ട നോട്ടം ലാബോണിയ അവനെക്കുറിച്ച് പറഞ്ഞിട്ടുള്ള കാര്യങ്ങൾ അവനെ ഓർമപ്പെടുത്തി. സുകന് ഇപ്പോഴും ലാബോണിയയെ വിവാഹംകഴിക്കാൻ പറ്റാത്ത നിരാശയുണ്ട്. അതുകൊണ്ടാവുമോ അർജുനനെ അവൻ ബ്രാഹ്മണന്റെ മകൻ എന്ന് പരാമർശിക്കുന്നത്? അച്ഛന് അലക്കുകടയുള്ളതുകൊണ്ട് പലരും ലാബോണിയയെ അലക്കുകാരന്റെ മകൾ എന്നുവിളിക്കാറുണ്ട് എന്ന കാര്യം അർജുന് അറിയാം. ദൈവമേ.... അവരെന്താണ് ലാബോണിയയേയും അവനെക്കുറിച്ചുതന്നെയും ധരിച്ചിരിക്കുന്നത്? അവനത്തരം കാര്യങ്ങളൊന്നും ചിന്തിക്കാനുള്ള സമയം ഉണ്ടായിരുന്നില്ല. ലാബോണിയ അവളുടെ പഠനത്തിന് ചെറിയ സഹായങ്ങളും ചോദിച്ചുകൊണ്ടാണ് അവന്റെ അടുത്ത് വരാറ്. ആ കുട്ടിക്ക് അവളുടെ പരീക്ഷ പാസാവണം എന്നുണ്ട്. അവൾക്ക് ഒരു നല്ല ജീവിത്തിന് അത്രയും ആഗ്രഹം ഉണ്ട്. പാവം കുട്ടി.

“സുകൻ” അർജുൻ വിളിച്ചു, “ഇവിടെ വാ, ഒരു മിനിട്ടിന്.”

പക്ഷേ സുകൻ നിന്നില്ല. ഞൊടിയിടയിൽ അവൻ അപ്രത്യക്ഷനായി. അർജുൻ സ്വയം ചിരിച്ചുപോയി. അവന്റെ ചിന്തകൾ ലാബോണിയയിൽനിന്നു പൂർണിമയിലേക്കായി, അവനറിയാതെ ഒരു നെടുവീർപ്പുയർന്നു. അർജുൻ ഒരിക്കലവളെ വിക്ടറി സ്മാരകത്തിനടുത്തുവെച്ച് കാണാനിടയായിട്ടുണ്ട്.

•

പൂർണിമ ലാബോണിയയോട് സംസാരിക്കുകയായിരുന്നു.

“നീ എന്താ ലാബി പോവാത്തത്?”

“എങ്ങോട്ട്?”

“ഫൈനൽ എക്സാമിന് നിനക്കേത് കോളെജാണ് കിട്ടിയിരിക്കുന്നത് എന്നു നോക്കാൻ പോണം എന്നു പറഞ്ഞിരുന്നല്ലോ?”

“ഓ. അതെ? അതെ. ഞാനിപ്പം പോവും.”

“അർജുന്റെകൂടെ പോയ്ക്കൂടായിരുന്നോ. അവനിപ്പോ ഇതുവഴി പോയല്ലോ.”

“ഞാനെന്തിന് പോണം? അവരെന്റെ വഴിക്കല്ലല്ലോ.”

പൂർണിമ അടക്കിപ്പിടിച്ച് ചിരിച്ചു.

“അതെ. പക്ഷേ ഒന്നിച്ച് പോയങ്കി ശ്യാംബസാർ വരെയെങ്കിലും ഒരുമിച്ച് പോവാമായിരുന്നു. അവൻ നിന്റെ ബസ്ഫെയറും കൊടുത്തേനെ.”

ലാബോണിയ പൂർണിമയെ കടുപ്പിച്ച് നോക്കി. അവൾ പറഞ്ഞതിന്റെ വ്യംഗ്യാർഥം ലാബോണിക്ക് ശരിക്ക് പിടികിട്ടി. പൂർണി, എന്തായാലും വേഗംതന്നെ സ്വരംമാറ്റി.

“അർജുൻ നിന്നെ കണ്ടാലുറപ്പായും നിന്റെ ബസ് ഫെയർ കൊടുക്കും. ഒരിക്കലെന്റേത് കൊടുത്തിട്ടുണ്ട്.” പൂർണിമ നിഷ്കളങ്കത നടിച്ചു. “നിനക്കിന്നെപ്പഴാ പോവേണ്ടത്? എനിക്ക് ഓഫീസിലും പോവണം. നമുക്ക് ഒരുമിച്ച് പോവാം.”

“എനിക്ക് 12.30 ഓ ഒന്നോ ആവുമ്പോ പോവണം.”

“ആ, അപ്പത്തന്നയാ എനിക്കും പോവേണ്ടത്”

“നീ എന്താ പറയുന്നത്, നിനക്ക് തോന്നുമ്പോ ജോലിക്ക് പോയാമതിയോ? പലദിവസം, പല നേരത്താണല്ലോ നീ പുറത്തുപോവുന്നത്.”

പൂർണിമയുടെ മുഖം വിയർത്തു.

“അവിടെ അങ്ങനെ കൂടുതലൊന്നും ചെയ്യാനില്ല. ,അത് ജോലിയേക്കാളധികം ഒരു സന്തോഷംതന്നെ ആണ്.”

കോളനിയിൽ എപ്പഴും ചെരിപ്പിട്ടുകൊണ്ട് നടക്കുന്ന ഏകപെൺകുട്ടി പൂർണിമയാണ്. അവൾ കുറച്ച് ആഡംബരപ്രിയയാണ്. വെളുത്തനിറമാണവൾക്ക്. പക്ഷേ കവിളൊക്കെ ഒട്ടി, തോളെല്ലുകളെല്ലാം കാണാം.

പൂർണിമ സൗമ്യമായി തുടർന്നു.

“മറ്റന്നാൾ പരീക്ഷ തുടങ്ങുകയല്ലേ? നീ എന്തേ എന്റെ കോട്ടൺ സാരി ഉടുക്കാൻ വാങ്ങാത്തത്? നിനക്കത് വലിയ ഇഷ്ടമാണല്ലോ.”

ലാബോണിയയുടെ കണ്ണുകൾ തിളങ്ങി. സാധാരണ അവൾ പൂർണിമയോടൊത്ത് ഒന്നും ചെയ്യാറില്ല. പക്ഷേ സാരിയുടെ വാഗ്ദാനം അവൾക്ക് നിഷേധിക്കാനാവില്ല. ജീവിതത്തിലൊരിക്കലും ലാബോണിയ അത്ര വില കൂടിയ സാരി ധരിച്ചിട്ടില്ല. പൂർണിമക്കത്തരം സാരി ഒരുപാടുണ്ട്.

“നീയത് അലക്കീട്ടുണ്ടോ? ഇല്ലങ്കി ഞാൻ കഴുകിക്കോളാം” ലാബോണിയ ആകാംക്ഷയോടെ പറഞ്ഞു.

"വേണ്ട. വേണ്ട. അതു കഴുകി, തേച്ച് മടക്കി, ഉടുക്കാൻ റെഡിയാണ്. നിനക്കതുടുത്താൽ നല്ല ഭംഗിയുണ്ടാവും. പക്ഷേ നീ ഒരു കാര്യം പറയണം. നമ്മൾ ഒരേ ഭക്ഷണമാണ് കഴിക്കുന്നത്. ഒരേ റേഷൻ ഷാപ്പിലെ അരി, പിന്നെ നീ എന്താ ഇങ്ങനെ ദിവസം ചെല്ലുന്തോറും സുന്ദരിയായി വരുന്നത്?"

പൂർണിമ നാണമില്ലാതെ ലാബോണിയയുടെ നിറഞ്ഞ മാറിലും ഉരുണ്ട കൈകളിലും ഒതുങ്ങിയ അരക്കെട്ടിലും കണ്ണോടിച്ചു. ലാബോണിയയുടെ മുഖം വിവർണമായി. പതിഞ്ഞ ശബ്ദത്തിൽ അവൾ പറഞ്ഞു.

"നീ പറഞ്ഞത് ശരിയാ. നീ എന്നെക്കാളും അഞ്ചാറ് വയസ് മുതിർന്നതാണ്. അതുപക്ഷേ ആരും ഊഹിക്കില്ല."

പൂർണി അവളുടെ നിതംബത്തിൽ തട്ടിക്കൊണ്ട് പറഞ്ഞു: "വെറുതേ പറയണ്ട. നോക്കൂ ലാബി, നീ നിന്റെ പരീക്ഷയൊക്കെ കഴിഞ്ഞിട്ടൊരു ദിവസം എന്റെ ഓഫീസിൽ വരുമോ?"

"അവിടെ ഞാനെന്തു ചെയ്യാനാ?"

"നിനക്കെന്റെ സുഹൃത്തുക്കളെ ഒക്കെ കാണാം. നിന്നെക്കുറിച്ച് ഞാനവരിൽ പലരോടും പറഞ്ഞിട്ടുണ്ട്. നിനക്കും വേണമെങ്കിൽ അവിടെ ഒരു ജോലികിട്ടും."

"ഇത്തവണ ഞാൻ ജയിക്കും. എതെങ്കിലും സ്കൂളിൽ ജോലി ശരിയാക്കണം. രാവിലെ മുതലുച്ചവരെ. ഉച്ചക്ക്ശേഷം യൂണിവേഴ്സിറ്റിയിലും പോണം".

"എന്ത്? ഇനിയും പഠിക്കാനോ? ഒരുപാടു പഠിക്കുന്നതെന്തിന്? അതുമല്ല ഒരു ടീച്ചർ ജോലികൊണ്ടൊക്കെ ഇക്കാലത്ത് എന്താവാനാ?"

"വേറെ എവിടെയും എന്നെ ജോലിക്ക് വിടില്ലന്നാ എന്റെ അച്ഛൻ പറയുന്നത്."

"പക്ഷേ നിനക്കവിടെ കുറച്ച് ശമ്പളമേ കിട്ടു. മരണംവരെ കുട്ടികളോട് ബഹളംവെച്ച് നടക്കണം. നീ എന്റെ ഓഫീസിൽ നോക്ക്. എത്ര നല്ലതാ. നന്നായി ഡ്രസ്സ് ചെയ്യണമെന്നേ ഉള്ളൂ, ഏത് നേരത്ത് പോയാലും മതി. വേറെ ഒരു പ്രശ്നവുമില്ല. നീനക്കാണെങ്കി ഉടനടി എല്ലാവരുടേയും ശ്രദ്ധനേടാനാവും."

"നിങ്ങളെന്താ ഓഫീസിൽ ചെയ്യാറ്?" ലാബോണിയ ഉടൻകേറി ചോദിച്ചു. "ശ്രദ്ധനേടാൻ അത് ഏതുതരം ഓഫീസാണ്?"

പൂർണിമ പരുങ്ങലോടെ പറഞ്ഞു:

"വന്നാൽ എല്ലാം കാണിച്ചുതരാം. ലാബോണിയ സ്ത്രീകളുടെ ഏക വില അവളുടെ ഭംഗിയിലാണ്. നിന്നെക്കാണാൻ വൃത്തികെട്ടിട്ടാണെന്ന് വെക്ക്. നിനക്ക് എത്ര ബുദ്ധിയുണ്ടായിക്കോട്ടെ, ആരും നിന്നെ തിരിഞ്ഞു നോക്കില്ല. പക്ഷേ ഭംഗിയും ആരോഗ്യവും ഉണ്ടെങ്കിലോ, എല്ലാ സന്തോഷവും ആസ്വദിക്കാം. അല്ലങ്കി നീ സ്വയം ഇവിടെനിന്നു നശിക്കുകയേ ഉള്ളൂ."

ലാബോണിയയുടെ മുഖത്തുനിന്നും ചോര വറ്റിപ്പോയി. അവളുടെ ശരീരത്തെക്കുറിച്ചുള്ള വ്യക്തവും തുറന്നതുമായ സൂചനകൾ അവളെ അപമാനിതയാക്കി. ദേഷ്യംകൊണ്ട് മുഖം ചുവന്നു. "നിനക്കു നാണമില്ലേ പൂർണിമാദി? നിന്റെ ഓഫീസ് എന്തുതരത്തിലുള്ളതാന്ന് എനിക്കറിയില്ലാന്നാണോ കരുതിയത്? നീ ധർമതാലയിൽ പോവും, എന്നിട്ട് ചായക്കടയിൽ ഇരിക്കും. പിന്നെ അറിയാത്ത പല ആണുങ്ങളും വരും." അവൾ പൊട്ടിത്തെറിച്ചു.

പൂർണിമ പൊട്ടിത്തെറിച്ചു....

എന്ത്? നീ എന്താ പറഞ്ഞത്?"

"അതെ. ഞാനതുതന്നെയാ പറയുന്നത്. നീ എത്ര നല്ല ഒരു കുടുംബത്തിൽ പിറന്നതാണ് എന്നിട്ടും...."

"നീ നുണ പറയുകയാണ് പട്ടി. ഇങ്ങനെ നുണപറയുന്നതിന് നിന്റെ തലയിൽ ഇടി വീഴട്ടെ. ഞാൻ ചായക്കടയിൽ പോയി ഇരിക്കുംന്ന് അല്ലേ? ശരി. ഞാൻ ഇരിക്കും. അതിനെന്ത്? ഞാനാരുടെകൂടെ പോയി എന്തും ചെയ്തോട്ടെ. അതിന് ഞാനൊരു അലക്കുകാരി പെണ്ണിന്റെ കുത്തുവാക്ക് കേൾക്കണം എന്നുണ്ടോ?"

"അതെ. നിന്നെപ്പോലെ ഒരുത്തി ആവുന്നതിലും നല്ലത് അലക്കുകാരി ആവുന്നതാണ്."

"അത് നിനക്ക് നല്ലതാവും. എനിക്ക് നിന്റെ ഭാവി ശരിക്കും കാണാനാവും. നിന്റെ ഈ നെഗളിപ്പൊക്കെ കോളേജിൽ പോവുന്നതുകൊണ്ടല്ലേ? എന്താ നിന്റെ സദാചാരം? ഒരു നാണോം ഇല്ലാതെ അർജുന് ചുറ്റും ഒരവസരം കിട്ടിയാ വേശ്യയെപ്പോലെ നീ അവന്റെ മുറിയിലേക്ക് നുഴഞ്ഞു കയറും."

"പൂർണിമാദി സൂക്ഷിച്ച്. നിനക്കെങ്ങനെ ഇതൊക്കെ പറയാൻ ധൈര്യം കിട്ടുന്നു?"

"എന്താ ധൈര്യം ഉണ്ടായാൽ? എന്റെ വായ മൂടാൻ നീ എന്തുചെയ്യും? എനിക്ക് തോന്നുന്നത് ഞാൻ പറയും. അർജുൻ നിന്റെ വയറ് വീർപ്പിച്ച് തരും ഒരിക്കെ, അപ്പോ...."

ലാബോണിയയുടെ മുഖത്ത് കോപം കത്തി, പക്ഷേ അവളുടെ കണ്ണുകളും നിറഞ്ഞൊഴുകി.... ദേഷ്യം വന്നാൽ ലോബോണിയ സ്ഥലവും തരവും എല്ലാം മറക്കും. പൂർണിമയെ വലിച്ചിറക്കി തല്ലാനും മാന്തി പൊളിക്കാനും ലാബോണിയക്ക് തോന്നി. പക്ഷേ കഷ്ടപ്പെട്ട് അവളതെല്ലാം നിയന്ത്രിച്ചു.

"അതാണ് ഞാൻ നിന്നെക്കുറിച്ചും കരുതുന്നത്. നിന്റെ സാരി വാങ്ങുന്നതിനേക്കാളും എനിക്ക് തൂങ്ങിച്ചാവുന്നതാണ് നല്ലത്"

"നോക്ക്, നിനക്ക് തൂങ്ങിച്ചാവാൻ ഒരു കയറ് പോലും കിട്ടില്ല."

അച്ഛൻ വീട്ടിലേക്ക് വരുന്നത് കണ്ടുകൊണ്ട് ലാബോണിയ അകത്തേക്ക് കേറിപ്പോയി. പക്ഷേ പൂർണിമ പിന്നെയും കുറേനേരംകൂടി ലാബോണിയയുടെയും അർജുനന്റെയും പേര് ചേർത്ത് തെറിവിളി നട

ത്തിക്കൊണ്ടിരുന്നു. ബിസ്വാനന്ത് അതൊന്നും ശ്രദ്ധിച്ചുകൂടിയില്ല. മറ്റുള്ളവർ പറയുന്നതിന് ചെവികൊടുക്കാതിരിക്കുക അയാൾക്ക് ശീലമാണ്.

തടാകത്തിൽപ്പോയി ഒന്ന് കുളിച്ച്, തണുത്ത് വരാം എന്ന് പൂർണിമ കരുതി. എഴുതപ്പെടാത്ത ഒരു നിയമംപോലെ തടാകത്തിന്റെ ഒരു കര പെണ്ണുങ്ങൾക്കും, മറുകര ആണുങ്ങൾക്കും ഉള്ളതാണ്. അവൾ പതിവു പോലെ മരുകരയിലെ ആൺപടയെ കൊതിപ്പിക്കാനായി സോപ്പുതേച്ച് പതപ്പിച്ച് വിശാലമായി കുളിച്ചു. ഉടുത്തൊരുങ്ങി, ചുണ്ടുകൾ ചുവപ്പിച്ച്, പതിവിലും വശ്യമായി ഓഫീസിലേക്കായി ഇറങ്ങി.

വഴിയിൽവെച്ച് അവളുടെ അച്ഛൻ ഹരന്ദൻ അവളെ കണ്ടു, അച്ഛൻ അവളോട് പണം ചോദിച്ച് കെഞ്ചി. അച്ഛൻ ശല്യംചെയ്യൽ തുടർന്നപ്പോൾ ഒഴിവാക്കാനായി അവൾ ബാഗുതുറന്ന് രണ്ടു2222 രൂപ എടുത്തുകൊടുത്തു.

ഏഴ്

"വന്നിരിക്കൂ അർജുൻ" മായ പറഞ്ഞു. "അബനിഷാദ ബാത്ത് റൂമിൽ ആണ്."

അർജുൻ ചിരിച്ചു.

"ഞാൻ മുകളിൽപ്പോയി ശുക്ലയോട് സംസാരിച്ചിരിക്കാം. അവൾ ഉണ്ടോ അവിടെ?"

"എനിക്കറിയില്ല അർജുൻ" മായ ഒരു ചിരിയോടെ പറഞ്ഞു.

അങ്ങനെയാണ് ശുക്ലയുടെ പോക്കും വരവും. ഒന്നും വീട്ടിലാർക്കും പറയാൻ കഴിയില്ല. ഇപ്പോ ഇവിടെ ഉണ്ടെങ്കിൽ അടുത്ത നിമിഷം വേറൊരിടത്തുണ്ടാവും. ആ പെണ്ണിന് കാലിനടിയിൽ ചക്രം പിടിപ്പിച്ചിട്ടുണ്ടെന്നാ തോന്നുന്നത്. അവളെക്കൊണ്ട് ഒരിടത്തും കൂടുതൽ സമയം നിൽക്കാൻ കഴിയില്ല.

ശുക്ലയുടെ മുറി രണ്ടാം നിലയിലാണ്. അവിടേക്ക് കേറിപ്പോകുന്നതിനിടയ്ക്ക് അർജുൻ ശുക്ലയുടെ അച്ഛനെ കണ്ടു. വലിയ മറവിക്കാരനായ അയാൾ അർജുനെ തിരിച്ചറിഞ്ഞൊന്നും ഇല്ലെങ്കിലും, 'സുഖമല്ലേ' എന്ന് കുശലം ചോദിച്ചിട്ട് അതിന് മറപടി പറയും മുമ്പെ നടന്നു പോയി.

ശുക്ലയുടെ ഇളയ സഹോദരി താൻട്രായിയുടെ മുറി ഫസ്റ്റ്ഫ്ളോർ സ്റ്റെയർ കെയ്സിന് അടുത്താണ്. ആ വീട്ടിലെ നാണം കുണുങ്ങി അവളാണ്. സുഹൃത്തുക്കളെ ഒന്നും അർജുൻ ആ മുറിയിൽ കണ്ടിട്ടേയില്ല. അവൾ എപ്പോഴും പഠനത്തിൽ മുഴുകിയിരിക്കുകയാവും.

അവളെ മുറിയിൽ കണ്ടപ്പോൾ "ചേച്ചി മുകളിലുണ്ടോ" എന്ന് അർജുൻ ചോദിച്ചു.

"ഉണ്ടാവും. കുറച്ച് മുമ്പേ കണ്ടിരുന്നു."

"ഇന്നു നിനക്ക് ക്ലാസില്ലേ?"

"ഇല്ല. കുട്ടികൾ സമരം നടത്തുകയാണ്."

"ഞങ്ങൾ സമരത്തിന്റന്നും കോളേജിൽ പോവുമായിരുന്നു. എന്നാലല്ലേ ഫ്രണ്ട്സിന്റെ കൂടെ കത്തിയടിക്കാൻ നേരംകിട്ടൂ?"

നാണിച്ച ഒരു ചിരിയായിരുന്നു താൻട്രായിയുടെ മറുപടി. ഒരേവീട്, ഒരേ അന്തരീക്ഷം, ഒരേ സൗകര്യങ്ങൾ, പക്ഷേ ഓരോ കുട്ടിയും എത്ര വ്യത്യസ്തം!

ഈ വീട്ടിലെ എല്ലാ നിലയിലും ഓരോ ഫോണുണ്ട്. മുകൾനിലയിലെ ബാൽക്കണിയിൽനിന്ന് ഫോണിൽ സംസാരിക്കുകയായിരുന്നു ശുക്ല. ഇപ്പോഴും നൈറ്റ് ഡ്രസ് ആണ് വേഷം. അവളിതുവരെയും ഉറങ്ങുകയായിരുന്നൂന്ന് തോന്നുന്നു—അതൊന്നും ഈ വീട്ടിൽ പതിവില്ലാത്തതല്ല. അർജുൻ അടുത്തേക്ക് പോണോ വേണ്ടയോ എന്ന് ഒരുനിമിഷം ശങ്കിച്ചു, അപ്പഴേക്കും ശുക്ല അയാളെ കണ്ടു. ഫോണിന്റെ മൗത്ത് പീസ് പൊക്കിപ്പിടിച്ച് "പോയി എന്റെ മുറിയിലിരിക്കൂ, ഞാനൊരു മിനിട്ടിനകം വരാം" എന്ന് അവൾ അർജുനെ ക്ഷണിച്ചു.

ശുക്ലയുടെ ഫോൺസംസാരം മണിക്കൂറുകളോളം നീളും. ദൈവത്തിനറിയാം അവളെന്താ ഈ ഫോണിൽ പറയുന്നതെന്ന്. അർജുൻ ഒരിക്കലും ശുക്ലയെ ഫോൺ ചെയ്തിട്ടില്ല.

നിന്ന ബാൽക്കണി, വെള്ളയും കറുപ്പും ടൈലുകൊണ്ടുള്ള തറ. നല്ല വൃത്തി. ഇത്തരം വീടുകൾ ചിലപ്പോഴർജുനനെ അസ്വസ്ഥനാക്കും. ചിലപ്പോ മാത്രം. ഈ വീട്ടിലെ മക്കളൊക്കെ ഓരോരോ മുറികളിൽ താമസിക്കുന്നു, ആരും മറ്റുള്ളവരുടെ കാര്യത്തിൽ തലയിടാറില്ല.

പൊതുവായിട്ട് ഒരു മുറി ഈ വീട്ടിൽ ഇല്ല. താഴെ നിലയിലുള്ള രണ്ട് സിറ്റിങ് റൂമുകളും രോഗികൾക്കുള്ള വെയിറ്റിങ് റൂം ആയാണ് ഉപയോഗിക്കുന്നത്. ഓരോരുത്തർക്കും അവനവന്റെ മുറിയോട് ചേർന്ന് ബാൽക്കണിയിൽ ഇരിപ്പിടസൗകര്യവും ഉണ്ട്.

ശുക്ലയുടെ മുറി വലുതാണ്. ഒരുവശത്ത് ബെഡ്, മൃദുവായ വെള്ളവിരികൾ. ഇരിപ്പിടങ്ങളും, റിക്കോർഡ് പ്ലേയറും മറ്റും മറുവശത്ത്. മറ്റൊരു ചെറിയ മുറിപോലെ തോന്നിക്കുന്ന വാർഡ്റോബ്. അവിടെയാണ് ശുക്ല ഡ്രസ് സൂക്ഷിക്കുന്നതും വസ്ത്രം മാറുന്നതും എല്ലാം. അവളുടെ മുറിക്കടുത്ത് അബനിഷാദയുടെയും താഴെയുള്ള സഹോദരന്റെയും മുറിയാണ്. അയാൾ ഭാര്യയോടൊപ്പം ഇംഗ്ലണ്ടിലായതുകൊണ്ട് അത് അടഞ്ഞു കിടക്കുന്നു.

ശുക്ല അടുക്കും ചിട്ടയും ഒട്ടുമില്ലാത്ത ആളാണ്. മുറിമുഴുവനും അവളുടെ സാധനങ്ങൾ ചിതറിക്കിടക്കുന്നു. ബുക്സ്, ലിപ്സ്റ്റിക്.....

പെട്ടെന്ന് അർജുൻ ലാബോണിയക്ക് ശുക്ലയോടുള്ള അസൂയയെക്കുറിച്ച് ഓർത്തു. അതിന്റെ ഒന്നും ആവശ്യം ഇല്ല എന്ന് അയാൾ ചിന്തിച്ചു. പക്ഷേ ശുക്ല തോൽവി സമ്മതിക്കാത്ത ഒരു ടൈപ്പ് ആളാണ്. അവൾ എന്തും ചെയ്യും. ഇഷ്ടംപോലെ വേലക്കാരുള്ള ഈ വീട്ടിൽ ഒരിക്കൽപ്പോലും ഒരു ജോലിയും ചെയ്യാത്ത അവളോട് ഈ തറയൊന്ന്

തുടയ്ക്കാൻ പറഞ്ഞാൽ, അതുപോലും അവൾ ഒരു വെല്ലുവിളിയായി ഏറ്റെടുത്ത് ചെയ്യും. ഒറ്റക്കാര്യമേ അവൾക്കാവാത്തതായുള്ളൂ—നീന്തൽ. എല്ലാ സ്ത്രീകളെയുംപോലെ അവൾക്കും വെള്ളം ഇഷ്ടമാണ്. പക്ഷേ ഒരിക്കെ മുങ്ങിപ്പൊങ്ങിയതുകൊണ്ട് നീന്താനവൾക്ക് പേടിയാണ്. അന്ന് അർജുനനാണ് അവളെ രക്ഷപ്പെടുത്തിയത്. ശുക്ല ശരിക്കും ഒരു വിചിത്ര ജീവിയാണ്. അർജുൻ അവളെ രക്ഷപ്പെടുത്തിയതിനുപോലും അവളെത്ര ദേഷ്യപ്പെട്ടു!

"ആരാ എന്നെ വലിച്ച് കേറ്റാൻ പറഞ്ഞത്? മുങ്ങിമരണം എങ്ങനെ ഉണ്ടാവും എന്നുനോക്കാൻ തുടങ്ങുകയായിരുന്നു ഞാൻ." അർജുൻ ചിരിച്ചുപോയി.

"അതുനടക്കില്ല ശുക്ല. മരിച്ചാൽപ്പിന്നെ നിനക്കൊന്നും അറിയാനാവില്ല."

"ശരി. മരിക്കുന്ന ആ ഒരു നിമിഷം അതറിയാല്ലോ? പറ്റില്ലേ? എനിക്ക് ബോധമൊക്കെ മറഞ്ഞ്.... ഹാ അതെനിക്ക് ശരിക്കും ഒരു നല്ല അനുഭവമായിരുന്നു."

"നീ ഒരു ബുദ്ധിമതിയാവാൻ ശ്രമിക്കുകയാണോ? ആണോ? ഒരിക്കൽ മരിച്ചുകഴിഞ്ഞാൽ പിന്നെ ജീവിതത്തിലേക്ക് മടങ്ങാൻ സാധിക്കില്ല. പിന്നെ എങ്ങനെയാണ് നീ നിന്റെ പുതിയ അനുഭവങ്ങളെപ്പറ്റി സംസാരിക്കുക?"

ആ സമയത്ത് അബനിഷാദ കേറി ഇടപെട്ടു.

"അർജുൻ അവൾക്കത്ര മരിക്കാൻ കൊതിയാണെങ്കിൽ പോയി അവളെ വെള്ളത്തിലേക്കുതന്നെ എടുത്തിട്."

എന്നിട്ടും ശുക്ല നിർത്തിയില്ല.

"നിന്നോടാരാ എന്നെ രക്ഷിക്കാൻ പറഞ്ഞത്? ആരാ പറഞ്ഞത്?"

"ആരുമല്ല. അതൊരു മാനുഷിക താൽപ്പര്യമായിരുന്നു. വെള്ളത്തിൽവെച്ച് ഞാൻ ശക്തിയായി ഇടിച്ചത് ഓർമയുണ്ടോ അതു മാനുഷികവികാരം തന്നെ. അല്ലങ്കി നീ എന്നെക്കൂടി പിടിച്ച് താഴ്ത്തുമായിരുന്നു. നീ അത്രയ്ക്ക് എന്നെ ചുറ്റിപ്പിടിച്ചിരിക്കുകയായിരുന്നില്ലേ?"

"അർജുനെ താൻ ചുറ്റിപ്പിടിച്ചിരിക്കുകയായിരുന്നു എന്നൊക്കെ സുഹൃത്തുക്കളുടെ മുമ്പിൽവെച്ച് പറഞ്ഞത് ശുക്ലക്ക് അത്ര സുഖിച്ചില്ല. കുറച്ച് കഴിഞ്ഞപ്പോൾ അവൾ അർജുനനോട് സ്വകാര്യമായി സംസാരിച്ചു.

"ഞാനാരോടും കടപ്പെട്ടിരിക്കുന്നത് എനിക്കിഷ്ടമല്ല. നീ എന്റെ ജീവൻ രക്ഷിച്ചത് നല്ലതുതന്നെ. പക്ഷേ ഞാനെങ്ങനെയാ ആ കടം തിരിച്ച് തരേണ്ടത്?"

അവളുടെ പൊട്ടത്തരം കേട്ട് വീണ്ടും അർജുൻ ചിരിച്ചുപോയി.

"നിന്റെ മുത്തശ്ശി ഇപ്പഴും ഉണ്ടല്ലോ, അവരുടെ കൈയിലിപ്പഴും ആ പഴയ .... ഉണ്ടോ എന്നന്വേഷിക്ക്. അതു കിട്ടുകയാണങ്കി ഒന്നു വാങ്ങിത്താ. ഒരു ആളുടെ ജീവന് അതിനെക്കാളും വിലയൊന്നും ഇല്ല."

"എന്ത് എന്റെ ജീവന് ആ നിസാര സാധനങ്ങളോളം വിലയേ ഉള്ളൂ എന്നാണോ?"

"നിന്റെ ജീവൻ എങ്ങനെ മറ്റുള്ളവരുടെതിനേക്കാളും വില പിടിപ്പുള്ളതാവും? അതെല്ലാം ഒരുപോലെതന്നെ."

"താങ്ക് ഗോഡ്. നീയതാണല്ലോ പറഞ്ഞത്. അതല്ലാതെ നീ ഈ അവസരം മുതലാക്കി പ്രേമംന്നും മറ്റുമൊക്കെ പറഞ്ഞു തുടങ്ങിയിരുന്നങ്കി ഞാൻ നിന്റെ മുഖത്തടിച്ചേനെ."

അർജുൻ ഞെട്ടിപ്പോയി. എങ്ങനെയാണിവിടെ പ്രണയം ഒരു വിഷയമാവുന്നത് തന്നെ? തന്റെ സ്ഥാനത്ത് ഒരു മുക്കുവനായിരുന്നെങ്കിലും ചാടി ഇറങ്ങി ശുക്ലയെ രക്ഷിച്ചേനേ.

"നിനക്ക് ആളുകൾ പ്രേമത്തെപ്പറ്റി പറയുന്നത് ഭയമാണോ?" അവൻ ചോദിച്ചു.

"പേടിയോ? ഒരിക്കലുമില്ല. സത്യത്തിൽ, ഞാനിന്ന് അത് വേറെ ഒരാളടുത്ത് നിന്ന് കേട്ടിട്ടേ ഉള്ളൂ. ഒരേദിവസം രണ്ടുപേരുടെ പ്രേമാഭ്യർഥന സഹിക്കാൻ വയ്യന്നേ ഉള്ളൂ."

•

അർജുൻ മുറിക്ക് പുറത്തേക്ക് പാളിനോക്കി. ശുക്ല അപ്പോഴും ഫോണിൽ തന്നെ. അവൻ അസ്വസ്ഥനായി മുറിയിൽ ചുറ്റിനടന്നു. അർജുൻ മൂന്ന് ഡാർട്ട് എടുത്ത് ബോർഡിലേക്ക് എറിഞ്ഞുകൊണ്ടിരിക്കേ ശുക്ലയും അകത്തു കേറിവന്നു, അവർ ഡാർട്ടിനെക്കുറിച്ച് സംസാരിച്ചു.

ശുക്ലയുടെ മുഖത്ത് ഉറക്കച്ചടവുണ്ടായിരുന്നു. ഇത്ര വൈകിയിട്ടും മുടിയൊന്ന് ചീകി ഒതുക്കാൻപോലും അവൾ മെനക്കെട്ടില്ല. ചിരിച്ചുകൊണ്ട് അവൾ പറഞ്ഞു. "നീ എത്രദൂരേക്കാണ് ഡാർട്ട് എറിഞ്ഞത്. നീ വേണങ്കി ചെസ്സുകളിക്കാരേയും തോൽപ്പിക്കും."

"കിന്നാരം പറയാതെ."

"അല്ലന്നെ. നീ എന്താണ് ഇപ്പോൾ കാണുന്നത്? എന്നിട്ടു ഞാൻ പറയാം നിങ്ങൾക്ക് ഒരവസരംകൂടി ഉണ്ടോ എന്ന്."

"ഒരുപക്ഷിയുടെ കണ്ണുമാത്രം...."

"ശുക്ല ചിരിച്ചുപോയി.

"ചിരിക്കണ്ട. എന്റെ ശ്രദ്ധപോവും."

"സോറി. ഞാൻ ഇപ്പോ മറ്റു ചിലതോർത്തുപോയി."

"എന്ത്?"

"അതു നിന്നോട് പറഞ്ഞിട്ടു കാര്യമില്ല. നീ ശാസ്ത്രം പഠിച്ചവനല്ലേ. നിന്നെപ്പോലുള്ളവർ മറ്റൊന്നും വായിക്കില്ല, അതൊന്നും മനസിലാവുകയും ഇല്ല."

അവൾ വീണ്ടും ചിരിച്ച് തുടങ്ങി. അർജുൻ അവളുടെ നേരെ തിരിഞ്ഞ് ചിരിച്ചുകൊണ്ട് പറഞ്ഞു. "ഇല്ല. ഞാനിനി ഇത് ശ്രമിക്കില്ല."

"സത്യസന്ധമായി നിനക്കാവില്ല എന്നു സമ്മതിക്കൂ."

അർജുൻ ഡാർട്ട്സ് വെറുതെ സീലിങ്ങിന് നേരെ എറിഞ്ഞ് വീണ്ടും കൈകൊണ്ട് പിടിച്ചു.

"ഇതൊക്കെ ചെറുപ്പത്തിൽ നല്ല രസമായിരുന്നു." അർജുൻ പറഞ്ഞു. "കുട്ടിയായിരുന്നപ്പോ ഇത്തരം വെല്ലുവിളി ഒക്കെ എന്നെ ആവേശംകൊള്ളിച്ചിരുന്നു. ഇപ്പോ എനിക്ക് ചിരിവരുന്നു. എനിക്കതിനായില്ലെങ്കിലും ഒരു കുഴപ്പവും ഇല്ല. പക്ഷേ മാർക്കിൽ തൊടാനായാൽ ഞാനൽപ്പം പൊങ്ങും. അതിനു പിന്നെ പറഞ്ഞിട്ടുകാര്യമില്ല."

ശുക്ല വലിയ ലക്ഷ്യമൊന്നും വെക്കാതെ, ഇരുന്നിടത്തിരുന്ന് ഡാർട്ട് എറിഞ്ഞു. അത് കലണ്ടർ പേജിൽ പോയി ഇടിച്ച് തറയിലേക്ക് വീണു.

"നോക്ക്. നീ കണ്ടോ?" ശുക്ല വിജയഭാവത്തിൽ പറഞ്ഞു.

അർജ്ജുൻ കൈയടിച്ചു.

"ഗ്രേറ്റ് നിനക്ക് വേണമെങ്കിൽ ഒരു ഫീമെയിൽ റോബൻഹുഡ് ആവാം."

"നിനക്കും വേണമെങ്കിൽ ഇവിടെ വന്ന് അപ്പഴും ഇപ്പഴുമൊക്കെയായി പ്രാക്ടീസ് ചെയ്യാം. എന്നാൽ നിനക്കും ഇതുപോലെ ഒക്കെ ചെയ്യാനാവും."

"വേണ്ട. നിന്റെ മുറിയിൽ മിക്കസമയത്തും നിറയെ ആളായിരിക്കും. ഇന്നാണ് ഞാനാദ്യമായിട്ട് ഈ മുറി ഒഴിഞ്ഞ് കാണുന്നത്. നിനക്ക് ഡ്രസ് മാറാനായില്ലേ. ഞാൻ പോയേക്കാം."

"എന്തിന്? എന്നെ ഇങ്ങനെ കാണുന്നതിന് നിനക്ക് കുഴപ്പമുണ്ടോ?"

കസേരയിലേക്ക് ചാരി ഇരിക്കുമ്പോൾ അവളുടെ കാലുകൾ ഏറെക്കുറെ നഗ്നം. ഹൗസ്കോട്ടിനുള്ളിലൂടെ നൈറ്റ് ഗൗൺ, ശരീരത്തിന്റെ മിനുമിനുപ്പം നന്നായി കാണാം..... അലസമായ ഇരിപ്പ്. ഇതെല്ലാം അവനെ അസ്വസ്ഥപ്പെടുത്തുകയല്ല മറിച്ച് ഒരുതരം ദുഃഖംനിറയ്ക്കുകയാണ് ചെയ്തത്.

"ഇല്ല. പക്ഷേ ദിവസം മുഴുവനും നിന്നെപ്പോലെ ഇങ്ങനെ അലസമായി ചെലവിടണം എന്നാണോ നീ പറയുന്നത്?"

"എനിക്കിന്നൊന്നും ചെയ്യാനില്ല. പക്ഷേ എനിക്കറിയാം, ഞാനിന്ന് വേഗം ഒരുങ്ങുകയില്ല. നീ എന്താ ഇന്നീനേരത്തിവിടെ ഇങ്ങനെ ഇരിക്കുന്നത്? ഇന്ന് പുതിയ അടിപിടി ഉണ്ടാക്കാനൊന്നും പദ്ധതിയില്ലേ?"

"അടിപിടിയോ ഞാനോ?"

"അതെ. വേറാരാ? പോയി തലപൊട്ടിക്കുകയൊക്കെ ചെയ്യുക?"

"സത്യത്തിൽ നീയിന്ന് ഒറ്റക്കാവും, നിന്നോടൽപ്പം സംസാരിക്കാം എന്നു കരുതിയാ ഞാൻ വന്നത്."

"ഞാനത് വിശ്വസിക്കും എന്നു പ്രതീക്ഷിക്കണ്ട. എന്റെ സഹോദരൻ ബാത്ത് റൂമിലേക്ക് മുങ്ങിക്കാണും."

"അല്ലന്നേ. ഞാൻ അബനിഷാദയെ കാണാൻ വന്നതല്ല. ഞാൻ നിന്നെ കാണാൻ വന്നതാ...."

"നിർത്ത്. നീ എന്നെക്കാണാൻ മാത്രമായിട്ടൊരിക്കലും ഇവിടെ വരില്ല. എന്റെ സഹോദരൻ രണ്ട് ആഴ്ചയ്ക്ക് യൂണിവേഴ്സിറ്റിയിൽ നിന്ന് ലീവെടുത്തിരിക്കുകയാണെന്ന് എനിക്കറിയാം. അതല്ലേ നീ വന്നത്? നിന്റെ വർക്ക് അദ്ദേഹവുമായി ചർച്ച ചെയ്യാൻ. വന്നപ്പോ അദ്ദേഹം ബാത്ത് റൂമിലാന്നു കണ്ടപ്പോ എന്റെ റൂമിലേക്കു വന്നു, അതല്ലേ കാര്യം?"

തന്റെയും സുഹൃത്തുക്കളുടെയും കൂടെ പുറത്തേക്ക് വരാൻ ശുക്ല അർജുനെ ക്ഷണിച്ചു. തനിക്ക് അവളോട് ഒറ്റയ്ക്ക് സംസാരിച്ചിരിക്കുന്നതാണ് ഇഷ്ടം എന്ന് അയാൾ മറുപടി പറഞ്ഞു.

"ഞങ്ങടെകൂടെ വാ, മന്ദിര ഉണ്ടാവും. അവൾക്ക് നിന്നെ വലിയ കാര്യമാണ്."

"പക്ഷേ എനിക്ക് നിന്നോടൊറ്റയ്ക്ക് സംസാരിക്കുന്നതാണിഷ്ടം."

ശുക്ല എഴുന്നേറ്റ് മുറി മുഴുവനും ചുറ്റിനടന്ന് ഒരു ചീർപ്പ് കണ്ടുപിടിച്ചു. അത് മുടിയിൽ തിരുകിയശേഷം അവൾ പറഞ്ഞു. "ശരി. നമുക്ക് അരമണിക്കൂർ ഉണ്ട്. നിനക്കെന്താ പറയാനുള്ളതെന്നുവെച്ചാൽ പറയ്."

അർജുൻ വീണ്ടും ചിരിച്ചു.

"നീ ശരിക്കും ഒരു തമാശക്കാരിതന്നെ. അനുവദിച്ചുതന്ന സമയത്തിനകത്തു പറഞ്ഞ് തീർക്കുന്നതെങ്ങനെ. എനിക്ക് നിന്റെ ഒപ്പം കുറേ നേരം ചിലവിട്ട്, അങ്ങനെ കുറച്ച് നേരമെടുത്തേ പറയാനാവൂ. എങ്ങനെ അരമണിക്കൂറിനുള്ളിൽ അതൊക്കെ സാധിക്കും?"

"അതെ. അതെനിക്കറിയാം. പക്ഷേ നീയിതുവരെ പറഞ്ഞു തുടങ്ങിയില്ലല്ലോ."

"പറയ്. ഇത്ര ദീർഘനേരം നീ ആരോടാ ഫോണിൽ സംസാരിച്ചത്?"

"കൊള്ളാം. എന്തിനാ ഇത്ര ആകാംക്ഷ? ഒരു പെൺകുട്ടിയോട് ഇത്തരം കാര്യങ്ങൾ ഒന്നും ചോദിച്ചുകൂടാ എന്നറിയില്ലേ? നിന്നെപ്പോലെ ഒരു ഈസ്റ്റ് ബംഗാളി ഒരിക്കലും ചോദിച്ചുകൂടാ."

" നീ പറയുന്നത് ശരിയാണ്. എന്റെ മുത്തച്ഛൻ മാർക്കോസും ഇങ്ങനെ ഒരു പെൺകുട്ടിക്കൊപ്പം മുറിക്കകത്ത് തനിച്ചിരിക്കുന്നത് പോലും സ്വപ്നംകാണാൻ ആവുമായിരുന്നില്ല — അതും അവൾ വെറും ഹൗസ് കോട്ടും ധരിച്ചിരിക്കുമ്പോൾ."

ശുക്ലക്ക് അതിന്റെ അർഥം മുഴുനും പിടികിട്ടിയില്ല. എന്നാലും അപ്പഴാണവൾ ആദ്യമായി അവളുടെ വേഷം കുറച്ച് മോശമാണെന്ന് ശ്രദ്ധിച്ചതുതന്നെ. അവൾ നാണിച്ചതൊന്നും ഇല്ല. ചീർപ്പ് ദൂരെ കളഞ്ഞിട്ട്, ഒന്നു കുളിച്ചിട്ട് ഉടനെ വരാം. ഇവിടെത്തന്നെ ഇരിക്കൂ" എന്നുംപറഞ്ഞ് അവൾ എഴുന്നേറ്റു.

ശുക്ലക്ക് അബനിഷാദയെപ്പോലെ കുളിക്കാൻ ഒരുപാട് സമയമൊന്നും വേണ്ട. എങ്കിലും അർജുൻ പോവാൻ ഒരുങ്ങി.

"നീ ഒരുങ്ങിക്കോളൂ. നിനക്കുടനെ പോവേണ്ടതല്ലേ? ഞാൻ താഴെ പോവുന്നു."

പക്ഷേ ശുക്ല അതു സമ്മതിച്ചില്ല.

"വേണ്ട. എനിക്കിപ്പോ പോണം."

ഒതുങ്ങിക്കൂടുന്ന ഒരു പക്ഷിയെപ്പോലെ ശുക്ല ആ നിമിഷം അയാളോട് ചേർന്നു നിന്നു. അവൾ ഒരു കൈ അയാളുടെ ചുമലിൽ വെച്ച് അമർത്തി.

"ഞാൻ പറഞ്ഞത് കേൾക്ക് നീ. ഇപ്പോ ഇവിടെ ഇരിക്ക്."

അവളുടെ കൈ കവരാനായി അർജുൻ കൈ ഉയർത്തിയതും ഒരു നർത്തകിയെപ്പോലെ ചുറ്റിക്കറങ്ങി അവൾ ഒഴിഞ്ഞുമാറി.

വാതിലിന്റെ മറുവശത്ത് ചെന്ന് അവൾ വിളിച്ചു പറഞ്ഞു.

"ഒരു അഞ്ചു മിനിട്ടുമതി. കൂടുതൽ വേണ്ട...."

അവളുടെ പെട്ടെന്നുള്ള ചലനംകൊണ്ട് അവളുടെ മുടിയുടെ മണം അർജുന്റെ മൂക്കിലിരച്ചു കയറി. ഏതെങ്കിലും സുഗന്ധ എണ്ണയുടേതല്ല, അവളുടെ സ്വന്തം മണം. ശുക്ല എപ്പോഴും മുടി നീളത്തിൽ പിറകിൽ അഴിച്ചിടാറാണ് പതിവ്.

ശാസ്ത്രമാണ് ശുക്ലയുടെ പഠനവിഷയം. എങ്കിലും അവളെല്ലാത്തരം പുസ്തകങ്ങളും വായിക്കും. പലതരം പുസ്തകങ്ങളും അവളുടെ മുറിയിൽ ചിതറിക്കിടക്കുന്നു.

അതിനിടയിൽ നന്നായി വസ്ത്രം ധരിച്ച, സുന്ദരന്മാരായ നാലു പേർ മുറിക്കകത്തേക്ക് കേറിവന്നു. ബാരൻ, പ്രോബൽ, അക്തറും രജനോയും. അവരെ കണ്ടാൽ ഏകദേശം ശുക്ലയുടെ അംഗരക്ഷകരാണ് എന്ന് തോന്നും.

"ഹലോ അർജുൻ" ബാരൺ പറഞ്ഞു. "കുറേനേരമായോ വന്നിട്ട്? ശുക്ല എവിടെ?"

"നീ ഇന്ന് ഞങ്ങൾക്കൊപ്പം വരുന്നില്ലേ? സോറി എനിക്ക് നിന്നെ ആശുപത്രിയിൽ വന്ന് കാണാൻ പറ്റിയില്ല." അക്തർ പറഞ്ഞു.

"അവൻ വരും. ഇക്കഴിഞ്ഞ ദിവസം മുഴുവൻ കിടപ്പല്ലായിരുന്നോ? ഇന്ന് ഞങ്ങടെ ഒപ്പം വാ...." റണജോയ് പറഞ്ഞു.

"നിനക്ക് മുഴുവൻ ഭേദമായല്ലോ അല്ലേ?" പ്രോബൽ ചോദിച്ചു.

അവർ ഒരു മടിയും കൂടാതെ സിഗരറ്റ് കത്തിച്ച്, കസേര വലിച്ചിട്ട് ഇരുന്നു. വലിയ ശബ്ദത്തിൽ വെസ്റ്റേൺ മ്യൂസിക് ഓൺചെയ്തു. മുറിയിലെ അന്തരീക്ഷം തന്നെ മാറിപ്പോയി. അർജുൻ അതുവരെ ഒരു സിഗരറ്റുപോലും കത്തിച്ചിട്ടില്ല. റാണജോയിയും അക്താറും വിദേശ സിഗരറ്റു മാത്രമേ വലിക്കാറുള്ളു. അതു പകുതിപോലും വലിച്ച് തീരുംമുമ്പ് അവരത് ആഷ്ട്രേയിൽ കുത്തിക്കെടുത്തി.

താനീ സാഹചര്യത്തിലേക്ക് എന്തുമാത്രം അയോഗ്യനാണെന്ന് അർജുൻ ചിന്തിച്ചുതുടങ്ങി. കാഴ്ചയിലും ആരോഗ്യത്തിലും അവൻ മറ്റുള്ളവരെപ്പോലെ തന്നെ ഉണ്ട്. പക്ഷേ വലിയൊരു വ്യത്യാസം ഉണ്ട്. ഒരുപക്ഷേ എം എസ് സി എക്സാമിന് നല്ല മാർക്കും കിട്ടാനിടയുണ്ട്. പരീക്ഷ അതിനൊന്നും ഇവർക്കിടയിൽ ഒരു വിലയും ഉണ്ടാവില്ല. അവരിൽ റാണാജോയ് ഒഴികെ ആരുംതന്നെ അങ്ങനെ ദരിദ്രരൊന്നും അല്ല.

റാണജോയ് ആണങ്കിൽ മിടുക്കനായ ഒരു ടെന്നീസ് കളിക്കാരനുമാണ്. ചില ചാമ്പ്യൻഷിപ്പിനായി അയാൾ ജപ്പാനിൽവരെ പോയിട്ടുണ്ട്. പക്ഷേ അവരിലാരുംതന്നെ അർജുനെപ്പോലെ ഒരു ചേരിനിവാസിയല്ല. നല്ല കുലീനമായ കുടുംബങ്ങളിൽ നിന്നുള്ളവരാണെല്ലാം. അർജുൻ അവന്റെ സിഗരറ്റ് വലിച്ചെറിഞ്ഞ് പോവാനായി എഴുന്നേറ്റു.

ആ സമയത്ത് ശുക്ല മടങ്ങി എത്തി. അവർ തിളങ്ങുന്ന കറുപ്പും മഞ്ഞയും വരകളുള്ള ഒരു സാരിയാണ് ഉടുത്തിരുന്നത്.

"ആ നീ വന്നോ. നമ്മൾ വൈകും എന്ന് ഞാൻ കരുതി."

"ശുക്ല, അർജുൻ എന്താ നമ്മുടെ ഒപ്പം വരാത്തത്?"

ബാറുൺ ചോദിച്ചു; "നീ എന്താ അവനെ നിർബന്ധിക്കാത്തത്.

അതുതന്നെയാണ് കുറച്ചുനേരം മുമ്പുവരെ ശുക്ല ചെയ്തുകൊണ്ടിരുന്നത്. പക്ഷേ ഇപ്പോ അവളുടെ മനസു മാറിയിരിക്കുന്നു. അവളുടെ ചിരിയിലും സംസാരത്തിലും എല്ലാം ഒരു മുനയുണ്ടായിരുന്നു. "അവനെന്തിന് നമ്മുടെ കൂടെ വരണം? അവൻ പോയി താഴെ എന്റെ സഹോദരന്റെ ഒപ്പം പുസ്തകത്തിൽ മുഴുകി ഇരിക്കട്ടെ. അതല്ലേ അവന് നല്ലത്? ഇത്തരം 'നല്ല പിള്ള'കളെ നമുക്കെന്തു ചെയ്യാൻ പറ്റും? അവനെ വെറുതേ വിട്ടേക്ക്. നമുക്ക് പോവാം."

അർജുൻ അവളെ നോക്കി ചിരിച്ചു. ശുക്ലയുടെ മുഖത്ത് ആ അഭിമാനബോധം തന്നെ തിരിച്ചെത്തി.

എട്ട്

ദിബ്യയും മറ്റ് മൂന്ന് ചെറുപ്പക്കാരും പ്ലൈവുഡ് ഫാക്ടറിയിൽ ഒത്തുകൂടി. ബേക്കറി ജോലി കഴിഞ്ഞുവന്ന സുകനും അവരുടെ ഒപ്പം ചേർന്നു. കേൾസിങ്ങിന്റെ പദ്ധതികളെപ്പറ്റിയായിരുന്നു പിന്നീട് അവരുടെ സംസാരം.

കേൾസിങ്ങിന് കുറച്ചുകൂടി ഭൂമികൂട്ടിച്ചേർത്ത് തന്റെ ഫാക്ടറി വലുതാക്കൽ നിർബന്ധമായിരുന്നു. കമ്പനിയുടെ മറുഭാഗത്ത് നിന്ന് ഭൂമികിട്ടാൻ ഒരു വഴിയും ഇല്ല. അതുകൊണ്ട് കോളനിക്കകത്തേക്ക് അതിക്രമിച്ച് കയറുകയേ അയാൾക്ക് നിർവാഹമുള്ളൂ. അയാൾ ഇതിനകംതന്നെ ദന്താഡുമായി ചില രഹസ്യധാരണകളിൽ എത്തിയിട്ടുണ്ട്. അവരിപ്പോൾ താരതമ്യേന കുഴപ്പമില്ലാത്ത കുടുംബമാണ്. അതുകൊണ്ടുതന്നെ അവരുടെ ഈ വലിയ എസ്റ്റേറ്റിൽനിന്നും എന്തെങ്കിലും കിട്ടണം എന്നുണ്ട് അവർക്ക്. എല്ലാറ്റിനും പുറമേ, ഗവൺമെന്റിൽ നിന്നും പരമാവധി കിട്ടുന്ന നഷ്ടപരിഹാരം ഒരു ബിഘക്ക് 5000 മോ 7000 മോ രൂപയായിരിക്കും. പക്ഷേ പുറത്തിതിന് അതിന്റെ 20 ഇരട്ടി ഭൂമിക്കുപോലും 45000 രൂപ വിലവരും.

ഫാക്ടറിയിലെ തൊഴിലാളികൾ രാവും പകലും കോളനിക്കകത്ത് കേറി ഇറങ്ങി. അവർ ഉണങ്ങാനിട്ട ഷീറ്ററിന് കാവൽനിൽക്കുകവരെ ചെയ്തു. രാത്രിയിൽ അവർ ബഹളംവെച്ചുകൊണ്ട് കറങ്ങി നടന്നു, ചിലപ്പോ ജനലിനും വാതിലിനും ഒക്കെ തട്ടി, മറ്റു ചിലപ്പോൾ കുടിയന്മാരെപ്പോലെ ഭയപ്പെടുത്തുന്ന ശബ്ദങ്ങൾ പുറപ്പെടുവിച്ചു. അത് സംശയമില്ലാത്തവിധത്തിൽ അടിച്ചേൽപ്പിക്കൽ തന്നെ ആയിരുന്നു. പക്ഷേ എതിർക്കാൻ ആരുണ്ട്? കോളനിയിലെ ചില പയ്യന്മാർകൂടി അവർക്കൊപ്പം ചേർന്നു. പണ്ടത്തെ ഒത്തൊരുമയൊന്നും കോളനിയിൽ അധികകാലം ഉണ്ടായില്ല. ഓരോരുത്തരും തങ്ങളുടെ കാര്യങ്ങളുമായി തിരക്കിലാണ്.

കേൾസിങ് ഒരു കൗശലക്കാരനാണ്. കോളനി അംഗങ്ങളെ തമ്മിൽ പിണക്കാൻ തന്നാലാവുന്നതെല്ലാം അയാൾ ചെയ്തു.

കുറേപ്പേർ ഇപ്പോഴും മുത്തച്ഛൻ നിഷിയെ ബഹുമാനിക്കുന്നുണ്ട്. അതുകൊണ്ട് വിശ്വനാഥിന്റെ വീട്ടുമുറ്റത്ത് ചെറിയ യോഗം ചേർന്നു. മുതിർന്നവർ ഉണ്ട്, ദിബ്യയുടെ തരക്കാരും വരെ ഒരു മൂലയ്ക്ക് നിൽപ്പുണ്ട്. പക്ഷേ ഒരാൾക്കും എതിർത്തൊരു തീരുമാനം പറയാനായില്ല. അവരെല്ലാവരും വലിയ ശബ്ദത്തിൽ പരസ്പരം തർക്കിച്ചുകൊണ്ടിരുന്നു.

"ലാബി, ലാബി, പോയി അർജുനെക്കൂടി കൊണ്ടുവാ." മുത്തച്ഛൻ വിളിച്ചു പറഞ്ഞു.

ആ സമയത്തുതന്നെ ദിബ്യ എതിർത്തു.

"അല്ല ദിബ്യാ, അവൻ വേണം. അവൻ ഒരു പഠിച്ച ചെറുക്കനല്ലേ?"

"അവനെല്ലാത്തിനും പരിഹാരം കാണും എന്നാണോ? അവനൊരു പ്രശ്നവും ഇല്ല. നല്ല ഒരു വീട്ടിലല്ലേ താമസം?"

വീടിനെക്കുറിച്ചുള്ള ദിബ്യയുടെ പരാമർശം ഹരന് സുഖിച്ചില്ല. പോർച്ചിന്റെ തറയിലിരുന്ന അയാൾ വിളിച്ചുപറഞ്ഞു. "അവൻ വരട്ടെ. അവനെന്താ പറയുന്നേന്ന് കേൾക്കാമല്ലോ. അവന് ചിലപ്പോ ഉയർന്ന പോലീസുദ്യോഗസ്ഥരുമായൊക്കെ ബന്ധം ഉണ്ടാവും."

"ഫൂ. കൽക്കട്ടയിൽ പഠിച്ച ആരും ഇല്ലാന്ന് തോന്നും പറയുന്നത് കേട്ടാൽ...."

ഈ സമയത്ത് ലാബോണിയ വീടിനു പുറത്തേക്കിറങ്ങിവന്നു. "എന്താ വേണ്ടത്" അവൾ ചോദിച്ചു.

"പോ കുട്ടീ, പോയി അർജുനെ വിളിച്ചിട്ട് വാ."

"എനിക്ക് തിരക്കാണ്. ഇപ്പോ പോവാനാവില്ല. നാരൂവിനെ വിട്."

"അതുപോര ലാബി" സുകൻ മധുരമൂറുന്ന സ്വരത്തിൽ പറഞ്ഞു "നീ തന്നെ പോണം. അവൻ വരില്ലാന്നു പറഞ്ഞാൽ നിർബന്ധിച്ച് കൂട്ടീട്ട് വരാൻ നിനക്കേ കഴിയൂ. ഒരു അത്യാവശ്യ കാര്യം ഉണ്ടെന്ന് അവനോട് പറയണം."

ലബോണിയ സുകനെ ഒരു കത്തുന്ന നോട്ടം നോക്കി.

"എങ്കിപ്പിന്നെ നിനക്കുതന്നെയങ്ങ് പോയാലെന്താ?"

കഴിഞ്ഞ ദിവസത്തെ പൂർണിമയുടെ വൃത്തികെട്ട സംസാരത്തോടെ അർജുന്റെ വീട്ടിലേക്ക് പോവുന്നത് കഴിവതും ലാബോണിയ ഉപേക്ഷിച്ചിരിക്കുകയായിരുന്നു. വിശ്വനാഥ് അവളുടെ രക്ഷക്കെത്തി.

"കുഴപ്പമില്ല ലാബി. നീ പോയി പഠിക്ക്. ഞാൻ പോയി കൂട്ടീട്ട് വരാം അർജുനനെ."

അർജുൻ വരുംവരേയും ലാബോണിയ അവിടെത്തന്നെ നിന്നു.

"നിന്റെ പരീക്ഷ എങ്ങനെ ഉണ്ട് ലാബോണിയ? എത്ര എണ്ണം കഴിഞ്ഞു?"

"മൂന്ന്, നന്നായിരുന്നൂന്നാ എനിക്ക് തോന്നുന്നത്."

"സഹായം വേണം വരാംന്ന് പറഞ്ഞിട്ട് നീയെന്തേ വരാഞ്ഞത്?"

"അതിന്റെ ആവിശ്യം വന്നില്ല."

"ശരി. നീ എന്തിനാ ഇവിടെനിന്ന് സമയം കളയുന്നത്? അകത്തു പോയിരുന്ന് പഠിക്ക്. ഇത്തവണ നന്നായെഴുതണം."

"വരൂ അർജുൻ, വന്നിരിക്ക്. നീ എല്ലാം കേൾക്കണം. ഇത്തരം കാര്യങ്ങൾ വളരാനനുവദിച്ചുകൂടാ. പക്ഷേ നമ്മൾ എന്തുചെയ്യും?" മുത്തച്ഛൻ പറഞ്ഞു.

അർജുൻ ഇരുന്നില്ല. പക്ഷേ അവൻ മാന്യമായി സംസാരിച്ചു.

"ഞാനെന്തു പറയാനാണ്? എന്താണ് ചെയ്യേണ്ടതെന്ന് നിങ്ങൾക്കെല്ലാവർക്കും അറിയാം."

"നമുക്ക് പൊലീസിനെ വിളിക്കാം." ഹരൻ പറഞ്ഞു.

"പൊലീസുവരാതെ ആ പഞ്ചാബികൾ അടങ്ങും എന്നു കരുതണ്ട."

പെട്ടെന്ന് ദിരൻ ഷിക്ദർ ബഹളംവെക്കാൻ തുടങ്ങി.

"അപ്പോ എന്റെ കുട്ടിയുടെ കാര്യമോ? അവരെപ്പഴും അവനെ അടിക്കും. ആരും എന്താ അത് ശ്രദ്ധിക്കാത്തത്. എനിക്ക് 10 എണ്ണം ഒന്നും ഇല്ല. ഈ ഒറ്റ ഒന്നേ ഉള്ളൂ. നമ്മൾ മുസ്ലീങ്ങളുടെ കൈയിൽനിന്നും ജിവനുംകൊണ്ട് രക്ഷപ്പെട്ടിട്ടേ ഉള്ളൂ. അത് ഈ ബംഗാളികളല്ലാത്തവന്മാരുടെ അടികൊള്ളാനാണോ? എന്താ നിങ്ങളൊക്കെ പറയുന്നത്...."

അതാണ് കാര്യം. പലർക്കും പല പ്രശ്നങ്ങൾ, ആർക്കും ആരുടേതും കേൾക്കാൻ നേരമില്ല. അർജുൻ മുന്തിരിമരത്തിലേക്ക് ചാഞ്ഞു നിന്നുകൊണ്ട് മൈതാനത്തേക്ക് തുറിച്ചുനോക്കി. ഇവരെല്ലാവരും അവന് പ്രിയപ്പെട്ടവരാണ്, എങ്കിലും അവൻ അവരിൽനിന്നും ഏറെ അകലെയും ആണ്. 'എന്റെ വീട്' എന്നൊക്കെ പറയുമ്പോഴും അവർക്കതിനൊരു ഉറപ്പുമില്ല, കാരണം ആ ഭൂമി ഒന്നും അവരുടേതല്ല. ഇപ്പഴും അവർ അറിയപ്പെടാത്ത അഭയാർഥികൾ തന്നെയാണ്. വീടുപോലും ഇല്ലാത്തവർ.

മുത്തച്ഛൻ നിഷി എന്തോ പറയാൻ ശ്രമിച്ചു. പക്ഷേ ആ ശബ്ദം ബഹളത്തിൽ മുങ്ങിപ്പോയി. അവസാനം ദിബ്യ എഴുന്നേറ്റു. അവന്റെ ശബ്ദം മുഴങ്ങി.

"എല്ലാവരും ശാന്തരാവൂ. എല്ലാരുംകൂടി ഇങ്ങനെ സംസാരിച്ചിട്ട് ഒരു ഗുണവും ഇല്ല. ഓരോരുത്തരായി പറയൂ, പ്ലീസ്. മുത്തശ്ശനാണീ മീറ്റിങ് നടത്തുന്നത്. ആദ്യം അദ്ദേഹം പറയുന്നത് നമുക്ക് കേൾക്കാം."

"അതെ ദിബ്യാ, കാര്യങ്ങൾ നിനക്കറിയാം. നീ വിശദീകരിക്ക്."

"എനിക്കെന്ത് പറയാനുണ്ട്?" ദിബ്യ ചോദിച്ചു, "നിനക്കല്ലേ എല്ലാം അറിയാവുന്നത്? നമുക്ക് കേൾസിങ്ങിന്റെ ആലോചന അംഗീകരിക്കാം എന്നാണെന്റെ അഭിപ്രായം. അയാളോടൊത്ത് പോയാപ്പിന്നെ നിങ്ങളെപ്പഴും അയാളോടിങ്ങനെ യുദ്ധം ചെയ്യണ്ട. മാത്രവുമല്ല അയാൾ അന്യായമൊന്നും പറഞ്ഞിട്ടും ഇല്ല. അഞ്ചു കുടുംബങ്ങൾ തടാകത്തിന്റെ ഒരു കരയിൽനിന്നും മറുകരയിലേക്കു താമസം മാറ്റിയാൽ ഭൂലോകം അവസാനിക്കുകയൊന്നും ഇല്ലല്ലോ? ഉവ്വോ? അതുമല്ല, വീടിന്റെ പുനർനിർമാണത്തിന് പണവും അയാൾ തരും."

അർജുൻ തല ഉയർത്തി.

"ഇല്ല ദിബ്യാ, അതങ്ങനെ നടക്കില്ല" അർജുൻ പറഞ്ഞു.

"എന്തുകൊണ്ടില്ല?"

"അതു നിനക്ക് മനസിലാവില്ല."

"ഹൊ, അപ്പോ എനിക്കൊന്നും അറിഞ്ഞുകൂടാ, നിനക്കെല്ലാം അറിയാം."

"അതല്ല കാര്യം. ഒന്ന് കേൾക്ക്, ആർക്കാണ് ഭൂമിയിൽ നിയമപ്രകാരം അധികാരം? ആ അഞ്ചു കുടുംബങ്ങൾ എവിടെ പോവും? നമ്മൾ തന്നെ ഈ കോളനി നമുക്കായിട്ട് വീതംവെച്ചിട്ടുണ്ട്. ആരെങ്കിലും സ്വന്തം ഭാഗം വിട്ടുകൊടുക്കുന്ന് നീ കരുതുന്നുണ്ടോ? അതു നമുക്കിടയിൽത്തന്നെ കലാപം ഉണ്ടാക്കാനെ ഉപകരിക്കൂ".

"നമ്മൾ ആഗ്രഹിക്കാതെ നമുക്കിടയിൽ എന്ത് പ്രശ്നം ഉണ്ടാവാനാണ്?"

"കാരണമാണ് പ്രധാനം ദിബ്യാ. നീ ഒരു കാരണം ഉണ്ടാക്കുന്നു, പിന്നെ കലാപം ഒഴിവാക്കാനാവാത്തതാവും. ഓരോ കുടുംബത്തിനും ഇപ്പോ കുറച്ച് സ്ഥലം ഉണ്ട്. അതിൽനിന്നും എത്ര കൊടുക്കാനാവും? കോളനിയിലെ അംഗസംഖ്യ കൂടുകയാണ്. നമ്മളിവിടെ വന്നതിന്റെ ഒന്നര ഇരട്ടി ആയിക്കഴിഞ്ഞു. അപ്പോ സത്യത്തിൽ നമുക്ക് കൂടുതൽ സ്ഥലം വേണ്ടതാണ് — അതിന് പകരം ഉള്ളതിൽനിന്നും വിട്ടുകൊടുക്കുക അസംബന്ധമാണ്. അതുമാത്രമല്ല നമുക്കിവിടെ ഒരു സ്കൂൾ വേണം, കുട്ടികൾക്ക് കളിക്കളം വേണം."

"ആദ്യം നമുക്ക് നിലനിൽക്കാൻ നോക്കാം, ആഡംബരമൊക്കെ പിന്നെ സ്വപ്നം കാണാം."

"ഇതൊന്നും ആഡംബരമല്ല. കൂട്ടിലെ മൃഗങ്ങളെപ്പോലെ നമുക്കെന്നും കഴിയാൻ ആവില്ല. ആകെ നമുക്ക് ഭക്ഷണവും, കിടക്കാനൊരിടവും ആണ് ഉള്ളത്. നമ്മളിവിടെ വന്നിട്ട് കുറച്ച് കാലമായി. നമ്മളിനി മനുഷ്യരെപ്പോലെ ജീവിച്ച് തുടങ്ങേണ്ടിയിരിക്കുന്നു."

"ഞാനിങ്ങനത്തെ ലക്ചർ കുറേ കേട്ടതാണ്. വലിയ കാര്യങ്ങളൊക്കെ പറയും നീ, പക്ഷേ അങ്ങനെ ജീവിക്കാനുള്ള വഴി നമുക്കൊന്നും ഒട്ട് കാണിച്ച് തരികയും ഇല്ല. പോട്ടെ. ഞാൻ മറ്റൊരു കാര്യം പറയാം. നമുക്ക് നമ്മുടെ കുളമങ്ങ് നികത്തിയാലോ? അപ്പോ കുറേ സ്ഥലം കിട്ടും. കുളം നികത്താൻ ഞാനും കൂടാം ജോലിക്ക്."

കുളം കോളനിക്കാരുടെ ജീവിതത്തിന്റെ ഭാഗമാണ്. അവർക്ക് വെള്ളത്തിന് വേറെ ഒരു വഴിയുമില്ല. കോളനിക്കകത്ത് ഒരുവാട്ടർ ടാങ്കുപോലും ഇല്ല. കൊടിയ വേനലിൽപ്പോലും കോളനിക്കാരുടെ കുളം വറ്റാറില്ല, മറ്റെവിടെ നിന്നെങ്കിലും വെള്ളം കിട്ടണമെങ്കിൽ മെയിൻ റോഡിലേക്ക് കേറണം. ജലംകൊണ്ടുള്ള മറ്റെല്ലാ ആവശ്യത്തിനുമുള്ള ഏക ഉത്തരമാണ് ഈ കുളം.

അമ്പരപ്പ് ഒട്ടൊന്ന് മാറിയതും, അർജുൻ വീണ്ടും ദിബ്യയെ എതിർത്തുകൊണ്ട് സംസാരിച്ചു.

"നിനക്കെങ്ങനയാ ദിബ്യാ ഈ ഒരു സൗകര്യം പറയാൻ തോന്നുന്നത്? തടാകം നികത്തിപോലും നമ്മുടെ ഭൂമി ഫാക്ടറിക്ക് സ്വന്തമാക്കി കൊടുക്കണം എന്നേ ഉള്ളോ നിനക്ക്. ഒരിക്കൽ നീ ഒരു വഴി തുറന്നു കൊടുത്താൽ അതവസാനംവരെ തുടരും. ഇപ്പോ അവർക്ക് അഞ്ചു കുടുംബങ്ങൾ ഒഴിഞ്ഞാൽ മതി. അതിനുശേഷം അഞ്ചിലധികം കുടുംബത്തോട് ഒഴിയാൻ പറയില്ല എന്ന് നിനക്കെങ്ങനെ അറിയാം. അതാണവർ ചെയ്യാൻപോവുന്നത് എന്നാ എനിക്ക് തോന്നുന്നത്. ഫാക്ടറി ഉടമസ്ഥൻ ദത്തയുമായി കൈകോർത്തിരിക്കുന്നു. അവരെ എതിർക്കണമെങ്കിൽ നമ്മൾ ഒറ്റക്കെട്ടായിട്ട് നിൽക്കണം. അതല്ലാതെ ഒരു വഴിയും ഇല്ല. ആരും നമ്മുടെ പ്രശ്നങ്ങൾ ശ്രദ്ധിക്കില്ല. രാഷ്ട്രീയ പാർട്ടിക്കാർക്കുവരെ മറ്റു കാര്യങ്ങളിലാണ് താൽപ്പര്യം. നമുക്ക് വോട്ടവകാശംപോലും ഇല്ല, അപ്പോ അവർ നമ്മളെ അത്രക്ക് ശ്രദ്ധിക്കുകയും ഇല്ല. ഇപ്പോൾ നമ്മൾ ഭിന്നിച്ചാൽ...."

"എനിക്കീ പ്രസംഗം കേൾക്കാൻ വയ്യ. നമ്മളിത് കേൾക്കാനാണോ വന്നത്? അതോ എന്തെങ്കിലും ചെയ്യാനോ?" സുകൻ ഇടപെട്ടു.

അർജുൻ അവനെ അമ്പരന്ന് നോക്കി. എന്തുകൊണ്ടാണ് ആളുകൾ ഇത്ര പെട്ടെന്ന് മാറുന്നത്? അയാൾ അത്ഭുതപ്പെട്ടു. അഞ്ചു വർഷം മുമ്പ് ഇതേ സുകൻ ലോക്കൽ സ്റ്റേജുകളിൽ നാടകത്തിന് കൃഷ്ണകെട്ടിയിരുന്നു. അവൻ നന്നായി പാടുകയും ചെയ്യുമായിരുന്നു. അവനിങ്ങനെ ഉപദേശിക്കാൻ അറിയില്ലായിരുന്നു. ദിബ്യയും അക്ഷമ കാണിച്ചു.

"മുത്തച്ഛാ, ഈ സംസാരം നമ്മളെ എവിടെയും എത്തിക്കില്ല. ആർക്കെങ്കിലും കാര്യമുള്ള വല്ലതും പറയാനുണ്ടെങ്കിൽ അവർ സംസാരിക്കട്ടെ." ദിബ്യ പറഞ്ഞു.

"പക്ഷേ അർജുൻ എന്തെങ്കിലും ന്യായക്കേട് പറഞ്ഞിട്ടില്ല. നമ്മൾ ഏറെ നാളായി പലതും സഹിച്ച് ഒന്നിച്ച് ജീവിക്കുന്നു. പിന്നെങ്ങനെയാണ് നാം തമ്മിൽ കലഹിച്ച് തുടങ്ങിയത്."

"എങ്കിൽ എനിക്ക് ഇനിയും ഇരിക്കാൻ വയ്യ. എനിക്ക് പറയാനുള്ളത് ഞാൻ പറഞ്ഞു കഴിഞ്ഞു." ദിബ്യ പറഞ്ഞു.

"എന്താ നീ പറഞ്ഞത്? നമ്മുടെ ഭൂമി വിട്ട് കൊടുക്കാം എന്നോ?"

"അതെ. അതാണ് എങ്ങനെ നോക്കിയാലും ഉള്ള ഒറ്റ പോംവഴി. അതുവഴി നമുക്ക് കേൾസിങ്ങിനെ നമ്മുടെ പക്ഷത്തു നിർത്താം. പിന്നെ നമ്മളെന്തെങ്കിലും ബുദ്ധിമുട്ടിലാവുമ്പോ അദ്ദേഹം നമ്മളെ സഹായിക്കും."

"പക്ഷേ വീട് നഷ്ടപ്പെടുന്ന ഈ ആളുകളുടെ സ്ഥിതി എന്താവും?"

"അവർക്കിത്തിരി ബുദ്ധിമുട്ടുണ്ടാവും ശരിതന്നെ. പക്ഷേ കുറച്ചു പേർക്കുവേണ്ടി നമ്മുടെയെല്ലാം ഭൂമി പ്രശ്നത്തിലാക്കുന്നത് എന്തിന്?"

"ഇങ്ങനെ ഒക്കെ പറയാൻ നിനക്കെങ്ങനെ കഴിയുന്നു?"

"ശ്രദ്ധിക്ക്, നീ നല്ല സ്വസ്ഥമായി ഇരിക്കുമ്പോ മറ്റുള്ളവരുടെ കാര്യമൊക്കെ പറയാൻ നല്ല രസമായിരിക്കും. നിങ്ങളുടെ മകൻ സ്വന്തം കട

തുടങ്ങാൻ പോവുകയാണ്. നിങ്ങൾക്ക് ഭക്ഷണമോ, താമസമോ ഓർത്ത് ഒരു ഭയവും വേണ്ട. അപ്പോൾ നിങ്ങൾക്ക് മറ്റുള്ളവരെപ്പറ്റി എത്ര ദയാവായ്പ്പും കാണിക്കാം. പക്ഷേ വീട്ടിൽ ഭക്ഷണം കൊണ്ടുകൊടുക്കാൻ ആരുമില്ലാത്തവരുടെ കാര്യമോ? ഒരു തൊഴിലും ഇല്ലാത്ത ചെറുപ്പക്കാരുടെ കാര്യമോ? അവരെക്കുറിച്ച് ആര് ചിന്തിക്കുന്നു. കേൾസിങ് അവർക്ക് ഫാക്ടറിയിൽ ജോലി നൽകാം എന്നു പറഞ്ഞിട്ടുണ്ട്."

അർജ്ജുൻ ദുഃഖത്തോടെ തലയാട്ടി.

"ദിബ്യാ, ആ ജോലി ഒക്കെ വെറുതേയാണ്. അതൊക്കെ നിന്നെ മയക്കാനുള്ള വെറും പൊടിക്കൈകളാണ്. അവനിതിന്റെ മുമ്പ് ഒരു ജോലിയും വാഗ്ദാനം ചെയ്തിട്ടില്ലല്ലോ."

"ഇപ്പോ അദ്ദേഹം ഞങ്ങൾക്ക് ജോലിതരുന്നു. മറ്റു പലർക്കും ജോലി വാഗ്ദാനം നൽകുന്നു. ഫാക്ടറി വലുതാക്കാനായാൽ ഇനിയും ആളുകളെ എടുക്കും. അതു നമുക്ക് നേട്ടമല്ലേ?"

"നീയെന്താ പറയുന്നത്? നിങ്ങൾക്ക് ജോലികിട്ടാനായിട്ട് ഈ പാവപ്പെട്ടവർ രണ്ടാമതും വീടില്ലാത്തവരാവണം എന്നോ?"

"ഹോയ്, നീ വലിയ സ്മാർട്ടാണെന്നും നിനക്കെല്ലാം മനസിലാവും എന്നും നിനക്കൊരു വിചാരമുണ്ട്, വേറാർക്കും ബുദ്ധിയില്ലാന്നാണ് നിന്റെ വിചാരം? ഞാനൊന്നു പറയട്ടെ. നമ്മൾ അവരോട് സഹകരിക്കുന്നില്ലെങ്കിൽ, അവർ കമ്പനി ബംഗാളിന് പുറത്തേക്ക് നീട്ടും, പിന്നെ ആർക്ക് എന്ത് നേട്ടമുണ്ടാവും?"

"ദിബ്യാ, ഞാൻ പറയുന്നതൊന്ന് കേൾക്ക്."

പക്ഷേ ദിബ്യ അതിനകം എഴുന്നേറ്റിരുന്നു.

"എനിക്കിനി ഒന്നും കേൾക്കണ്ട. എനിക്ക് പറയാനുള്ളത് ഞാൻ പറഞ്ഞു, ഇനി നിങ്ങൾക്കിഷ്ടമുള്ളത് ചെയ്യാം. വാ സുകൻ...."

മുത്തച്ഛൻ നിഷി അവരോട് അപേക്ഷിക്കാൻ ശ്രമിച്ചു.

"പ്ലീസ് ദിബ്യാ, കുറച്ചുകൂടി നിൽക്ക്. നീ ഇങ്ങനെ ആവേശം കൊള്ളാതെ. നീയാണ് ഞങ്ങളുടെ പ്രധാന ശക്തി."

"എനിക്കു പറയാനുള്ളത് പറഞ്ഞു കഴിഞ്ഞെന്ന് ഞാൻ പറഞ്ഞില്ലേ?"

ഹരന്ദൻ നിസഹായനായി ദിബ്യയെ നോക്കി. അയാൾക്ക് സ്വന്തം വീട് പൊളിക്കപ്പെടും എന്നു ബോധ്യപ്പെട്ടതുപോലെതോന്നി. വിധി. എല്ലാം വിധിയാണ്. നിങ്ങൾക്ക് എതിർക്കാൻ ഒന്നും ഇല്ല. ദിരൻഷിക്ദർ അർജ്ജുന്റെ കൈയിൽത്തൊട്ട്, വിറയ്ക്കുന്ന ശബ്ദത്തിൽ പറഞ്ഞു. "അർജ്ജുൻ, ഞങ്ങളെ ശരിക്കും പുറത്താക്കുമോ? എന്റെ ഭാര്യയേയും കുട്ടിയേയും കൊണ്ട് ഞാനെങ്ങോട്ട് പോവും? ഓ..... എന്റെ ദൈവമേ...."

നേപാൽ ഷമൻതയും മകനും മൂന്നോ നാലോ വർഷം മുമ്പ് പൊലീസിനാൽ കൊല്ലപ്പെട്ടു. പയ്യൻ ഗുഹുഗ്നൻഗ സ്റ്റേഷനിലെ സാമൂഹ്യവിരുദ്ധരുടെ ഗാങ്ങിൽ ചേർന്നു. അതുമുതൽ വൃദ്ധൻ ഏകദേശം സമനില തെറ്റിയതുപോലെ ആയി. അയാൾ അവിടെ ഇരിപ്പുണ്ട്, "അതേ... എല്ലാം

ഇപ്പോപോവും. വീട് തകർക്കും. ഒറ്റക്കട്ട പോലും ശേഷിക്കില്ല. ഇവിടെ മറ്റൊരു പാകിസ്ഥാനാവും." അയാൾ സ്വയം പിറുപിറുത്തു.

മറ്റ് രണ്ട് കുടുംബത്തിലും മുതിർന്ന ആൺകുട്ടികൾ ഇല്ല. മൂന്ന് വിധവകൾ, ഒരു ജോലിയും ആവാത്ത മൂന്ന് കൗമാരക്കാർ. അവർക്കു വേണ്ടി സംസാരിക്കാൻ അവിടെ ആരും ഉണ്ടായിരുന്നില്ല. അർജുൻ ദിബ്യ ക്കടുത്തേക്ക് വന്നു. അവൻ അയാളുടെ കൈ കവർന്ന് ഏറ്റവും ആത്മാർഥമായി പറഞ്ഞു "ദിബ്യാ, നിനക്കിതുവരെ ഒന്നും മനസിലാ യിട്ടേ ഇല്ല. ഇത് വെറും ഭൂമി വിട്ടുകൊടുക്കുന്ന പ്രശ്നം മാത്രം അല്ല. ഒരിക്കലെല്ലാം നഷ്ടപ്പെട്ട്, എങ്ങനെയോ വീണ്ടെടുത്തവരോടാണിത് പറ യുന്നത്, അവർക്കെന്താവും തോന്നുക? ഇത് സ്വയം ചെടി വേരടക്കം പിഴുതുകളയുംപോലെയണ്. ഞാൻ നിന്നോട് യാചിക്കുകയാണ്. പ്ലീസ് ഇത്രക്ക് പിടിവാശിക്കാരൻ ആവരുത്."

ദിബ്യ ദേഷ്യത്തോടെ അവന്റെ കൈവലിച്ചു മാറ്റി.

"എനിക്കാരുടെയും വാക്ക് കേൾക്കേണ്ട ആവശ്യം ഇല്ല. വരൂ...."

എട്ട്, ഒമ്പത് ആളുകൾ സുകനടക്കം എഴുന്നേറ്റു. ദിബ്യാ ചവിട്ടിക്കു ലുക്കിക്കൊണ്ട് അവിടെനിന്നും ഇറങ്ങിപ്പോയി. കുറച്ചുനേരം അവിടെ നിശ്ശ ബ്ദത തങ്ങിനിന്നു. യുവാക്കളാണ് വിധി നിർണയിക്കുന്നത് എന്ന് മുതിർന്നവർക്ക് ബോധ്യപ്പെട്ടു. മുതിർന്നവരുടെ അഭിപ്രായത്തിന് ഒരു വിലയും ഇല്ല.

അവസാനം മുത്തച്ഛൻ നിഷി കൈനീട്ടി പിടിച്ചു. "ദിബ്യാ.... നീ ശരിക്കും പോവുകയാണോ? പോവരുത്. ഒന്ന് എന്റെ അടുത്ത് വാ.... പ്ലീസ്."

"അർജുനും പോയോ?"

അർജുൻ എഴുന്നേറ്റ് മുത്തച്ഛന്റെ അടുത്തേക്ക് ചെന്നു.

"ഇല്ല. ഞാനിവിടെ ഉണ്ട്. ഞാനെല്ലാം കേട്ടു മുത്തച്ഛാ.... നമ്മൾ ഇനി എന്തുചെയ്യും?"

വൃദ്ധൻ പതുക്കെ സംസാരിച്ചു.

"അർജുൻ, നീ എന്തു കരുതിയാലും വേണ്ടില്ല, ദിബ്യ പറയുന്നത് അത്രയ്ക്കങ്ങ് തള്ളിക്കളയാൻ പറ്റില്ല. അപകടങ്ങൾ വരുമ്പോൾ തന്റേതിന്റെ പകുതി വിട്ടുകൊടുക്കുന്നവനാണ് ബുദ്ധിമാൻ എന്നാണ് മഹാത്മാക്കൾ പറഞ്ഞിട്ടുള്ളത്. കോളനിയെ രക്ഷിക്കണമെങ്കിൽ നമ്മൾ കുറച്ചൊക്കെ വിട്ടുകൊടുക്കേണ്ടതായി വരും. ഞാനും ബിസ്വാനന്ദും അതിനു തയ്യാറാണ്....."

"നിങ്ങളെന്താ ഈ പറയുന്നത്?" അർജുൻ അതിശയിച്ചു. "അതാണോ നിലനിൽക്കാനുള്ള വഴി? അത് തോൽക്കാനുള്ള വഴിയല്ലേ, മുഴുവൻ നഷ്ടപ്പെടാനുള്ള വഴി. നമുക്കിപ്പഴും ഒത്തുകൂടാനും, അവർക്കെ തിരെ നിലനിൽക്കാനും ഉള്ള സമയം ഉണ്ട്."

"ഇല്ല കുട്ടി..... ഇല്ല. ദിബ്യയും കൂട്ടരും നമുക്കെതിരാണെങ്കിൽ, നമുക്ക് നിലനിൽപ്പില്ല. അവൻ പറയുന്നത് കേൾക്കുന്നതാണ് നല്ലത്".

"പക്ഷേ അതിനർഥം അന്യായം അംഗീകരിക്കുക എന്നല്ലേ? ദിബ്യയെ മാത്രം വിളിച്ച് നിങ്ങൾക്ക് സംസാരിച്ചുകൂടേ?"

മുത്തച്ഛൻ നിസഹായനായി നോക്കി.

"അവൻ എന്നെ അനുസരിക്കും എന്നു തോന്നുന്നുണ്ടോ? അവൻ ചെറിയ കുട്ടി ആയിരുന്നപ്പോ ഞാനവന്റൊപ്പം കളിച്ചിട്ടുണ്ട്, അവനെ നോക്കിയിട്ടുണ്ട്. അവന്റെ മുത്തച്ഛൻ എന്റെ കസിൻ ആണ്. പക്ഷേ ഇപ്പോ.... ഹോ... അവനൊന്നിനും സമയം ഇല്ല."

അർജുൻ മറ്റുള്ളവർക്കുനേരേ മുഖംതിരിച്ചു. അവന്റെ സ്വരം ആഴത്തിൽ മുറിവേൽക്കപ്പെട്ടിരുന്നു.

"ആരെങ്കിലും ഞാൻ പറയുന്നത് കേൾക്കുമോ എന്നെനിക്കറിയില്ല. പക്ഷേ ഇപ്പോഴും ഞാനിതു തന്നെ പറയുന്നു. നിങ്ങളാരും നിങ്ങളുടെ വീട് വിട്ടുകൊടുക്കരുത്. എന്തുവന്നാലും നിങ്ങളുടെ ഒരു ഇഞ്ച് ഭൂമി പോലും വിട്ടുകൊടുക്കരുത്."

രാത്രി, അർജുൻ അത്താഴത്തിനിരിക്കുകയായിരുന്നു. അവനു വീശിക്കൊടുത്തുകൊണ്ട് ശാന്തിലത അടുത്തിരുന്നു. അർജുന് വിശപ്പ് തോന്നിയില്ല. അവനിഷ്ടപ്പെട്ട കറികളൊക്കെ ഉണ്ട്. പക്ഷേ പാതിമനസോടെ, വേണ്ടാത്തമട്ടിലാണ് അവൻ ഭക്ഷണം എടുത്തത്.

"നീ എന്താ ഇത്ര വിഷമിച്ചിട്ട്?" ശാന്തിലത ചോദിച്ചു.

"വിഷമമോ? ഒന്നുമില്ല."

"പക്ഷേ നിനക്കെന്തോ കുഴപ്പം ഉണ്ട്."

"എനിക്കു വിശപ്പില്ല. ഞാൻ വൈകിട്ട് റസ്റ്റോറന്റിൽ നിന്ന് സ്നാക്സ് കഴിച്ചു. അതാണ് വിശപ്പില്ലാത്തത്."

"ഇന്ന് ബിസ്വാനന്തിന്റെ വീട്ടിലെ മീറ്റിങ് എങ്ങനെ ഉണ്ടായിരുന്നു?"

"ഹൊ. അതിനെക്കുറിച്ചൊന്നും പറയണ്ട. ഞാൻ ക്ഷീണിച്ചു. നമുക്കിടയിൽ നാശം തുടങ്ങിയിരിക്കുന്നു. ഇനി നമുക്ക് മോശം സമയമാണ്."

"നീയതൊന്നും ശ്രദ്ധിക്കണ്ട. നീ പഠിക്ക്."

"അതെ. അതാണ് സമയാസമയങ്ങളിൽ ഞാൻ കരുതുന്നത്. പക്ഷേ എനിക്ക് മാറി നിൽക്കാനാവില്ല. നമ്മൾക്ക് ഒരു ദ്വീപിലെപ്പോലെ താമസിക്കാനാവുമോ?"

"ഈ കോളനിയിൽ വേറെയും പലരും ഉണ്ട്. അവർക്കാർക്കും ഒരു ബോധവും ഇല്ലെങ്കിൽ നമ്മൾ മാത്രം എന്തുചെയ്യാനാണ്? നീ ഇങ്ങനെ നിരാശപ്പെടാതെ. നിന്റെ മുഖം കാണുമ്പോൾ എനിക്ക് വിഷമം വരുന്നു."

അർജുൻ ശ്രമപ്പെട്ട് ചിരിച്ചു.

"അമ്മ വിഷമിക്കണ്ട. എനിക്ക് കുഴപ്പമില്ല."

"ഞാൻ ജനലടയ്ക്കാം. രാത്രി ഇനി അതു തുറക്കണ്ട."

ഭക്ഷണം കഴിച്ചശേഷം അർജുൻ മുറിയിൽ പോയി അവന്റെ കസേരയിൽ ഇരുന്നു.

ശാന്തിലത അടുക്കള ജോലി എല്ലാം തീർത്തശേഷം വാതിൽക്കൽ വന്നു. "നിനക്ക് വേറെ എന്തെങ്കിലും വേണോ? വെള്ളം?"

സത്യത്തിൽ അർജുൻ ജനലെങ്ങാനും തുറന്നിട്ടുണ്ടോ എന്നു നോക്കാനാണവർ വന്നത്.

"ഇല്ല അമ്മേ. എനിക്കൊന്നും വേണ്ട. ഞാൻ കൂടെ വന്ന് മുറിയിലെ ലൈറ്റ് അണച്ചുതരാം."

"ഒരുപാട് വൈകണ്ട ഉറങ്ങാൻ."

അർജുൻ തിരിച്ചുവന്ന് മുറിയിലിരുന്നു. ഇത്തവണ അവൻ ജനൽ തുറന്നിട്ടു. സ്വയം അടച്ചിടാൻ അവനാവില്ല. ആരെങ്കിലും വന്ന് ഈ ജനലുവഴി അവനെ കൊല്ലാൻ നോക്കുമായിരിക്കും. അവനാരെയും ഉപദ്രവിച്ചിട്ടില്ല, എന്നിട്ടും ആരോ അവന്റെ നാശം ആഗ്രഹിക്കുന്നു. പക്ഷേ അർജുൻ അത്ര എളുപ്പം മരിക്കില്ല.

അർജുൻ ഇന്ന് വഴിയിൽവെച്ച് ഓർക്കാപ്പുറത്ത് ശുക്ലയെ കണ്ടിരുന്നു. അവൾ നാഷണൽ ലൈബ്രറിയിൽനിന്നും മടങ്ങുകയായിരുന്നു. റാണജോയിയും ഉണ്ട് കൂടെ. അർജുൻ അവളോട് ചിരിച്ചു.

"നിന്നെ കുറച്ച് ദിവസമായി വീട്ടിലേക്ക് കണ്ടില്ല. നിന്റെ ഗവേഷണം നിർത്തി എന്നു മാത്രം പറയല്ലേ".

"ഞാൻ വീട്ടിൽ വന്നാലും അതു നിന്നെ കാണാനാവണം എന്നില്ലല്ലോ."

"ഇല്ല. പക്ഷേ നീ വന്നാൽ ഞാനത് അറിയും. കുറേ ദിവസം നിന്നെ കണ്ടില്ലങ്കി, എനിക്കു വിഷമമാവും."

എന്നിട്ട് ശുക്ലയും റാണജോയിയും പൊട്ടിച്ചിരിച്ചു. പിന്നെ റാണജോയിയും ശുക്ലയും കൂടി നിർബന്ധിച്ച് അർജുനെ ഒരു ചൈനീസ് റസ്റ്റോറന്റിലേക്ക് ഭക്ഷണത്തിനായി കൂട്ടിക്കൊണ്ടുപോയി. അടുത്ത ഒരു മണിക്കൂർ യാതൊരു ആകുലതയും വെറുപ്പും സങ്കടവും ഒന്നുമില്ലാതെ കൊഴിഞ്ഞുപോയി. കൂടെ ഇരിക്കുന്നവരെ ഒരു മിനിട്ടെങ്കിലും വിഷാദചിത്തനാക്കാൻ ശുക്ല അനുവദിക്കില്ല.

അർജുൻ പുസ്തകം തുറന്ന് അതിനു മുമ്പിലിരുന്നു, പക്ഷേ അവനൊന്നും ശ്രദ്ധിക്കാനായില്ല. ദൂരെ എവിടെയോ ഒരു ബോംബുപൊട്ടുന്ന ശബ്ദം കേൾക്കാം. ഇത്തരം രാത്രികളിൽ ശബ്ദം ഇപ്പോൾ സാധാരണമാണ്. അർജുൻ ദീർഘനിശ്വാസമുതിർത്തു. ഏത് ആളുകൾ എന്ത് നശിപ്പിക്കുകയാണ് എന്ന് ആർക്കറിയാം? ഇത്തരം ഒറ്റപ്പെട്ട പൊട്ടിത്തെറികൾ നിർമിക്കപ്പെട്ട ബോംബുകൾ പരീക്ഷിക്കുന്നതിന്റെയാവാം.

അർജുൻ ലൈറ്റണച്ച് ഉറങ്ങാൻ കിടന്നു. ഇന്ന് ശുക്ലയെ കണ്ടത് എന്ത് രസമായിരുന്നു. കുറച്ച് നേരം മുമ്പ് പൂർണിമയെ കണ്ടിരുന്നു. വിക്ടോറിയ മെമ്മോറിയലിന് അടുത്ത് വെച്ചായിരുന്നു അത്. നന്നായി വൈകിയിരുന്നു. കത്തീഡ്രൽ റോഡിന്റെ ആളൊഴിഞ്ഞ മൂലയിൽ, രണ്ടു കുടിയന്മാർ അവളെ രണ്ട് വശത്തേക്ക് വലിക്കുന്നു. പൂർണിമ ഹിസ്റ്റീരിയ ബാധിച്ചതുപോലെ ചിരിക്കുന്നു. ഒരു പൊലീസ് അതുവഴി വന്നു,

അർജുൻ കുറച്ച് മാറിനിന്നു. പൂർണിമയ്ക്ക് ഇത് തഴക്കംവന്നതാണ്, പൊലീസുമായി അവൾക്കൊരു ധാരണയുണ്ട്. അവൾക്കൊരു പരിഭ്രമവും ഇല്ല. അതേ ഹിസ്റ്റീരിയ ബാധിച്ച ചിരിയോടെ അവൾ പൊലീസിനോടും സംസാരിച്ചു.

ശുക്ലയുടെ ജീവിതവും പൂർണിമയുടെ ജീവിതവും എത്ര വ്യത്യാസം. പല യുവാക്കളും ശുക്ലയുടെ കൈപിടിച്ച് വലിക്കുന്നു. പക്ഷേ അതിൽ ഒരു അശ്ലീലവും ഇല്ല. ഒരു മോശത്തരവും ഇല്ല. ഒരു പാപവും ഇല്ല.....

ഇത്തരം കാര്യങ്ങളൊന്നും മേലിൽ ശ്രദ്ധിക്കണ്ട എന്ന് അർജുൻ തീരുമാനിച്ചു. അവനെന്തുചെയ്യും? അവന് എങ്ങനെയെങ്കിലും പൂർണിമയെ സഹായിക്കാനാവുമോ? ഒരുപക്ഷേ പൂർണിമ സ്വയം ആ വഴി തിരഞ്ഞെടുത്തതാണ്, അവൾക്ക് ഒരു സഹായവും വേണ്ടങ്കിലോ? പക്ഷേ ലാബോണിയ? ആ പാവം കുട്ടി കഠിനമായി ശ്രമിക്കുകയാണ്, അത്ര കഠിനമായി.....

ഒൻപത്

രാത്രി കനത്തു, കനത്തു വന്നു. ലാബോണിയ അവളുടെ ടെക്സ്റ്റ് ബുക്ക് താളത്തിൽ പറഞ്ഞ് മനപ്പാഠമാക്കുകയാണ്. അവളുടെ ശബ്ദം ഒരു കുഞ്ഞിന്റെ നിർത്താത്ത കരച്ചിൽ പോലെ തോന്നി. ഉറക്കെ വായിച്ചില്ലെങ്കിൽ അവൾക്ക് പഠിക്കാനാവില്ല. നാളെ കെമിസ്ട്രി എക്സാം ആണ്. പ്രയാസമുള്ള ഒന്ന്. കുറച്ച് ഭാഗം അർജുനനോട് ചോദിച്ച് പഠിക്കേണ്ടതായിരുന്നു എന്ന് ലോബോണിയക്ക് തോന്നി, പക്ഷേ അങ്ങോട്ട് പോവുന്നതോർക്കുമ്പോൾത്തന്നെ തൊണ്ടവരളുന്നു. വേണ്ട. അവൾ സ്വയം തന്നെ അവളുടെ പരീക്ഷ ജയിക്കും.

ദീർഘനേരത്തെ ഇരുപ്പ് അവളുടെ നടുകഴപ്പിച്ചു. ഭക്ഷണശേഷം പഠിക്കാനവൾക്ക് ആവില്ല. അതുകൊണ്ട് അത്താഴം മൂടി മാറ്റിവെച്ചിട്ടുണ്ട്. ചോറിനുപകരം ബ്രഡ് തിന്നാൽ ഉറക്കം വരില്ലാന്നൊക്കെ ക്ലാസിലെ കുട്ടികൾ പറയും, പക്ഷേ ലാബോണിയ ഈസ്റ്റ് ബംഗാളിയാണ്, അവൾക്ക് ചോറല്ലാതൊന്നും പറ്റില്ല.

രണ്ടുതവണ കോട്ടുവായിട്ടതും അവൾ പഠനം നിർത്തി എഴുന്നേറ്റു. ഇനി ഭക്ഷണം കഴിക്കാം. കോളനി നിശ്ശബ്ദം. അവൾ ജനലിലൂടെ ഒളിഞ്ഞ് നോക്കി, അർജുൻദായുടെ ജനലും ഇരുണ്ട് കിടക്കുന്നു. ചിലപ്പോഴൊക്കെ അർജുൻ രാത്രി മുഴുവനിരുന്ന് പഠിക്കാറുണ്ട്.

ലാബോണിയ എഴുന്നേറ്റ് ഭക്ഷണം കഴിക്കാനായി ചെന്നു, ഭക്ഷണം എടുത്തപ്പോഴാണ് കഠിനമായ ചൂടിൽ അതു മിക്കവാറും ചളിച്ച് പോയിരിക്കുന്നു എന്നവൾക്ക് മനസിലായത്. അവൾക്കാണങ്കിൽ നല്ല വിശപ്പുണ്ട്. അവൾ ഭക്ഷണമെടുത്ത് മുറ്റത്ത് കളഞ്ഞു. ഒന്ന് ഉറക്കച്ചടവ് മാറ്റാനായി തടാകത്തിനടുത്തേക്ക് കൈകഴുകാനായി നടന്നു. നല്ല നിലാവുണ്ട്. ചൂടുകാലത്ത് മുറിക്കകത്ത് കുറേനേരം അടച്ചിരുന്നശേഷം പുറത്തിറങ്ങി നടക്കുക സുഖമാണ്. തെങ്ങോലകൾപോലും അനങ്ങുന്നില്ല,

കാറ്റിന്റെ കുഞ്ഞലപോലും ഇല്ല. ഈ മണിക്കൂറിലും ഒരു ട്രക്ക് റോഡിലൂടെ താഴേക്കു പോവുന്ന ശബ്ദം പെട്ടന്നവൾ കേട്ടു.

ലബോണിയ തടാകത്തിനരികെ നിന്ന് വായ കഴുകി കുട്ടികളെപ്പോലെ വെള്ളം കഴിയുന്നത്ര ദൂരേക്ക് തുപ്പി. കുട്ടിക്കാലത്ത് ആർക്കാണ് വെള്ളം കൂടുതൽ ദൂരേക്ക് തുപ്പാനാവുക എന്നവർ മത്സരിച്ചിരുന്നു. തടാകം ശാന്തമായി ചലനമറ്റ് കിടക്കുന്നു. രാത്രിയിൽ എത്ര പരിചയമുള്ള വെള്ളവും നിശ്ശബ്ദഭാവംപൂണ്ടതുപോലെ തോന്നും. അവൾ കുറേനേരം വെള്ളത്തിൽ കുളിച്ചു. കുറച്ച് വെള്ളം മുഖത്തും, കഴുത്തിലും, മാറിലുമെല്ലാം തളിച്ചു. അവളുടെ ശരീരം തണുത്തു.

കാലടിശ്ശബ്ദം കേട്ട് അവൾ ഞെട്ടി. അവൾ പെട്ടെന്ന് സാരി നേരെ ഇട്ട് തിരിഞ്ഞു. സുകൻ പടവുകൾ ഇറങ്ങി വരുന്നു, അവന്റെ മുഖത്ത് ഭയം. ആരോ അവന്റെ തൊണ്ടയിൽ പിടിച്ചിരിക്കുന്നതുപോലെ തോന്നി. കണ്ണുകൾ തുറിച്ചിരിക്കുന്നു. കിതപ്പിനിടയിൽ അവൻ പറഞ്ഞു; "ലാബി, ഒരപകടം സംഭവിച്ചിരിക്കുന്നു. സർവനാശം, അതേ വീണ്ടും അർജുനനെ അടിച്ചിട്ടു."

അവളുടെ മുഖത്ത് ചോരവറ്റി, "വീണ്ടും? ഹൊ.... അവനെവിടെ?"

അവൾ ഉടനെ തിരിഞ്ഞ് അർജുന്റെ മുറിക്കുനേരെ നോക്കി, അകത്തെ ഇരുട്ടിലേക്ക് തുറന്നുകിടക്കുന്ന ജനൽ.

"അവരവനെ ആ ചവറുകൂനക്കടുത്തിട്ടിരിക്കുകയാണ്" സുകൻ പറഞ്ഞു "മിക്കവാറും അവൻ മരിച്ചിരിക്കും."

പക്ഷേ അവൻ പറഞ്ഞുതീരും മുമ്പെ ലാബോണിയ ഓടിയിരുന്നു. അർജുന്റെ നായയും ആ വഴിക്കാണല്ലോ ഓടിയത് എന്നവൾ പെട്ടെന്ന് ഓർത്തു. അവൾ സുകനും മുമ്പേ അവിടെ എത്തി. അവൾ നിലത്തേക്ക് കുനിഞ്ഞതും രണ്ട് രൂപങ്ങൾ ഇരുട്ടിൽനിന്നും പുറത്തുവന്നു, അവർ അവളുടെ മുഖംപൊത്തി, കൈകൾകൊണ്ട് അവളെ ഉയർത്തി ഓടാൻ തുടങ്ങി. ലാബോണിയ കൈയുംകാലും ഇട്ട് ചവിട്ടി തള്ളി രക്ഷപ്പെടാൻ ശ്രമിച്ചു. പക്ഷേ പെട്ടെന്നുള്ള ആക്രമണം അവളെ നിസ്സഹായയാക്കി.

പ്ലൈവുഡ് ഫാക്ടറിയുടെ തുറന്ന മുറ്റത്ത്, ഒരു സ്റ്റൂളിൽ ദിബ്യ ഇരിക്കുന്നു. മറ്റെല്ലാവരും നിലത്തിരിക്കുന്നു. കേൽസിങ് മാത്രം ഇല്ല. പക്ഷേ ഫാക്ടറിക്കകത്ത് രണ്ടു പേരുണ്ട്. കുപ്പികളും എല്ലിൻകഷണങ്ങളും ചിതറിക്കിടക്കുന്നു.

"ദൈവമേ, അവൾ ഉറപ്പായും നമുക്ക് ബുദ്ധിമുട്ടുണ്ടാക്കും. പിടിക്കുക അത്ര എളുപ്പമല്ല. നിനക്കവളോട് സംസാരിക്കണം എന്ന് ഞാൻ പറഞ്ഞതാണ് ദിബ്യാ. അവളെന്താ പറഞ്ഞതെന്നറിയാമോ? ദിബ്യാനക്ക് സംസാരിക്കണം എങ്കി ഇങ്ങോട്ട് വരാൻ പറ എന്ന്." സുകൻ പറഞ്ഞു.

രണ്ട് ആളുകൾ ലാബോണിയയെ തറയിലേക്ക് നിർത്തി. പക്ഷേ അപ്പോഴും അവർ അവളുടെ രണ്ടു കൈയും കൂട്ടി പിടിച്ചിരുന്നു. അവളത്ര പെട്ടെന്ന് തളർന്നു പോവുന്ന ഒരു പെൺകുട്ടിയല്ല, പെട്ടെന്നു തന്നെ അവൾ സാഹചര്യം പഠിച്ചെടുത്തു. സുകനേയും ദിബ്യയേയും കൂടാതെ

കോളനിയിലെതന്നെ രണ്ടോ മൂന്നോ യുവാക്കൾ അവിടെയുണ്ട്. അവർക്കും അസ്വാഭാവികമായ ഭാവമാണ്. മാംസക്കൊതിയന്മാർതന്നെ. തന്റെ പ്രായക്കാർ തന്നെ, പക്ഷേ ഒരിക്കലും ശ്രദ്ധിച്ചിട്ടില്ല, യാതൊരു സൗഹൃദവും ഇല്ല. വഷളൻ കണ്ണുകളോടെയേ അവരെ കണ്ടിട്ടുള്ളൂ.

ദിബ്യ സിഗരറ്റ് പുകച്ചുതള്ളുന്നു, കണ്ണുകൾ അസാധാരണമാംവിധം ചുവന്നിരിക്കുന്നു. അവന്റെ മാംസനിബിഡമായ ശരീരം, കുടിച്ച് ലക്കു കെട്ട അവസ്ഥ.... അവൻ ഭയങ്കരനാണ്...

ദിബ്യ ശാന്തമായ സ്വരത്തിൽ സംസാരിച്ചു. അവനാദ്യം ആ രണ്ടു പേരോടും ലാബോണിയയെ വിടാൻ പറഞ്ഞു. പിന്നെ പറഞ്ഞു; "ഇരിക്കൂ ലാബി, എനിക്കു നിന്നോട് ചിലതു പറയാനുണ്ട്."

"എന്നോടെന്ത്? എനിക്ക് നാളെ പരീക്ഷയാണ്."

"ഒരഞ്ച് മിനിട്ടുമതി എനിക്ക്. രണ്ടേ രണ്ട് കാര്യമേ പറയാനുള്ളൂ."

"ശരി. എങ്കിലെന്റെ വീട്ടിൽ വന്ന് പറഞ്ഞുകൂടേ. അവിടെ വരരുതെന്നാരെങ്കിലും വിലക്കിയിട്ടുണ്ടോ? നിങ്ങളെന്താണീ ചെയ്യുന്നത്?"

"പേടിക്കണ്ട. നിന്നെ ആരും ഒന്നും ചെയ്യില്ല. നിനക്ക് ഒറ്റ മിനിട്ടിനകം വീട്ടിൽ പോവാം."

"ഞാൻ പോവും. ആരാണെന്നെ തടയുക? നിന്നെയും നിന്റെ കൂട്ടരേയും എനിക്കു പേടിയുണ്ടെന്നാണോ കരുതിയിരിക്കുന്നത്?"

"പതുക്കെ. പതുക്കെ. അലറേണ്ട കാര്യമില്ല."

"എന്തുകൊണ്ട്? നിന്നെ പേടിച്ചിട്ടോ?"

"ഞാൻ പറഞ്ഞില്ലേ ദിബ്യാ. അവൾ ഏതു തരമാണെന്ന് ഞാൻ പറഞ്ഞില്ലേ? അവളുടെ മറുപടി നോക്ക്. അവൾക്കെങ്ങിനെ അതു ചെയ്യാനാവുംന്ന് നീ നോക്ക്" സുകൻ പറഞ്ഞു.

ദിബ്യ ഏതായാലും തന്റെ മട്ടുമാറ്റിയില്ല. അവന്റെ മുഖത്ത് വിചിത്രമായൊരു ചിരി ഉണ്ടായിരുന്നു...

" ഗുഡ്...... വെരിഗുഡ്...... ഇത്തരം പെൺകുട്ടികളെ കാണുന്നത് എനിക്കിഷ്ടമാണ്. ശരിക്കും സ്ത്രീകളാണീ ലോകത്തെ നയിക്കുന്നത്. പരീക്ഷക്കുശേഷം നീ എന്താ ലാബി ചെയ്യാൻ പോവുന്നത്?"

"ഇതു ചോദിക്കാനാണോ ഈ വിധത്തിലീ രാത്രിയിൽ നിങ്ങളെന്നെ ഇവിടെ കൊണ്ടുവന്നത്?"

" നീ സ്വയം വന്നിരുന്നങ്കി, ഞങ്ങൾക്കിങ്ങനെ ബലം പ്രയോഗിച്ച് നിന്നെ കൊണ്ടുവരേണ്ടതായി വരുമായിരുന്നോ?"

"നാളെ രാവിലെ കോളനിയിലെ എല്ലാവരോടും ഞാൻ പറയും. അവരാരും ഇതിനൊന്നും പറയുന്നില്ലങ്കി ഞാൻ പൊലീസിനെ വിളിക്കും. എന്നെ ബലംപിടിച്ചിവിടെ തടഞ്ഞുവെക്കാംന്ന് നിങ്ങൾ കരുതുന്നുണ്ടോ?"

"ഇപ്പം വേണമെങ്കി നിനക്ക് പോവാം, നീ ഇപ്പോ തികച്ചും ഫ്രീ ആണ്. ആരും നിന്നോടൊന്നും പറയില്ല. പക്ഷേ എനിക്കൊരു അപേക്ഷയുണ്ട് ലാബി.... ഈ പാവം വിഡ്ഢി, സുകൻ നിന്നെ കെട്ടണം എന്ന ഒറ്റ ആഗ്രഹംകൊണ്ട് വിഷമിക്കുകയാണ്. നീയെന്താ അവനോടിങ്ങനെ

പെരുമാറുന്നത്? നിന്നെപ്പോലെ ഒരു ഭാര്യ — അതാണ് ശരിക്കും സുകന് ആവശ്യം."

ലാബോണിയയുടെ കണ്ണിൽനിന്നും തീ പാറി. "എന്ത്? ആ ജന്തുവിനെ കെട്ടുകയോ?

മറ്റെല്ലാരും കൂടി പൊട്ടിച്ചിരിച്ചു. സുകൻ ഓടിവന്ന് ലാബോണിയയുടെ മുഖത്തടിച്ചു.

"പട്ടി...." അവൻ പല്ലിറുമ്മി. "അർജുൻ മാത്രമേ നിനക്ക് ചേരൂന്നാണോ നിന്റെ വിചാരം? ആണോ? അതിനു ഞങ്ങൾ തീർക്കും.

പെട്ടെന്നുള്ള ആക്രമണം ലാബോണിയയെ ഞെട്ടിച്ചെങ്കിലും അവൾ പെട്ടെന്നുതന്നെ സമനില വീണ്ടെടുത്ത് സുകനെ തള്ളിമാറ്റി. ദിബ്യ അടുത്തുവന്ന് സുകന്റെ കഴുത്തിന് പിടിച്ച് ഒരു കുട്ടിയെപ്പോലെ ഉയർത്തി. അവന് നല്ലൊരു ചവിട്ട് കൊടുത്തശേഷം "പട്ടീടെ മോനെ. നീ എന്റെ മുമ്പിൽവെച്ച് എന്റെ കോളനിയിലെ ഒരു പെണ്ണിന്റെമേൽ കൈവെക്കുന്നോ?"

മറ്റുള്ളവരും അത് ഏറ്റുപിടിച്ചു.

"ദൈവമേ.... ഇതിത്തിരി കടന്നുപോയി. ഒരു പെണ്ണിന്റെമേൽ കൈവെക്കുക?"

ദിബ്യ സ്നേഹത്തോടെ ലാബോണിയയുടെ ചുമലിൽ തൊട്ടു. "ലാബി, ഇനിയും ഇങ്ങനെ എതിർക്കരുത്. ആ ഇഡിയറ്റിനെ അങ്ങ് കല്യാണം കഴിച്ചേക്ക്. അവന് നിന്നെ വലിയ ഇഷ്ടമാണ്. ശരിക്കും ഇഷ്ടമാണന്നേ. ഒരു ഉദാഹരണത്തിനിപ്പോ ഇന്ന് രാത്രിതന്നെ, ഞങ്ങളൊക്കെ ഇവിടെ കുടിച്ച് സന്തോഷിക്കുമ്പോഴും അവൻ നിന്നെ ഓർത്ത് കരയുന്നു. അതാണ് ഞാനവനോട് പോയി നിന്നെ കൂട്ടിക്കൊണ്ട് വരാൻ പറഞ്ഞത്. ഞാൻ നിന്നോട് പറയാം എന്നവന് വാക്കുകൊടുത്തുപോയി."

"നീ പറഞ്ഞാൽ അതിന്റെ പേരിൽ ഞാനവനെ അങ്ങ് കെട്ടിക്കോളും എന്നാണോ നീ കരുതിയത്? അതിനെക്കാളും നല്ലത് എനിക്ക് വിഷം കുടിച്ചുകൂടേ?"

"സുകനത്ര മോശം ആളല്ല. നിനക്കറിയില്ലേ നിന്നെയല്ലാതെ ആരെയും കെട്ടാനവൻ സമ്മതിക്കുന്നതേ ഇല്ല. ഞാൻ നിന്റെ നന്മയേ ഞാനാഗ്രഹിക്കുന്നുള്ളു ലാബി."

"ദിബ്യാദാ നിങ്ങളെന്തിനാ എന്നെയിങ്ങനെ നിർബന്ധിക്കുന്നത്? എന്നോടെന്തിനാ ഇങ്ങിനെ ഒക്കെ ചെയ്യുന്നത്?"

ഉടനെ ദിബ്യയുടെ മനസു മാറിയതുപോലെ തോന്നി.

"നിർബന്ധിക്കുകയോ? ഞാൻ നിന്നെ നിർബന്ധിച്ചോ? ശരി. എങ്കിൽ വീട്ടിൽ പോയ്ക്കോളൂ. നമുക്ക് പിന്നെ ഒരിക്കൽ സംസാരിക്കാം."

ലാബോണിയ അവിടെത്തന്നെ നിൽക്കുന്നതു കണ്ട് അവൻ വീണ്ടും പറഞ്ഞു, "നീ എന്താ കാത്തു നിൽക്കുന്നത്? വീട്ടിൽ പൊയ്ക്കോ, പോയിരുന്ന് പഠിച്ചോ...."

ലാബോണിയ പിൻവാങ്ങി, പതിയെ, പതിയെ സുകൻ എഴുന്നേറ്റ് നിന്ന്, ലബോണിയയെനോക്കി. ദിബ്യ കുനിഞ്ഞ് ഒരു കവിൾ കൂടി മോന്തി. പിന്നെ അവൻ മുഖമുയർത്തി ശാന്തനായി പറഞ്ഞു.

“ഒറ്റകാര്യം ഓർക്കണം. നിന്റെ ഈ സ്വഭാവം, എപ്പഴും അർജുന്റെ അടുത്തേക്ക് ഓടിപ്പോവുന്ന ഈ സ്വഭാവം — നിനക്കത്ര നല്ലതല്ല. അർജുൻ നിന്നോട് സുകനെ കല്യാണം കഴിക്കരുതെന്ന് പറഞ്ഞിട്ടുണ്ടോ?”

“ഇല്ല. ഒരിക്കലും ഇല്ല! എന്തിനാണിതിലേക്ക് അർജുനെ വലിച്ചിഴക്കുന്നത്. എന്തിനദ്ദേഹം അത്തരം കാര്യമൊക്കെ പറയണം.”

“പക്ഷേ അതാണ് സുകനെപ്പോഴും എന്നോട് പറയുന്നത്.”

“ഒരിക്കലും അർജുൻദയുടെ പേരുപോലും പറയരുതെന്ന് അവനോട് പറയണം. അർജുൻദായുടെ ചെറുവിരലിന്റത്ര വിലപോലും ഇല്ല അവന്.”

“നോക്ക് ലാബി. നിന്റെ തല മുഴുവൻ അർജുനനിലാണെന്ന് ഞങ്ങൾക്കൊക്കെ അറിയാം. പക്ഷേ ഒരു ചെറിയ കാര്യം ഞാൻ പറഞ്ഞേക്കാം. ഈ കോളനിയിലെ ഒരു കാര്യത്തിലും ഇനി മേലിൽ ഇടപെടില്ല. ഞാനവനെ അവസാനിപ്പിക്കാൻ പോവുകയാണ്.”

“എന്ത്? അവൻ നിങ്ങൾക്കെന്ത് ദ്രോഹം ചെയ്തു?”

“അവനാ വെസ്റ്റ് ബംഗാളീസിനോടാണ് വലിയ കൂട്ട്. എങ്കിലവൻ അവരെകൂടെത്തന്നെ പോയി ജീവിക്കട്ടെ. അവനെന്നെങ്കിലും ഈ കോളനിക്കുവേണ്ടി എന്തെങ്കിലും ചെയ്തിട്ടുണ്ടോ? വെറും വാചകമടിയല്ലാതെ? എന്നിട്ടെപ്പോഴും നമ്മൾക്ക് തടസം പിടിക്കും. ഞാനവനെ ഒരു നല്ല പാഠം പഠിപ്പിക്കാൻ പോവുകയാണ്.”

“ദിബ്യാദാ, നീ മുമ്പ് ഒരിക്കലും ഇതുപോലെ ആയിട്ടില്ലല്ലോ. ഇവിടെത്തെ ഈ ആൾക്കൂട്ടമാണ് നിന്നെ ഇങ്ങനെ ആക്കിയത്. പിന്നെ ആ പഞ്ചാബിയും. അയാളാണ് നിന്റെ മനസു മാറ്റിയത്.”

“നിർത്ത്. അർജുൻ നിന്റെ തലയിലേക്കിതൊക്കെ കേറ്റിത്തന്നതല്ലേ? സുകൻ പറയുന്നത് ശരിയാണ്. അർജൻ നിന്നെ രക്ഷിക്കും എന്നു നീ കരുതുന്നുണ്ടോ? ഞാനൊരു കുട്ടിയായിരുന്നപ്പോ എല്ലാരും ‘അർജുൻ’ ‘അർജുൻ’ ന് പറയുകയായിരുന്നു. അവനീ ഭൂമിയിലൊന്നും ഇല്ലാത്ത ആളെപ്പോലെ. ഒരുപക്ഷേ അവനു കുറേ ബിരുദങ്ങൾ കിട്ടിക്കാണും. അതിനെന്ത്? പോയി കൽക്കട്ടാ തെരുവുകളിൽ നോക്ക്, ഇഷ്ടംപോലെ ബിരുദധാരികൾ ഒരു ജോലീം കിട്ടാതെ അലയുന്നത് കാണാം. ജോലി തിരഞ്ഞ് തുടങ്ങട്ടെ അവനു സ്വയം മനസിലായിക്കോളും. ഞങ്ങളിവിടെ കോളനിയുടെ നന്മക്കായി ചിലതാലോചിക്കുന്നു — പക്ഷേ അവൻ അവിടെയും വന്ന് ഇടപെടുന്നു. ഇത്തവണ ഞാനവനെ വെറുതെവിടില്ല.”

“നിങ്ങൾ എന്തിനെന്നോടിതൊക്കെ പറയുന്നു? എനിക്കതിലെ കാര്യമൊക്കെ എങ്ങനെ അറിയാം.”

"ഞാൻ നിന്നോട് പറയുന്നു, സുകനെ കല്യാണം കഴിക്ക്. ഓർത്തോ, മേലിൽ അർജുനോട് സംസാരിക്കരുത്. ഞാൻ നിന്റെ അച്ഛനോടും പറയുന്നുണ്ട്."

എന്നോടങ്ങ് കൽപ്പിക്കാം എന്നാണോ നിന്റെ വിചാരം?"

ദിബ്യ മുമ്പോട്ടു വന്ന് അവളുടെ കൈത്തണ്ടയിൽ പിടിച്ചു. പക്ഷേ ലബോണിയ ഉടനെ കുറച്ച് ശക്തമായിത്തന്നെ അതു കുതറി എടുത്തു. എന്നിട്ട് കടുപ്പിച്ച് പറഞ്ഞു. "നീ എന്താ ചെയ്യുന്നത്? എന്തും മർക്കടമുഷ്ടികൊണ്ട് നേടാം എന്നാണോ വിചാരം? നിന്റെ കൽപ്പനകേട്ട് അർജുനനോട് സംസാരിക്കുന്നത് ഞാൻ നിർത്തും എന്നാണോ നീ കരുതിയത്?"

ദേഷ്യംവന്നാൽ ലാബോണിയക്ക് നിയന്ത്രണം നഷ്ടമാവും. ഈ രാത്രിയിൽ ബലം പ്രയോഗിച്ചിവിടെ കൊണ്ടുവന്നിട്ടും അവൾക്ക് രക്ഷപ്പെടാൻ അവസരം കിട്ടിയത് ദിബ്യയുടെ അനുകമ്പ പിടിച്ചുപറ്റിയതുകൊണ്ടാണ്. പക്ഷേ ഇപ്പോഴവൾ ദേഷ്യംകൊണ്ട് ജ്വലിച്ച് പോയി. അവളിൽനിന്നും ഭയം വിട്ടകന്നുപോയി. അല്ലെങ്കിൽ ദിബ്യയോട് 'മർക്കടമുഷ്ടി' എന്ന പദപ്രയോഗം ഒന്നും അവളിൽനിന്നും വരില്ലായിരുന്നു.

ആ വാക്കുകൾ പറഞ്ഞു കഴിഞ്ഞ്, ദിബ്യയുടെ കണ്ണുകളിലേക്കു നോക്കിയതും, ആദ്യമായി ലാബോണിയ ഭയന്നു. ഭയന്നു വിറച്ചു. അവളുടനെ പിറകോട്ട് അടിവെച്ചു, ക്ഷണത്തിൽ തികച്ചും വ്യത്യസ്തമായ ഒരു ശബ്ദത്തിൽ ദിബ്യ പറഞ്ഞു.

ലാബോണിയ ജീവനും കൊണ്ടോടി. ദിബ്യ ഒരു വലിയകടുവയെപ്പോലെ അവൾക്കു പിറകേ കുതിച്ചു. ലാബോണിയ വേഗത്തിലോടി.

തടാകത്തിന്റെ ഒരു മൂലയ്ക്കുവെച്ച് ദിബ്യ മുടിയിൽ പിടുത്തമിട്ടപ്പോൾ ലാബോണിയ അലറി. അയൽപക്കത്തെ വീടുകളിലൊന്നും അതു കേൾക്കാൻ യാതൊരു സാധ്യതയും ഇല്ലായിരുന്നു. ആരുംതന്നെ ആ ശബ്ദം ആ സമയത്ത് തിരിച്ചറിയാനിടയില്ല. അറിഞ്ഞാൽത്തന്നെ പുറത്തേക്കിറങ്ങാൻ ആരുംതന്നെ മുതിരില്ല.

ദിബ്യ മുഖംമടക്കി പൊത്തുംമുമ്പേ ലാബോണിയ ദയനീയമായി കേണു "ദിബ്യാദാ... പ്രീയപ്പെട്ട ദിബ്യാദാ.....ഞാൻ നിന്നോട് യാചിക്കുകയാ.... ഞാൻ നിന്റെ സ്വന്തം സഹോദരിയെപ്പോലെ അല്ലേ... പ്ലീസ്...."

അവളുടെ സാരിചുമലിൽ നിന്നൂർന്നുവീണു. ഒരു നിമിഷത്തെ അയവിൽ അവൾ മുമ്പോട്ടോടാനാഞ്ഞു, പക്ഷേ ദിബ്യയുടെ ബലിഷ്ഠമായ മുഷ്ടി പിറകിൽനിന്നും അവളുടെ ബ്ലൗസിൽ പിടുത്തമിട്ടു. വായയിൽ നിന്നും രക്തം ഒഴുകിത്തുടങ്ങിയിട്ടും ലാബോണിയ സ്വയം വിട്ടുകൊടുത്തില്ല. ഒരവസരം കിട്ടിയതും അവൾ ദിബ്യയുടെ കൈയിൽ സർവശക്തിയുമെടുത്ത് കടിച്ചു. വേദനകൊണ്ട് അവന്റെ കൈ ഒന്നയഞ്ഞു, അവൾ വീണ്ടും മുമ്പോട്ടാഞ്ഞു. പക്ഷേ ദിബ്യ നിലത്തേക്ക് വീണ്ടും കാലുതട്ടി ലാബോണിയയെ തള്ളിയിട്ടു.

എന്നിട്ടും തറയിലൂടെ ഉരുണ്ട് മാറാൻ അവൾ ശ്രമിച്ചു. പക്ഷേ തന്റെ ഭാരിച്ച ശരീരം മഴുവനും അവളുടെ മേലിലാക്കി ദിബ്യ മുരണ്ടു. "അർജുനന് മാത്രമേ നീ നിന്റെ ശരീരം ആസ്വദിക്കാൻ കൊടുക്കൂ....വോ?"

"ദിബ്യാദാ.... പ്ലീസ്. എനിക്കു നാളെ പരീക്ഷയാണ്. എന്നെ ഇങ്ങനെ നശിപ്പിക്കരുത്."

"പോയി അർജുനനോട് പരാതിപ്പെട്. അവനെന്തു ചെയ്യുംന്ന് കാണട്ടെ."

"ദിബ്യാദാ എന്നെ പോവാൻ വിട്... പ്ലീസ്. ഞാൻ യാചിക്കുകയാ...."

"ഷട്ട് അപ്പ്"

"നീ എന്നെ നശിപ്പിക്കുന്നു. നശിപ്പിക്കുന്നു.... സഹായിക്കൂ!"

ലാബോണിയ സർവശക്തിയുമെടുത്ത് അവനെ തടഞ്ഞു. മാന്തി, കടിച്ചു, ചവിട്ടി. അവൾ തറയിൽ കിടന്ന് ഉരുണ്ടു. പക്ഷേ ദിബ്യയുടെ കരുത്തിന് മുമ്പിൽ അവൾ ഒരു കുഞ്ഞുകളിപ്പാവയെപ്പോലെ ആയിരുന്നു.

അവൾ അലറാനായി വീണ്ടും വായ തുറന്നതും ദിബ്യ അവന്റെ കൈകൊണ്ട് വാ മൂടി കഴുത്തിൽ ശക്തിയായി ഇടിച്ചു. ലാബോണിയയിൽ നിന്നും ഒരു ഞരക്കം കേട്ടു, കുറച്ച് നേരത്തേക്ക് അവൾ മുറിവേറ്റ മൃഗത്തെപ്പോലെ പിടഞ്ഞു. പിന്നെ നിശ്ചലയായി.

ദിബ്യയുടെ കൂട്ടാളികൾ ദൂരെ എല്ലാം കണ്ട് നിൽപ്പുണ്ടായിരുന്നു. കുറച്ച് നേരത്തേക്ക് നിലാവ് മാഞ്ഞുപോയിരുന്നു. ഇരുട്ടത്ത് അവർ പ്രേതങ്ങളെപ്പോലെ തോന്നിച്ചു. ആരെങ്കിലും ജനാല തുറന്ന് അവരെ കാണാനിടയായാൽ ഭയംകൊണ്ട് പിന്നെയവർക്ക് ഉറങ്ങാനാവില്ല.

കുറച്ചുനേരം കഴിഞ്ഞപ്പോൾ ദിബ്യ എഴുന്നേറ്റ് അവർക്ക് നേരെ വേച്ച് നടന്നുചെന്നു. കടുത്ത ശബ്ദത്തിലവൻ പുലമ്പി "വാടാ ബാസ്റ്റഡ്സ് ... നിങ്ങളെന്ത് കണ്ട് നിൽക്കുകയാ?"

അവർ ഫാക്ടറി മുറ്റത്തേക്ക് പോയി.

കുറച്ചുനേരത്തിനുശേഷം സുകൻ പതുങ്ങിക്കൊണ്ട് തിരിച്ചുവന്നു. അവൻ തറയിലേക്ക് കുനിഞ്ഞ് മന്ത്രിച്ചു. "ലാബി, ലാബി, എഴുന്നേൽക്ക്. എഴുന്നേറ്റ് വീട്ടിൽപ്പോ.... സോറി... ലാബി... പ്ലീസ്... എന്നോട് പൊറുക്ക്. ഞാനിനി ഒരിക്കലും...."

ഇപ്പഴും അവളുടെ വായുടെ മൂലയ്ക്ക് രക്തം ഒഴുകുന്നു.... അവൾ അനങ്ങുന്നുണ്ടായിരുന്നില്ല. മുടി മുഖം മറഞ്ഞ് വീണുകിടക്കുന്നു. സുകൻ വീണ്ടുമവളെ കുലുക്കിവിളിച്ചു.

"എഴുന്നേൽക്ക് ലാബി, വീട്ടിൽപ്പോ. എന്നോട് പൊറുക്ക്. ഇനി ഒരിക്കലും ഇതാവർത്തിക്കില്ല. നീ എന്തിനാ ദിബ്യയെ പ്രകോപിപ്പിച്ചത്? അവനെ അങ്ങനെ പ്രകോപിപ്പിച്ചാൽ ദേഷ്യംവരും എന്നു നിനക്കറിയാമായിരുന്നില്ലേ? പ്ലീസ് എഴുന്നേൽക്ക് നിനക്ക് നാളെ പരീക്ഷയില്ലേ? ഞാനിനി ഒരിക്കലും നിന്നെ ശല്യം ചെയ്യില്ല.... ഒരിക്കലും. എന്നോട് പൊറുക്ക്."

സുകൻ കരയുകയായിരുന്നു. പക്ഷേ ആ സമയത്തും അവന്റെ വികാരത്തിന് ഒരു ആഴവും ഉണ്ടായിരുന്നില്ല. കുറേ ശ്രമിച്ചിട്ടും ലാബോണിയ അനങ്ങാഞ്ഞപ്പോൾ അവൻ അപകടം മണത്തു. കൗശലക്കാരനായ ഒരു കുറുക്കനെപ്പോലെ അവൻ ചുറ്റും നോക്കി ഒരിക്കൽക്കൂടി അവൻ അപ്രത്യക്ഷനായി.

കുറച്ച് നേരത്തിനുശേഷം മഴപെയ്തുതുടങ്ങി. ലാബോണിയയുടെ ചലനമറ്റ ദേഹത്ത് മഴത്തുള്ളികൾ ചിതറിവീണു.

പത്ത്

കുറച്ച് ദിവസങ്ങൾക്കുള്ളിൽ കോളനിയിൽ പല സംഭവങ്ങളും ഉണ്ടായി.

കെമിസ്ട്രി പരീക്ഷയുടെ അന്ന് ലാബോണിയ പരീക്ഷാഹാളിൽ ബോധരഹിതയായി. അവൾ പെട്ടെന്ന് എഴുത്ത് നിർത്തി, കൈമുട്ടുകൾ മേശയിലൂന്നി മുഖംപൊത്തി. എന്നിട്ടുറക്കെ തേങ്ങിക്കരയാൻ തുടങ്ങി. കുട്ടികളും invigilatorsഉം ഓടിവന്നു. പക്ഷേ അവരുടെ അന്വേഷണ ങ്ങൾക്കൊന്നും ലാബോണിയ ഒരു മറുപടിയും പറഞ്ഞില്ല.

വീട്ടിലാരോടും ഒറ്റവാക്കുപോലും അവൾ പറഞ്ഞില്ല. ഒരു തുള്ളി കണ്ണുനീർപോലും പൊഴിച്ചില്ല, പരീക്ഷാഹാളിലല്ലാതെ. അതവൾക്ക് ഉത്തരങ്ങൾ ഓർക്കാനാവാത്തതുകൊണ്ടായിരുന്നു. അവൾ അതിനു ശേഷം കരഞ്ഞിട്ടേ ഇല്ല.

പരീക്ഷാ കേന്ദ്രത്തിൽനിന്നും ചിലർ ലാബോണിയയെ വീട്ടിലെ ത്തിച്ചു. അവളിപ്പോഴും ശരിയായിട്ടില്ല. അവളെക്കൊണ്ട് ബാക്കി പരീക്ഷ എഴുതാൻ കഴിയില്ലായിരുന്നു. ജയിക്കണം എന്ന് അവൾ ഉറപ്പിച്ചു. ബി എസ് സി പരീക്ഷ ഇപ്പഴും ബാക്കിയായി.

അടുത്ത കുറേ ദിവസങ്ങളിൽ അവൾക്ക് കടുത്ത പനിയും മനോ വിഭ്രാന്തിയും ഉണ്ടായി.

"എന്നെ കൊല്ലൂ. കൊല്ലൂ. നിങ്ങൾക്കെന്താ എന്നെ കൊന്നാൽ? ഞാൻ മരിച്ചിരിക്കും. എനിക്കുചുറ്റും നരകമാണ്. ഹോ... ഹോ. ഞാനാകെ കത്തുന്നു.... അമ്മേ... തീ... തീ കത്തുന്നു."

ഒരിക്കൽ ഈ രോഗത്തിൽനിന്നെല്ലാം രക്ഷപ്പെട്ടപ്പോൾ ലാബോ ണിയ മൗനത്തിലേക്കാണ്ടുപോയി. പെട്ടെന്ന് സംസാരശേഷി നഷ്ടപ്പെ ട്ടതുപോലെയായി. ഒരുവാക്കുപോലും അവൾ ആരോടും ഉരിയാടിയില്ല. അർജുൻ രണ്ടുതവണ അവളെ കാണാൻ വന്നു, പക്ഷേ അവൾ അവ നോടും മിണ്ടിയില്ല.

ലാബോണിയയുടെ രക്ഷിതാക്കൾ ഈ ദുരന്തത്തിൽ തകർന്നു പോയി. ബിസ്വാനന്ദിന് ആദ്യമേ തന്നെ ലോകത്തോടൊരു വെറുപ്പു ള്ളതാണ്. ഇപ്പോൾ അയാളുടെ മുഖം ഒരിക്കലും തെളിയാതെയായി. ഇത് തനിക്കെതിരെയുള്ള ഒരു വേലയായിട്ടാണ് അയാൾക്ക് തോന്നിയത്. മൂത്തമകൻ പ്രായമെത്തുംമുമ്പ് മരിച്ചുപോയി. ഒരു ഡിഗ്രി സമ്പാദിച്ചാൽ കുടുംബത്തിന് അത്താണിയാവും എന്നു കരുതിയ മകളാണിത്. ലാബോ ണിയയുടെ സ്വഭാവത്തിൽ ചിത്തഭ്രമത്തിന്റെ ലക്ഷണങ്ങൾ കണ്ടുതുട ങ്ങിയതും ആ കുടുംബം വലിയ വിഷമത്തിലായി. പാവപ്പെട്ട ഒരു കുടും ബത്തിന് ഭ്രാന്തിയായ ഒരു മകൾ കൂടി...! അതുകൊണ്ട് അവർ അവൾക്ക് ഒരു വിവാഹം ഒത്തുകിട്ടാനായി കിണഞ്ഞു പരിശ്രമിച്ചു.

അർജൻ ലാബോണിയയെ ഓർത്ത് ശരിക്കും തകർന്നുപോയി. തന്റെ സാഹചര്യങ്ങൾക്കും മുകളിലേക്കു വളരാനാഗ്രഹിച്ച ഒരു പെൺകു ട്ടി.... അവൾ പാടേ തോറ്റുപോയി. ആർക്കാണ് ആ തോൽവിക്ക് പിറ കിലെ ദുഃഖം അളക്കാനാവുക? പക്ഷേ ആർക്കറിയാം, ഒരുപക്ഷേ ഒരുദി വസം അവൾക്കെല്ലാം മറക്കാനാവുമായിരിക്കും. അർജുൻ, ബിസ്വാന ന്തിനോട് ലാബോണിയയെ അബനിഷാദയുടെ അച്ഛന്റെ അടുത്ത് ഒരു പരിശോധനക്കായി കൊണ്ടുപോയാലോ എന്നാലോചിച്ചതാണ്. പക്ഷേ ലാബോണിയയാണ് എതിർത്തത്. കണ്ണുകളിൽ എരിയുന്ന പ്രതികാര ത്തോടെ അവൾ അർജ്ജുനെ നോക്കി. അർജൻ എന്തോ വലിയ തെറ്റു ചെയ്തതുപോലെ. അർജുൻ അവസാനം ഇതൊന്നും തന്നെ ബാധിക്കേ ണ്ടുന്ന കാര്യങ്ങളല്ല എന്ന് സ്വയം വിശ്വസിച്ചു, അവന് സഹായിക്കാനാ വുന്ന കാര്യങ്ങൾ അല്ല.

അർജുൻ വീണ്ടും പഠനത്തിൽ ശ്രദ്ധിച്ചു. അവൻ അപൂർവമായേ പുറത്തു പോവാറുള്ളൂ.

അതുകൊണ്ട് അർജുൻ ഒരു ടൈപ്പ് റൈറ്റർ അബനിഷാദയിൽ നിന്നും കടംവാങ്ങി, രാവും പകലുമിരുന്ന് അവന്റെ തീസിസ് ടൈപ്പ് ചെയ്തു.

കേൾസിങ് ഇതിനകം കോളനിക്കകത്തുകൂടി ഒരു ഷോർട്ട് കട്ട് എടു ത്തിരുന്നു. മുമ്പ് കോളനിക്കകത്ത് പുറമേ നിന്നുള്ളവർ വരാറില്ലായിരു ന്നു. വളരെ മുമ്പ് ചില പിമ്പുകൾ നല്ല സ്ത്രീകളെ തിരഞ്ഞ് വന്നിരുന്നു, വടിയും മറ്റുമായി ആൺകുട്ടികൾ അവരെ ഓടിച്ചതിൽ പിന്നെയവർ വന്നിട്ടേ ഇല്ല. പക്ഷേ ഇപ്പോൾ രണ്ടു മൂന്നു കോളനി പയ്യന്മാരെ ജോലിക്ക് നിയമിച്ച് കഴിഞ്ഞു. അത് അയാളുടെ സ്റ്റാറ്റസ് കൂട്ടി.

അഞ്ചു കുടുംബങ്ങളെ ഒഴിപ്പിക്കുക എന്ന കേൾസിങ്ങിന്റെ പദ്ധതി അതിന്റെ മൂർധന്യാവസ്ഥയിൽ എത്തി. അയാൾക്ക് കൂടുതൽ പ്ലൈവു ഡിന് ഓർഡർ കിട്ടിയിട്ടുണ്ട്. പക്ഷേ ഫാക്ടറി വലിപ്പം കൂട്ടാതെ ഒന്നും നടക്കില്ല.

അതേസമയത്തുതന്നെ, കോളനിയിലെ ജനങ്ങൾ തമ്മിൽ ആ ആലോചന സ്വീകരിക്കണമോ വേണ്ടയോ എന്ന് ഇടയ്ക്കിടെ കലഹം

ഉണ്ടായി. നിർദിഷ്ട ഭൂമിക്ക് പുറത്തുള്ള കോളനിക്കാർ തങ്ങളുടെ മക്കൾക്ക് ജോലികിട്ടും എന്ന പ്രതീക്ഷയിൽ എല്ലാ എതിർപ്പിനേയും നേരിടാൻ തയാറായി. ജോലി വാഗ്ദാനത്തെക്കാളും മധുരതരമായി അവരുടെ കാതുകൾ ഒന്നും കേട്ടില്ല. എല്ലാവർക്കും ജോലി കിട്ടുമെങ്കിൽ കോളനി മുഴുവനും ഫാക്ടറി ആവുന്നതിനും അവർക്ക് എതിർപ്പുണ്ടായിരുന്നില്ല.

ഹരന്ദനേയും ദിരൻഷികാതിനേയും പോലെയുള്ള ആളുകൾക്ക് ഐക്യകണ്ഠേന ഒരു തീരുമാനത്തിൽ എത്താനായില്ല. അതുകൊണ്ട് അവർ അർജുന്റെ അടുത്തേക്ക് മടങ്ങിവന്നു.

"ഞങ്ങൾ എന്തുചെയ്യും അർജുനാ? നീ പറയ്. ഞങ്ങൾക്ക് ഇവരോട് കൂടുതൽക്കാലം ഒത്തുപോവാനാവില്ല."

അർജുൻ അവന്റെ അകലം സൂക്ഷിക്കാൻതന്നെ തീരുമാനിച്ചു.

"എനിക്കൊന്നും പറയാനില്ല. നിങ്ങളുടെ ഭൂമി. നിങ്ങളുടെ വീട്. അപ്പോ നിങ്ങൾ തന്നെ തീരുമാനിക്കുന്നതാണ് നല്ലത്."

"പക്ഷേ ഞങ്ങൾക്കൊന്നും മനസിലാവുന്നതേയില്ല. ആ ദിബ്യയാണെങ്കിലും ഇപ്പോൾ അവരുടെ ക്യാമ്പിലാണ്. ഞങ്ങൾ എങ്ങോട്ട് പോണം?

ആരാണ് ഞങ്ങൾക്കഭയം തരിക? കോളനിയിലെ മറ്റാരും ഞങ്ങളെ സഹായിക്കാൻ തയാറല്ല. നിനക്ക് ഗവൺമെന്റിൽ ഒന്ന് പരാതിപ്പെടാൻ പറ്റുമോ?"

"എനിക്ക് പരാതികളുടെ ഭാഷ അറിഞ്ഞുകൂടാ അങ്കിൾ" അർജുൻ പറഞ്ഞു.

"നിനക്കറിയാം. നിനക്കൊരാൾക്കേ അങ്ങനെ എന്തെങ്കിലും ചെയ്യാൻ കഴിയൂ. നിനക്ക് ചില മന്ത്രിമാരെവരെ അറിയില്ലേ?"

"നോക്കൂ. എനിക്ക് മന്ത്രിമാരുടെ ഉദ്യോഗസ്ഥരെപ്പോലും അറിഞ്ഞുകൂടാ. അവരൊക്കെപ്പോലും എന്നെക്കാളും എത്രയോ പ്രധാനപ്പെട്ട വ്യക്തികളാണ്."

"ആ പഞ്ചാബിക്കാരൻ ഓരോ കുടുംബത്തിനും 1000 രൂപ എന്നും പറഞ്ഞ് ഞങ്ങളെ പ്രേരിപ്പിക്കുകയാണ്. ഒരുപക്ഷേ അവസാനം ഞങ്ങൾക്കൊന്നും കിട്ടിയില്ലാന്നുംവരാം. ഇപ്പോൾ ആ പണം സ്വീകരിക്കുന്നത് ബുദ്ധിയാവും എന്നു നീ കരുതുന്നുണ്ടോ?"

"നിങ്ങൾക്കങ്ങനെ തോന്നുന്നു എങ്കിൽ അങ്ങനെ ചെയ്യ്."

"പക്ഷേ ആ പണം വാങ്ങിയിട്ട് പിന്നെ ഞങ്ങളെവിടെ താമസിക്കും?"

"പ്ലീസ് അങ്കിൾ. എന്റെ അടുത്തെല്ലാറ്റിനും ഉത്തരം ഉണ്ടാവും എന്നു കരുതുന്നതെന്തിന്? നിങ്ങളെവിടെ ജീവിക്കും എന്ന് ഞാനെങ്ങനെ പറയും? ഒരുപക്ഷേ ആ പണത്തിന് നിങ്ങൾക്ക് ചേരിയിലെങ്ങാനും വാടകമുറികൾ കിട്ടുമായിരിക്കും."

"വാടകമുറികൾ! എത്രകാലം ആ പണം ഉണ്ടാവും? നീ ഞങ്ങളോട് ചേരികളിൽ പോവാൻ പറയുന്നു, രോഗാതുരരായ, താഴ്ന്ന തരക്കാരായ ആളുകളുടെ അടുത്തേക്ക്."

"എങ്കിൽ നിങ്ങൾക്ക് മറ്റൊരു വഴി നോക്കാം. മറ്റൊരു കൂട്ടം അഭയാർഥികൾ വരുന്നുണ്ട് ഇപ്പോൾ. നിങ്ങൾക്ക് അവരുടെ ഒപ്പം കൂടി സീൽദാ സ്റ്റേഷനിലെ ഫ്ളാറ്റ്ഫോമിലും മറ്റും കിടക്കാം. ഗവൺമെന്റ് നിങ്ങളെ Dandakaranyaയിലും മറ്റും ക്യാമ്പിലയച്ചോളും."

Dhire Shikdarന്റെ കണ്ണുകൾ നിറഞ്ഞു.

"അർജുൻ" അയാൾ വിളിച്ചു. "നിന്റെ അടുത്തുന്നുപോലും ഞങ്ങൾ ഇതാണോ കേൾക്കേണ്ടത്? നീയായിരുന്നു ഞങ്ങളുടെ പ്രധാന ശക്തി. നമ്മളൊരുമിച്ച് സുഖദുഃഖങ്ങൾ പങ്കിട്ട് ഇത്രയുംനാൾ ഒരുമിച്ച് ജീവിച്ചു, ഇന്ന് കേൾസിങ് വന്ന് ഞങ്ങളെ ഉപദ്രവിക്കുമ്പോ നിങ്ങളാരും ഒരു വാക്കു പോലും എതിർക്കുന്നില്ല? മരിക്കേണ്ടിവന്നാലും അതൊരുമിച്ചാവുമെന്ന് നമ്മൾ കരുതി. അതായിരുന്നു ഞങ്ങളുടെ ഏകപ്രതീക്ഷ...."

അർജുൻ എഴുന്നേറ്റു.

"എനിക്കെന്താണ് തോന്നുന്നതെന്ന് ഞാൻ പറഞ്ഞുകഴിഞ്ഞു. ഞാൻ പറയുന്നത് കേൾക്കും എങ്കിൽ നിങ്ങളാരും സ്വന്തം ഭൂമിയിൽനിന്ന് ഒരു ഇഞ്ചുപോലും ഒരിക്കലും വിട്ട് കൊടുക്കരുത്. ഒരിക്കലും."

അർജുൻ കഴിഞ്ഞ ദിവസങ്ങളിൽ ആകെ തകർന്നിരുന്നു. കോളനി അംഗങ്ങൾക്കിടയിലെ ഒത്തൊരുമ പാടേ നശിച്ചതായിരുന്നു അവനെ ഏറ്റവും തകർത്തത്. മുത്തച്ഛൻ നിഷിക്ക് ദിബ്യക്കെതിരായി കൂടുതൽ പിടിച്ചുനിൽക്കാൻ ആവുമായിരുന്നില്ല. അർജുൻ ശുക്ലയുടെ വീട്ടിൽ ചെന്നാലും അവളുടെ മുറിയിൽ പോവുന്നതും അവസാനിപ്പിച്ചിരുന്നു. അവളുടെ ലോകത്തേക്കൊന്നും താൻ അനുയോജ്യനല്ല എന്നവന് സ്വയം തോന്നി.

ഒരുദിവസം അബനിഷ് ചോദിച്ചു. "എന്താ കാര്യം അർജുൻ? നീ വല്ലാതെ മൂകനാണല്ലോ കുറേ ദിവസമായിട്ട്. വല്ല പ്രണയത്തിലും പെട്ടോ?"

മറുപടിയായി ജീവനറ്റ ഒരു ചിരി മാത്രമേ അർജുനനിൽനിന്നുണ്ടായുള്ളൂ. തന്റെ കുടുംബപ്രശ്നങ്ങളൊക്കെ അബനിഷാദയോട് പറഞ്ഞിട്ടെന്ത് ഗുണം? അബനിഷാദയിൽനിന്നും ധാരാളം സഹായങ്ങൾ അർജുന് കിട്ടിയിട്ടുണ്ട്. കൂടുതൽ പ്രശ്നങ്ങൾ പറഞ്ഞ് അയാളെ ശല്യം ചെയ്തിട്ടെന്ത് ഗുണം? എങ്കിലും അവസാനം അർജുൻ എല്ലം പറഞ്ഞുപോയി.

അബനിഷിന് മുഴുവനും മനസിലാക്കാൻ കഴിഞ്ഞില്ല. ഉടമസ്ഥാവകാശത്തന്റെ വിശദാംശങ്ങളൊന്നും അവന് പിടികിട്ടിയില്ല. പക്ഷേ സഹായിക്കാൻ അയാൾ തയാറായിരുന്നു.

"എനിക്ക് Refugee Rehabilitation Departmentൽ ഒരു സുഹൃത്തുണ്ട്. അയാളിപ്പോ മിക്കവാറും ഡെപ്യൂട്ടി ഡയറക്ടർ ആയിട്ടുണ്ടാവും. നിനക്കവനെ പോയി ഒന്നു കണ്ടുകൂടേ. ചിലപ്പോ അതൊരു സഹായമാവും."

പക്ഷേ ആ സന്ദർശനംകൊണ്ട് ഗുണമുണ്ടായില്ല. മിസ്റ്റർ ചക്രവർത്തി എന്ന Refugee Rehabilitation ഒരു സാഹിബ് ആയിരുന്നു.

അയാൾ ഇംഗ്ലീഷ് മാത്രമേ സംസാരിച്ചുള്ളൂ. പരിചയപ്പെടുത്തിക്കൊണ്ടുള്ള കത്തിൽ അബനിഷാദ അർജുനെക്കുറിച്ചെല്ലാം വിശദമായി എഴുതിയിരുന്നു.

എല്ലാറ്റിനും പുറമേ അവൻ സഹായം ചോദിച്ച് ചെന്നതാണ്. മിസ്റ്റർ ചക്രബർത്തി സഹായിക്കാൻ ശ്രമിച്ചതുമില്ല. അയാളാ ഫയൽ അസിസ്റ്റന്റിനെ ഏൽപ്പിച്ചു. അസിസ്റ്റന്റ് അത് സുപ്പീരിയർ ആഫീസർക്ക് കൊടുത്തു. അയാളത് റഫറൻസ് സെക്ഷനിലെ ഉദ്യോഗസ്ഥന്, ഉദ്യോഗസ്ഥൻ റക്കോർഡ് സപ്ലയർക്ക് – അവസാനം നോക്കുമ്പോൾ റക്കോർഡ് സപ്ലയർ ചായക്ക് പോയിരിക്കുന്നു. മിസ്റ്റർ ചക്രബർത്തി അർജുനും ചായ കൊടുത്തു, അതിനിടയിൽ അവർ സംസാരിച്ചത് വിയറ്റ്നാം യുദ്ധത്തെക്കുറിച്ചായിരുന്നു. അയാൾ ആ അവസരം സ്വന്തം വിവരം കാണിക്കാനുള്ള അവസരമായാണ് കണ്ടത്.

അവസാനം ഫയൽ വന്നു.

"ഹോ മറ്റൊരു അനധികൃത കോളനി. നഷ്ടപരിഹാരത്തിന്റെ കാര്യം തീരുമാനമായാലുടൻ കൂടുതൽ സമയം എടുക്കില്ലെന്ന് ഞാനുറപ്പു തരാം. എല്ലാം ഒരു വർഷത്തിനകം തീരുമാനമാക്കണം എന്ന് കേന്ദ്ര ഗവൺമെന്റിന്റെ നിർദേശമുണ്ട്. ഭൂവുടമ തുക അംഗീകരിക്കേണ്ട താമസമേയുള്ളൂ, അയാൾ അംഗീകരിക്കും. ഉടനെയോ, കുറച്ച് കഴിഞ്ഞോ ആവും. "അതിനുശേഷം ഉടൻ നിങ്ങൾക്ക് ഉടമസ്ഥാവകാശം കിട്ടും. സത്യത്തിൽ നമ്മുടെ രാജ്യത്തിന്റെ വലിയ ഒരു ഭാഗം അഭയാർഥികൾ കൈയേറിയിരിക്കുകയാണ്. അൻവാർഷാ റോഡിലൊരു കോളനി ഉണ്ടായിരുന്നു, അതിനിപ്പോ അടുത്ത് അംഗീകാരം കിട്ടി. ആ ഭാഗത്തെ ഭൂമിയുടെ വില ചിന്തിക്കണം!"

"അതെ. പക്ഷേ ഞങ്ങൾക്ക് അവകാശംകിട്ടും മുമ്പ് ചിലർ ഞങ്ങളെ ഇറക്കിവിടാൻ നോക്കിയാൽ എന്തുചെയ്യും?"

മിസ്റ്റർ ചക്രബർത്തി പൊട്ടിച്ചിരിച്ചു.

"ആരാണ് ഇറക്കിവിടാൻ പോവുന്നത്? ആർക്കാണ് ഇക്കാലത്ത് അഭയാർഥികളെ എതിർക്കാൻ ധൈര്യം? അവരെന്ത് കഴുതകളാണെന്നെനിക്കറിയണം."

ഗവൺമെന്റ് നഷ്ടപരിഹാരം നൽകാൻ നടപടികൾ സ്വീകരിക്കുന്നതുകൊണ്ട് ഭൂവുടമ അതിനുമുമ്പായി എത്ര ഭൂമി തിരിച്ചുപിടിക്കാനാവുമോ അത്രയും ഭൂമി തിരിച്ചുപിടിക്കാൻ ഏതുവഴിയും ശ്രമിക്കും എന്ന കാര്യം അർജുന് ബോധ്യപ്പെട്ടു. തിരിച്ചു പിടിക്കാനായാൽ ആ ഭൂമി അയാൾക്ക് ഉയർന്ന വിലയ്ക്കു വിൽക്കാം. കോളനിവാസികൾക്കിടയിൽ ഒത്തൊരുമ ഉണ്ടായാൽ അതൊന്നും നടക്കില്ല.

"ഞങ്ങളെ ചിലരിറക്കിവിടാൻ ശ്രമിക്കുന്നു എന്നു തന്നെവെക്കുക." അർജുൻ ചോദിച്ചു; "ഞങ്ങൾ എന്തുചെയ്യും? നിങ്ങൾക്ക് ഞങ്ങളെ സഹായിക്കാമോ?"

“അതു ഞങ്ങളുടെ പരിധിയിൽപ്പെടുന്ന പ്രശ്നമാണെങ്കിൽ. കുറച്ച് ഭൂമിക്കുവേണ്ടി പട്ടികളേ പോയി തല്ലുകൂടുക? അവസാനം അത് ബംഗാളികൾ ബംഗാളികളെ അടിച്ചമർത്തുന്നിടത്തെത്തും. ഇന്ത്യയുടെ മറ്റു പ്രവിശ്യകളിലെ വ്യവസായികളെ നോക്കൂ, അവർ കൽക്കട്ടയിൽ കിട്ടാവുന്നത്ര നല്ല ഭൂമിയെല്ലാം വാങ്ങിക്കൂട്ടുകയാണ്. ബംഗാളികൾ ഇവിടെ പരസ്പരം വഴക്കടിക്കുന്നു. നിങ്ങൾക്കെന്താ നിങ്ങളുടെ കോളനിയിലെ മറ്റംഗങ്ങളെ മധ്യപ്രദേശിലേക്കോ രാജസ്ഥാനിലേക്കോ പോവാനായ് പ്രേരിപ്പിച്ചാൽ? ബംഗാളിലെ അഭയാർഥികൾ മറ്റു പ്രദേശങ്ങളിലെ ഭൂമി കയ്യേറാൻ ആവുന്നത്ര ശ്രമിക്കണം. ഇതാണതിന് പറ്റിയ സമയം. പിന്നെ നിങ്ങൾമാറാൻ തയാറാണെങ്കിൽ....”

അർജുന് ആകെക്കൂടി നിരാശയായി.

“നിങ്ങളോട് നിങ്ങളുടെ കൽക്കട്ടയിലെ വീട് വിട്ട് മധ്യപ്രദേശിലെ വല്ല കാട്ടുപ്രദേശത്തും പോവാൻ പറഞ്ഞാൽ നിങ്ങൾ പോവുമോ? ഇല്ലല്ലോ? അപ്പോ പിന്നെ ഈ വലിയ വാചകമടി ഒക്കെ നടത്തുന്നതെന്തിന്? ഈ ആളുകൾ യാചകരോ മറ്റോ ആണോ?” അർജുന് അങ്ങനെയൊക്കെ പറയണം എന്നുതോന്നി.

പക്ഷേ അവനങ്ങനെ ഒന്നും പറഞ്ഞതേ ഇല്ല. ഒരു വാദപ്രതിവാദത്തിനല്ല അവനിവിടെ വന്നത്. പക്ഷേ ഇയാളിൽനിന്നും ഒരു സഹായവും കിട്ടില്ലെന്നും അവന് ബോധ്യമായിക്കഴിഞ്ഞു.

അവൻ പാടേ നിരാശനായി വീട്ടിലേക്കു മടങ്ങിയെത്തി.

“അമ്മേ നമുക്കീ കോളനിയിൽ നിന്നും ദൂരേ എവിടെ എങ്കിലും പോവാം. എനിക്കിനി ഇവിടെ തുടരാൻ വയ്യ.”

ശാന്തിലത ഞെട്ടി.

“പോവുകയോ? എങ്ങോട്ട്?”

“എങ്ങോട്ടെങ്കിലും. യൂണിവേഴ്സിറ്റിക്കടുത്ത് ഒരു ഫ്ളാറ്റ് കിട്ടും എന്നാണ് എനിക്ക് തോന്നുന്നത്.”

ശാന്തിലത പതിയെ പറഞ്ഞു.

“ശരി. നിനക്കങ്ങനെ തോന്നുന്നു എങ്കിൽ... നമുക്ക് പോവാം. പക്ഷേ ഒരുനിമിഷത്തെ വികാരത്തിന്റെ പുറത്ത് ഒന്നും ചെയ്യരുത്.”

“അല്ല. ഇതൊരു വികാരാവേശവും അല്ല. ഞാനെന്റെ മനസ്സ് ഒരുക്കിക്കഴിഞ്ഞു. നാളെ മുതൽ ഞാൻ സ്ഥലം തിരഞ്ഞു തുടങ്ങും.”

എങ്ങനെയോ അർജൻ, Refugee Rehabilitation Departmentൽ പോയ വിവരം കേൾസിങ് അറിഞ്ഞു. അടുത്ത ദിവസം അർജുൻ അടുത്തുകൂടെ നടന്നുപോയപ്പോൾ അയാൾ അർഥംവെച്ച് കുത്തുവാക്കുകൾ പറഞ്ഞു.

പതിനൊന്ന്

രണ്ട് ദിവസം കഴിഞ്ഞപ്പോൾ, കോളനിയിൽ ഒരു തീപിടുത്തം ഉണ്ടായി. ആ അഞ്ചു വീടുകൾ മാത്രമാണ് നശിച്ചത്. ഒരേ സമയത്ത് തീ പടരുകയായിരുന്നു.

വീടിന് തീപിടിച്ചപ്പോഴാണ് അർജ്ജുന്റെ കുടുംബം നാടുവിട്ടത്. ഒരിക്കൽക്കൂടി അർജ്ജുൻ ആ തീ കണ്ടു. അർധരാത്രി ബഹളംകേട്ട് അവനെഴുന്നേറ്റു. തടാകത്തിന് മറുകരയിലുള്ള വീടുകൾ തീ കത്തുന്നത് ജനലുവഴി അവൻ കണ്ടു. ആദ്യം ഉറക്കത്തിൽ നിന്നെഴുന്നേറ്റ അമ്പരപ്പിൽ എന്താണ് സംഭവിക്കുന്നതെന്ന് അയാൾക്ക് മനസിലായില്ല. അത് ഭൂമിയുടെ അവസാനംപോലെ തോന്നിച്ചു. ഒരു ഷർട്ടുപോലും ഇടാതെ അയാൾ ഇറങ്ങിയോടി.

തീയിട്ടതിന് ഉത്തരവാദികളെ ആരെയും പിടികിട്ടിയില്ല. പ്ലൈവുഡ് ഫാക്ടറി പൂട്ടി ആളൊഴിഞ്ഞുകിടന്നു. കാവൽക്കാരൻപോലും ഇല്ല അവിടെ. ദിബ്യ രണ്ട് ദിവസംമുമ്പുതന്നെ ദുർഗാപ്പൂർ ഫാക്ടറിയിൽ പോയിരുന്നു. അതെല്ലാവർക്കും അറിയാം. സുകനാണെങ്കിൽ രണ്ടാഴ്ചമുമ്പേ അപ്രത്യക്ഷനാണ്. അവനെവിടെയാണെന്ന് ആർക്കും അറിയില്ല.

പെട്രോളോ, മണ്ണെണ്ണയോ ഒഴിക്കാതെ ഈ അഞ്ച് വീടുകൾക്കും ഒരുപോലെ ഒരേ സമയത്ത് തീപിടിക്കില്ല എന്നുറപ്പാണ്. തീജ്വാലകൾ ആളിക്കത്തി. അണയ്ക്കാനുള്ള ഒരു ശ്രമവും വിജയിച്ചില്ല. ആളുകൾ അടുക്കും ചിട്ടയോടുംകൂടി പ്രവർത്തിച്ചില്ല എന്നതായിരുന്നു പ്രശ്നം. ആളുകളെ ക്രമപ്പെടുത്തി ബക്കറ്റ് കൈമാറി, കൈമാറി വെള്ളം ഒഴിക്കാനുള്ള ഒരു ചിട്ടയൊക്കെ അർജ്ജുൻ ഉണ്ടാക്കിനോക്കി. പക്ഷേ എല്ലാവരും കൂട്ടമായി വെള്ളവുംകൊണ്ട് ഓടാൻ തുടങ്ങിയതോടെ ഒന്നും നടന്നില്ല.

മിനിട്ടുകൾക്കകം വീടുകൾ ഒരുകൂന ചാരമായിമാറി. താമസക്കാർക്ക് വലുതായിട്ടൊന്നും സ്വന്തമായി ഇല്ലായിരുന്നു, ഉള്ളതിൽത്തന്നെ കുറച്ചേ

മാറ്റാനായുള്ളൂ. ജീവാപായം ഒന്നും ഉണ്ടായില്ല എങ്കിലും ദിരൻഷിക്ദ റിന്റെ മകന്റെ രണ്ട് കാലുകൾക്കും സാരമായ പൊള്ളലേറ്റു. പൂർണിമ ഓടി പുറത്തിറങ്ങിയശേഷം തന്റെ കുറച്ച് സാരികളെങ്കിലും രക്ഷി ച്ചേക്കാം എന്ന പ്രതീക്ഷയിൽ ഓടിത്തിരിച്ച് കയറിനോക്കി. പക്ഷേ, തീ ആളിയതുകൊണ്ട് അവൾ തിരിഞ്ഞോടി. സൗന്ദര്യത്തിന് പോറലുപറ്റുമോ എന്നായിരുന്നു അവളുടെ വിലാപം. അവളെയും ദിരന്റെ മകന്റെ ഒപ്പം ആശുപത്രിയിലേക്ക് കൊണ്ടുപോയി.

കോളനി മുഴുവൻ കരച്ചിലും രോദനങ്ങളും മുഴങ്ങി. ഈസ്റ്റ് ബംഗാ ളീസ് പതിയെ കരയുകയോ സംസാരിക്കുകയോ ചെയ്യാറില്ല. വാർത്ത പരന്നതോടെ നാനാഭാഗത്തുനിന്നും ആളുകൾ ഓടിക്കൂടി. ഗവൺമെന്റ് ഉദ്യോഗസ്ഥരും ജനപ്രതിനിധികളും എത്തി. തീ പിടിച്ച വീടിന്റെ ഉടമ സ്ഥർക്ക് ധനസഹായവും മറ്റും പലരിൽനിന്നും വാഗ്ദാനം ചെയ്യപ്പെട്ടു.

അഞ്ചു കുടുംബങ്ങളെയും ഡാൻസ് ഹാളിലേക്ക് മാറ്റി. അതാണ് കോളനിയിലെ ഏക കോൺക്രീറ്റ് ബിൽഡിങ്. ഒറ്റമുറിപോലും ഇല്ല. മുക ളിലേക്ക് കേറാൻ ഗോവണിയും ഇല്ല. അതുകൊണ്ട് ഒരു കോണി ഉറ പ്പിച്ച് അതുവഴി കുറച്ചുപേരേ വീടിനു പുറത്തേക്ക് കയറ്റി—മേൽക്കൂര യിലേക്ക്. അർജുന്റെ മുറിവരെ ആളുകളെക്കൊണ്ട് നിറഞ്ഞു. അവൻ പ്രധാനപ്പെട്ട ബുക്സും പേപ്പറും പൊതിഞ്ഞുകെട്ടി ബെഡ്ഡിനടിയിലേക്ക് മാറ്റി. അയാൾ ആകെ നിരാശനായിരുന്നു.

അടുത്തദിവസം രാവിലെ 10 മണിയോടെ ദിബ്യ തിരിച്ചെത്തി. അയാൾ ഫാക്ടറി തൊഴിലാളികളുടേതായ കാക്കിവേഷത്തിലായിരുന്നു. അയാളുടെ നിറവും ആകാരവും കൊളോനിയൽ കാലത്തെ ഏതോ ബ്രി ട്ടീഷ് പട്ടാളക്കാരനെ ഓർമിപ്പിച്ചു. കോളനിയിൽ എത്തിയതും അയാ ളെല്ലാം കേട്ടു. അയാളുടെ മുഖം ഇരുണ്ടു. അർജുൻ ദിബ്യയെ കണ്ടതും അയാളെ കേറിപ്പിടിച്ചു.

"ഇപ്പോ നീ കണ്ടില്ലേ? നമ്മളൊന്നിച്ച് നിന്നില്ലെങ്കി എന്ത് സംഭ വിക്കും എന്നു ഞാൻ പറഞ്ഞിരുന്നതല്ലേ?"

അവനെ തള്ളിമാറ്റിക്കൊണ്ട് അമർത്തിയ സ്വരത്തിൽ ദിബ്യ പറ ഞ്ഞു. "നീ കാരണമാണിതൊക്കെ സംഭവിച്ചത്. നീയാണിത്രയും ആളു കളെ വീടില്ലാത്തവരാക്കിയത്."

"ഞാനോ?"

"അല്ലാതാര്? നീ അവരോട് വീടുവിട്ട് കൊടുക്കരുതെന്ന് നിർദേശി ച്ചു. നീ പറഞ്ഞതുകേൾക്കാൻ നിന്നില്ലങ്കിൽ അവർക്ക് കുറച്ച് പണമെ ങ്കിലും കിട്ടിയേനെ."

"അവരെന്ത് ആവശ്യത്തിനാണവരുടെ വീടുകൾ മാറേണ്ടത്? എന്താ നടക്കുന്നത് എന്നാ നീ കരുതിയിരിക്കുന്നത്? എല്ലാരും സുഖമായിട്ടിരി ക്കുക, ആ പാവങ്ങൾ മാത്രം പോവുകാന്നോ? ഈ അരാജകത്വ ത്തിൽനിന്ന് നിനക്കവരെ രക്ഷിക്കാനാവുമോ?" അർജുൻ പൊട്ടിത്തെറിച്ചു.

"നീ എന്തിനെന്നോട് അലറുന്നു? ആളുകൾ എന്നോട് സ്വരമു യർത്തുന്നത് എനിക്കിഷ്ടമല്ല."

“ദിബ്യാ, പ്ലീസ്. നിനക്കിനിയും എല്ലാത്തിനും സമയമുണ്ട്. നീ ഇപ്പോഴെങ്കിലും ഈ ആളുകളുടെകൂടെ നിൽക്കുകയാണങ്കി.... അവരെ സഹായിക്കുകയാണങ്കി....”

“എന്നെ എന്തിനിതിലേക്ക് വലിച്ചിഴക്കണം? എനിക്കിതിനെക്കുറിച്ചൊന്നും അറിഞ്ഞുകൂടാ.”

ദിബ്യയും അർജുനും സംസാരിക്കുന്നത് ശാന്തിലത പോർച്ചിൽനിന്നുകൊണ്ട് കണ്ടു. അവൾ ഒന്നും കേട്ടില്ല, പക്ഷേ കാരണമറിയാത്ത ഭയം അവരെ ഗ്രസിച്ചു.

അഞ്ചു കുടുംബങ്ങളിലെയും മുതിർന്നവർ ആ ദുരന്തത്തിൽ തകർന്നിരുന്നു. അവർ മൂകരായിരുന്നു. സ്ത്രീകൾ ഇടയ്ക്കിടെ തേങ്ങി. കുട്ടികൾ ചാരംമൂടി കിടക്കുന്നതിനിടയിൽ എന്തൊക്കെയോ തിരഞ്ഞു നടക്കുകയാണ്. പെട്ടെന്നു കുട്ടികൾ കരഞ്ഞുകൊണ്ട് തിരിച്ചോടി വന്നു. ആ സമയത്തുതന്നെ കത്തിപ്പോയ വീടുകൾക്കടുത്തേക്ക് ആളുകൂടുന്നതും കണ്ടു. എല്ലാവരും അങ്ങോട്ടോടി.

അർജുൻ കാർത്തിക്കിനും മറ്റും ഒപ്പം അവിടെ എത്തി. പത്തോ പതിനൊന്നോ ജോലിക്കാർ ചേർന്ന് അവിടെ മതിലുകെട്ടുന്നു. കുറേപ്പേർ ചാരവും മറ്റും വാരിക്കളഞ്ഞ് സ്ഥലം വൃത്തിയാക്കുന്നു. മേൽനോട്ടത്തിന് കേൾസിങ്ങുണ്ട്. 23 പൊലീസ് കോൺസ്റ്റബിൾസ് തോക്കുമായി നിലയുറപ്പിച്ചിട്ടുണ്ട്. ജോലി ധൃതഗതിയിലാണ്—മതിൽ കണങ്കാലോളം ഉയർന്നു കഴിഞ്ഞു...

“എന്താണിത്?” അർജുൻ കേൾസിങ്ങിനോട് ചോദിച്ചു.

കേൾസിങ് അയാളുടെ താടി തടവി....

“ഞാനീ സ്ഥലം ദത്തയിൽ നിന്നും വാങ്ങിച്ചു. ഇതിപ്പോ എന്റെ ഭൂമിയാണ്. ഇതൊഴിഞ്ഞുകിടക്കുന്നതുകൊണ്ട് ഞാനൊരു കെട്ടിടത്തിന്റെ ചുമര് കെട്ടുകയാണ്.”

വീടു കത്തിപ്പോയവരിൽ ഒരാളാണ് കാർത്തിക്.

“ബാസ്റ്റഡ്....... എന്ത് ധൈര്യത്തിലാ നീ ഇത് നിന്റെ ഭൂമിയാണെന്ന് പറയുന്നത്?” അയാൾ പൊട്ടിത്തെറിച്ചു.

കേൾസിങ് അയാളുടെ അടുത്തേക്ക് വന്നു.

“ഷട്ട് യുവർ മൗത്ത്....... വിഡ്ഢി നീ ഇത് നിന്റേതാണെന്നു കരുതിയോ?”

മുമ്പ് കേൾസിങ് കോളനിക്കാരോട് സൗമ്യനും മാന്യനും ആയി ഇടപെട്ടിരുന്നു. ഇപ്പോ അയാൾ തൽസ്വരൂപം പുറത്തെടുത്തു. കാരണം അയാൾ ശക്തി കാണിക്കാനുള്ള അവകാശം നേടിയിരിക്കുന്നു. പൊലീസ് സംരക്ഷണംവരെ ഉണ്ടയാൾക്ക്.

“പക്ഷേ ഇതൊക്കെ ചെയ്യാൻ നിങ്ങൾക്കെന്തവകാശം. ഭൂമി സ്വന്തമാക്കാൻ അവരുടെ വീട് തീവെച്ചതെന്തിന്? ഈ രാജ്യത്ത് നിയമം ഇല്ലാന്നാണോ നിങ്ങൾ കരുതിയിരിക്കുന്നത്?”

കേൾസിങ് കടുത്ത വെറുപ്പോടെ അർജുനെ നോക്കി. ഇവനാണ് എല്ലാ നാശത്തിനും കാരണം. ഇവനില്ലായിരുന്നെങ്കിൽ സമാധാനമായി എല്ലാം കൈക്കലാക്കാമായിരുന്നു. കുറേ പണവും ലാഭിക്കാമായിരുന്നു.

"സൂക്ഷിച്ച്, സൂക്ഷിച്ച് സംസാരിക്ക് ചെറുക്കാ, സത്യമറിയും മുമ്പ് അലറല്ലേ. ഞാനാണോ വീടുകൾക്ക് തീയിട്ടത്? അതൊ നീയോ? നീയാണോ അത് ചെയ്തത് അതോ മറ്റാരെങ്കിലും ആണോ എന്നാർക്കറിയാം? നിങ്ങൾക്കത്ര നിയമം അറിയാമെങ്കിൽ നിങ്ങൾക്ക് കോടതിയിൽ പൊയ്ക്കൂടേ?"

ഇയാളുമായി സംസാരിച്ചിട്ട് ഫലമില്ലെന്ന് അർജുന് മനസിലായി. എല്ലാം അത്ര കടുത്ത അനീതിയാണ്.

"പണി നിർത്തിവെക്കൂ. ഞാൻതന്നെ പൊലീസ് സ്റ്റേഷനിൽ പൊയ്ക്കൊള്ളാം." അർജുൻ പറഞ്ഞു.

"നിങ്ങളെവിടെ വേണമെങ്കിലും പോ. ഞാനെന്തിന് പണി നിർത്തിവെക്കണം? ആദ്യം പൊലീസിൽ പോയി ഓഡർ വാങ്ങിയിട്ട് വാ."

ഭക്ഷണം കഴിക്കാനോ കുളിക്കാനോ പോലും നിൽക്കാതെ മറ്റ് രണ്ടുമൂന്നു പേരെയുംകൂട്ടി നേരേ പൊലീസ് സ്റ്റേഷനിലേക്ക് പോയി. ഏകദേശം മൂന്നു മണിക്കൂർ കഴിഞ്ഞാണ് അയാൾ മടങ്ങിവന്നത്. സ്റ്റേഷൻ കോളനിക്ക് തൊട്ടടുത്താണ്. അതു നിറയെ എപ്പഴും ആളുണ്ടാവും. മാത്രവുമല്ല അർജുൻ വലിയ ആളുകളുടെ കത്തൊന്നും വാങ്ങിയല്ല പോയത്, അതുകൊണ്ടുതന്നെ ആദ്യം ആരും ശ്രദ്ധിച്ചതുപോലും ഇല്ല. അവസാനം അയാൾ ഇംഗ്ലീഷിൽ തന്നെ പരുഷമായി സംസാരിക്കേണ്ടതായി വന്നു. എല്ലാവരും ബംഗാളികളായിരിക്കെ ഇംഗ്ലീഷിൽ പറഞ്ഞാലേ ഇത്തിരി ശ്രദ്ധിക്കൂ.

മധ്യവയസ്കനായ ഒരു ഇൻസ്പെക്ടറിനെ പരിശോധനക്കായി അയക്കപ്പെട്ടു. പൊലീസ് കാറിൽ, പൊലീസുമൊത്ത് മടങ്ങിവരാനായത് കോളണിയിൽ അർജുന്റെ വില കുറച്ചുകൂടി കൂട്ടി. അവനേ പൊലീസിനോട് പതറാതെ സംസാരിക്കാനാവൂ. ഇന്ത്യൻ പ്രസിഡന്റിന്റെ കൈയിൽനിന്നും ഡിപ്ലോമ വാങ്ങിയവനാണവൻ. അവനെ പൊലീസുകാർക്കുവരെ അറിയാം!

ആ സമയംകൊണ്ട് മതിൽ നെഞ്ചോളം ഉയർന്നിരുന്നു. കോളനിക്കാരെല്ലാം ഞെട്ടലോടെ നോക്കിനിൽക്കുന്നു. പൊലീസുകാരൻ മാന്യനും സൗമ്യനുമായിരുന്നു. അയാൾ രണ്ട് ഭാഗവും ശ്രദ്ധയോടെ കേൾക്കാൻ തയാറായി. ആദ്യം അയാൾ അഭയാർഥികളോട് സംസാരിച്ചു. ചില ചോദ്യങ്ങളൊക്കെ ചോദിച്ചു. അയാളുടെ പെരുമാറ്റത്തിൽ രണ്ടു കൂട്ടരോടും സഹതാപമൊന്നും കണ്ടില്ല. പ്ലൈവുഡ് ഫാക്ടറിയുടെ മുറ്റത്തിരുന്ന് കേൾസിങ് പറയാനുള്ള കഥയും കേട്ടു. രേഖകൾ പരിശോധിച്ചു. കേൾസിങ് നൽകിയ വെള്ളം പോലും അയാൾ നിരസിച്ചു. സിഗരറ്റ് പോലും സ്വന്തം പോക്കറ്റിൽനിന്നേ എടുത്തുള്ളൂ.

എല്ലാം നോക്കിക്കഴിഞ്ഞശേഷം അയാൾ അർജുനോട് പറഞ്ഞുതുടങ്ങി.

“ഡിയർ സാർ, നിങ്ങൾ വിദ്യാസമ്പന്നനായ ഒരു വ്യക്തിയല്ലേ? ഈ കേസ് ഞങ്ങളുടെ നിയമപരിധിക്കുള്ളിൽ വരുന്നതല്ല എന്ന് നിങ്ങൾ മനസിലാക്കണം. ഞങ്ങൾക്കിതിൽ ഒന്നും ചെയ്യാനാവില്ല. ഇതെല്ലാം ഭൂവുടമാവകാശവുമായി ബന്ധപ്പെട്ടതാണ്. നിങ്ങൾക്കിതിന് വേണമെങ്കിൽ സിവിൽ കോടതിയിൽ കേസിനുപോവാം. നിങ്ങൾ പറയുന്നതീ ഭൂമിയിൽ ഏഞ്ചു വീടുകൾ ഉണ്ടായിരുന്നു എന്നാണ്. പക്ഷേ അയാളുടെ കയ്യിൽ ചില തീറാധാരങ്ങൾ ഉണ്ട്. അതുപ്രകാരം 10 വർഷമായി ഈ ഭൂമി അയാളുടെതാണ്. ഒരാൾക്ക് യഥാർഥ വസ്തുക്കളുടെ ഏര്യ മനസിലാക്കാവുന്നതേ ഉള്ളൂ. പ്രസ്തുത ഭാഗം അതിൽപ്പെടുമോ ഇല്ലയോ എന്നൊക്കെ പരിശോധിക്കാം. എത്ര അഭയാർഥികൾ എത്ര കുടുംബങ്ങൾ ഇവിടെ താമസിച്ചിരുന്നു. അവയുടെ രേഖകൾ എവിടെ? അതെല്ലാം മറ്റു വിഷയങ്ങൾ.”

“പക്ഷേ നിങ്ങൾക്കെങ്ങനെയാണിത്തരമൊരു പച്ചക്കള്ളം വിശ്വസിക്കാനും.......”

“നോക്കൂ, നിങ്ങൾ പോയി ഒരു നല്ല വക്കീലിനെ കാണൂ. എന്നിട്ടിത് നുണയാണെന്ന് തെളിയിക്കൂ. കോടതിയിൽ പോവൂ. കോടതിയിൽനിന്നും ഒരു സ്റ്റേ ഓർഡർ കിട്ടിയാൽ മാത്രമേ മതിലിന്റെ നിർമാണം തടയാനാവൂ. അതല്ല തീയിട്ടതിന് ആരെങ്കിലും ഉത്തരവാദികളായിട്ടാരെയെങ്കിലും നിങ്ങൾക്ക് സംശയമുണ്ടെങ്കിൽ പൊലീസിൽ പരാതിപ്പെടാം. പക്ഷേ അതും ഒരുപാട് വൈകിപ്പോയി. തെളിവുകളെല്ലാം ഒഴിവാക്കിയില്ലേ?

പോവും മുമ്പ് ഇൻസ്പെക്ടർ അർജുന്റെ ചുമലുകളിൽ തട്ടി.... “നിങ്ങളൊരു മിടുക്കനാണ്. നിങ്ങൾക്കെന്തെങ്കിലും സഹായം ഭാവിയിൽ ഉണ്ടായാൽ, ഞങ്ങളെ വിളിക്കാൻ മറക്കരുത്.”

അയാൾ മിടുക്കനായ ഒരു അഭിനേതാവായിരുന്നു. പൊലീസും പൊലീസ് സ്റ്റേഷനും കേൾസിങ്ങുമായി ഒരു രഹസ്യധാരണയിൽ ഇതിനകം എത്തിക്കഴിഞ്ഞിരുന്നു.

കോടതിയിൽ പോവുന്നത് വെറുതേയാവും എന്ന് അർജുന് അറിയാമായിരുന്നു. ഗവൺമെന്റ് ഏറ്റെടുക്കും, എന്ന പ്രതീക്ഷയിലാണ് അഭയാർഥികൾ കോളനിയിൽ താമസിക്കുന്നത്. പക്ഷേ ഗവണമെന്റ് ഇതുവരെ ഒന്നും ചെയ്തില്ല. എല്ലാറ്റിനും പുറമേ കോടതി വ്യവഹാരം ചിലവേറിയതാണ്. പാവങ്ങൾക്ക് സാധിക്കില്ല. മാത്രവുമല്ല ഒരു സിവിൽ കേസ് 3 ഓ 4 ഓ വർഷം കഴിയാതെ തീരില്ല.

ഇതെല്ലാമാണെങ്കിലും കോളനിയിലെ മുതിർന്നവർ അർജുനെ ഒരു അഭിഭാഷകനെ കാണാൻ പ്രേരിപ്പിച്ചു. അവനിതൊന്നും തുടരുന്നതിൽ കാര്യമുണ്ട് എന്നു തോന്നിയില്ല, എന്നാലും അവരെ അഗവണിക്കാനും തോന്നിയില്ല. അയാൾ വിഷമിച്ചു.

തൊട്ടടുത്ത അറിയപ്പെടുന്ന അഭിഭാഷകന്റെ വീട്ടിൽ അവർ ഏറെ നേരം ഇരുന്നു. അയാൾ അവർക്ക് പ്രതീക്ഷയോ നിരാശയോ നൽകിയില്ല. പക്ഷേ അവരുടെ പ്രശ്നം സുദീർഘമായി ചർച്ചചെയ്തു. അയാളാണെങ്കിൽ വരുന്ന തിരഞ്ഞെടുപ്പിൽ മത്സരിക്കാൻ ഉദ്ദേശിക്കുന്നും ഉണ്ട്. അയാളുടെ അഭിപ്രായത്തിൽ ഈ പ്രശ്നങ്ങളൊന്നും ഒറ്റപ്പെട്ടതല്ലാ. എല്ലാം അഭയാർഥി പ്രശ്നങ്ങളായി പരിഗണിക്കപ്പെടേണ്ടതാണ്.

“അതെല്ലാം നല്ലതാണ്. പക്ഷേ അതിനുമുമ്പ്, നമുക്കീ പാവങ്ങൾക്ക് ജീവിക്കാൻ ഒരു വഴി കണ്ടെത്തണം.”

“പക്ഷേ അതാണു ഞാൻ യഥാർഥത്തിൽ പറഞ്ഞുവരുന്നത്. ഫണ്ടമെന്റൽ പ്രോബ്ലംസ് പരിഹരിക്കാനാവുന്നില്ല എങ്കിൽ പിന്നെ നിങ്ങൾക്കാർക്കും ഒരു നന്മയും ചെയ്യാനാവില്ല, അതാണ് ഗവൺമെന്റിന്റെ കൈയിലുള്ള കുഴപ്പം. ഇതുപോലെയുള്ള സംഭവങ്ങളിൽ ഗവൺമെന്റ് ആദ്യത്തെ നടപടി പെട്ടെന്നെടുക്കും പിന്നെ എല്ലാം മറക്കും. ശരി, നമുക്ക് എന്റെ ഒരു സുഹൃത്തുവഴി ഈ പ്രശ്നം അസംബ്ലിയിൽ ഉയർത്താൻ ശ്രമിക്കാം. പക്ഷേ അതിനും സമയമെടുക്കും.

“ഫണ്ടമെന്റൽ പ്രോബ്ലംസ്നെക്കുറിച്ച് പറയുക ഒരു ഫാഷനാണെന്ന് അർജുൻ ശ്രദ്ധിച്ചു. ഒരാൾ തെരുവിൽ പട്ടിണികൊണ്ട് മരിക്കാൻ കിടന്നാൽ സഹായിക്കാൻ ആരും ഉണ്ടാവില്ല. ഉടനെ എല്ലാവരും ഇന്ത്യയിൽ ദാരിദ്ര്യം ഉണ്ടാവുന്നതിന്റെ പിറകിലെ ഫണ്ടമെന്റൽ കാരണങ്ങളെക്കുറിച്ച് ചർച്ച തുടങ്ങും. അതിനിടയിൽ ആ മനുഷ്യൻ പതിയെ അങ്ങ് മരിക്കും.

അവർ വക്കീലിന്റെ അടുത്തുനിന്നും മടങ്ങുമ്പോൾ രാത്രി ഏറെ വൈകിയിരുന്നു. കോളനി മുഴുവൻ ശ്മശാനംപോലെ നിശബ്ദമായി കിടക്കുന്നു. ഡാൻസ് ഹാളിൽമാത്രം നിരാശരായ ആളുകൾ തിങ്ങിനിറഞ്ഞ സമുദ്രത്തിന് നടുക്കകപ്പെട്ട ബോട്ടുപോലെ കാണപ്പെട്ടു. ഇടയ്ക്കിടെ മഴ പെയ്തുകൊണ്ടിരുന്നു. മേൽക്കൂരക്കു മീതെ അഭയം തേടിയ നിർഭാഗ്യവാന്മാർ നനഞ്ഞു കുതിർന്നു.

അർജുനും കൂട്ടരും മടങ്ങിവന്നപ്പോൾ ശാന്തിലതയെ വീട്ടിൽ കണ്ടില്ല. അവർ ആരോടും ഒരു വാക്കും പറയാതെ പുറത്തുപോയിരുന്നു. അവർ കുറേനേരം മരച്ചുവട്ടിൽ ഒരു വീടിന്റെ ജനലിനു നേരേ നോക്കിക്കൊണ്ട് ഒരേ നിൽപ്പുനിന്നു. കുറച്ച് സമയത്തിനുശേഷം ദിബ്യ വന്നു — കാക്കി യൂണിഫോമിൽ—അയാൾ രാത്രി ജോലിക്കു പോവുകയാണെന്ന് വ്യക്തം.

ശാന്തിലതയോട് മുഖാമുഖം വന്നിട്ടും ദിബ്യാ അവരെ അവഗണിക്കാൻ ശ്രമിച്ചു. പക്ഷേ ശാന്തിലത വിട്ടില്ല.

“ദിബ്യാ, ഞാനിവിടെ നിന്നോട് ചില കാര്യങ്ങൾ പറയാൻ വേണ്ടിയാണ് കാത്തുനിന്നത്. നീ എന്റെ കൂടെ രണ്ട് മിനിട്ട് ഒന്ന് വരുമോ?” അവർ ചോദിച്ചു.

ദിബ്യ നിന്നു.

“എന്താ കാര്യം കുരിമാ?”

"നീ ജോലിക്ക് പോവുകയാവും. ഞാൻ നേരം വൈകിക്കുകയാണല്ലേ?"

"ഏയ്. നിങ്ങൾ പറയ്."

"ദിബ്യാ, എന്താ കുഞ്ഞേ നീയും അർജുനും തമ്മിൽ? നിനക്കവനോട് ദേഷ്യമാണോ?"

ദിബ്യ ഒരുനിമിഷം നിശ്ശബ്ദനായി. പിന്നെ പറഞ്ഞു.

"കുരിമാ, നിങ്ങൾക്ക് രണ്ടുപേർക്കും എന്താ ഈ കോളനി വിട്ടുപോയാൽ? എത്ര പെട്ടെന്നാവുന്നോ അത്ര നല്ലതാണ്."

"എന്തുകൊണ്ട്? എന്തുകൊണ്ടാ നീ ഇതു പറയുന്നത്? നമ്മളിത്രയും കാലം ഒരുമിച്ചിവിടെ ഉണ്ടായിരുന്നു. ഇപ്പോ ഞാനെങ്ങോട്ട് പോവും?"

"അർജുൻ ആകെ മാറിയിരിക്കുന്നു. നമുക്കിടയിൽ ഇനി പൊതുവായിട്ട് ഒന്നും ഇല്ല.... അതുകൊണ്ട് ഇനി ഇവിടെ തുടരാതിരിക്കുന്നതാ അവന് നല്ലത്."

"ഞാൻ പറയുന്നതൊന്ന് കേൾക്ക് ദിബ്യാ, അർജുൻ നിന്റെ അനിയനെപ്പോലെ അല്ലേ? നിങ്ങൾ ചെറുപ്പത്തിൽ ഒരുമിച്ച് കളിച്ചിരുന്നത് നിനക്കോർമയില്ലേ?"

"കുരിമാ, ആ കാലമൊക്കെ കഴിഞ്ഞു പോയില്ലേ . അർജുൻ ഒരുപാട് മാറിപ്പോയി. ഒരു കാര്യംപറയാം, ഞാനും അവനും നേർക്കുനേർ കണ്ടുകൂട."

"മാറി എന്നതുകൊണ്ട് നീ എന്താ ഉദ്ദേശിക്കുന്നത്?"

"നിങ്ങൾ ഇവിടുന്ന് പോവുന്നതാണ് നല്ലത്. അതാണ് നമുക്കെല്ലാവർക്കും നല്ലത്."

"പക്ഷേ എങ്ങോട്ട്?"

"അതു നിങ്ങൾ കണ്ടെത്തണം. അർജുന് നിങ്ങളുടെ രണ്ടാളുടേയും കാര്യം നോക്കാൻ മാത്രം വരുമാനം ഉണ്ടല്ലോ. പിന്നെ നിങ്ങളെന്തിനിവിടെ ഈ നശിച്ചകൂട്ടർക്കൊപ്പം കിടക്കണം? ഇവിടത്തെ പ്രശ്നങ്ങൾ പെട്ടെന്നു തീരില്ല. പക്ഷേ അതിലൊന്നും അർജുൻ ഇടപെടേണ്ടയാതൊരു കാര്യവും ഇല്ല. നിങ്ങൾ പോവുന്നതാണ് നല്ലത്. എന്നിട്ടെവിടേലും പോയി ജീവിക്ക്."

"നീ പറഞ്ഞതുകൊണ്ടങ്ങ് പോവാനൊന്നും പറ്റില്ല. എനിക്കിവിടെ വേറൊരു സ്ഥലവും ആളുകളേയും ഒന്നും അറിയില്ല. എന്നെക്കുറിച്ച് അൽപ്പമൊന്ന് ചിന്തിക്ക്, അറിയാത്തൊരിടത്തു പോയി ജീവിക്കുന്നത് ഞാനെങ്ങ നെ ചിന്തിക്കും?"

"പക്ഷേ കോളനിക്കകത്ത് ഞാനും അർജുനും കൂടി ശരിയാവില്ല. ഒന്നുകിൽ അവൻ, അല്ലെങ്കിൽ ഞാൻ."

ശാന്തിലതയുടെ ഹൃദയം നിലച്ചതുപോലെ തോന്നി. അവൾ ഉടനെ ദിബ്യയുടെ കരംകവർന്നു. അവർ നിൽക്കുന്നിടത്ത് ഇരുട്ടായിരുന്നു. നേർത്ത വെളിച്ചം ശാന്തിലതയുടെ മുഖത്തേക്കു മാത്രം പാളിവീഴുന്നു. ദുഃഖത്തിന്റെ വെളിച്ചംപോലെ.

“നീ എന്താ ഇങ്ങനെ ക്രൂരനാവുന്നത്? നീ തന്നെ എന്നോടിങ്ങനെ ഒക്കെ പറഞ്ഞല്ലോ... നീ എന്നെ കുരിമ എന്നല്ലേ വിളിക്കുന്നത്? നിന്റെ അമ്മ മുമ്പേ മരിച്ചുപോയി, പക്ഷേ ഒരുനിമിഷം അവരെ ഒന്നോർത്ത് നോക്ക്. ഞാൻ നിനക്കുകൂടി അമ്മയായിരുന്നില്ലേ? എത്രയോ തവണ ഞാൻ....” അവൾ കരഞ്ഞു.

“ഞാൻ പറഞ്ഞു കഴിഞ്ഞു, ഇവിടെ വിട്ടുപോവുക–രണ്ടു പേർക്കും അതാണ് നല്ലത്.”

“ശരി. പോവാം. പക്ഷേ അതിനു സമയമെടുക്കും. അതുവരേയും അർജുനെ ഉപദ്രവിക്കില്ലാ എന്ന് നീ എനിക്ക് വാക്കുതരണം. പ്രോമീസ്.”

“അർജുന് അവന്റെ കാര്യം മാത്രം റിസെർച്ചിലും മറ്റും നോക്കുകയാണങ്കി ആരും അവന്റെമേൽ ഒരു ചെറുവിരൽപോലും വെക്കില്ല. പക്ഷേ അവൻ മറ്റു കാര്യങ്ങളിൽ ഇടപെടാനാണ് ഭാവമെങ്കിൽ അവന് ദുഃഖപര്യവസാനമാവും ഉണ്ടാവുക.”

ചവിട്ടിക്കുലുക്കിക്കൊണ്ട് ദിബ്യ കടന്നുപോയി. ശാന്തിലത ആ ഇരുട്ടത്ത് നിന്ന് ഒരുപാട് കരഞ്ഞു. വീട്ടിലെത്തിയശേഷം കോളനിയിൽനിന്നും മാറിത്താമസിക്കാനൊരിടം തിരഞ്ഞു തുടങ്ങണം എന്ന് അവർ അർജുനെ നിർബന്ധിച്ച് സമ്മതിപ്പിച്ചു.

●

രണ്ടാമതും വീടില്ലാതായവർ ആകെ തകർന്നിരുന്നു. അർജുനാണെങ്കിൽ അവർക്കീ ഗതി വന്നത് തന്റെ ഉപദേശംമൂലമാണ് എന്ന് ദുഃഖിച്ചു. അല്ലെങ്കിൽ അവർക്ക് കുറച്ച് പണമെങ്കിലും കിട്ടിയേനേ. കുറച്ചുനേരം ഹരനുമായി അയാൾ എന്തു ചെയ്യണം എന്നൊക്കെ ആലോചിച്ചു. തങ്ങൾ പോയി കേൾസിങ്ങിനെ തന്നെ കള്ളനാക്കിയാലോ എന്നുവരെ ഹരൻ പറഞ്ഞു. പെട്ടെന്ന് സ്വയം നിയന്ത്രണം നഷ്ടമായതുപോലെ അർജുൻ അലറി. “ഒരുദിവസം ഞാനീ ഫാക്ടറി കത്തിക്കും. ദൈവമേ... ഞാൻ ചെയ്യും. അവരെന്നെ ജയിലിലടച്ച്, തൂക്കിക്കൊന്നോട്ടെ...”

കൂടെനിന്ന ഹരന്റെ മകൻ കാർത്തിക്കിനെ നോക്കി. അയാളുടെ നെഞ്ചിനകത്ത് പെരുമ്പറ കൊട്ടി. പിന്നെ പൊട്ടിത്തെറിച്ചു. അർജുൻ എഴുന്നേറ്റു. എന്നിട്ട് അലറി:

“വരൂ!”

“എങ്ങോട്ട്?”

“വരൂ. എന്റെ ഒപ്പം വരൂ എല്ലാരും...”

●

അതേ, ഇപ്പോൾ ഈ ചെറുപ്പക്കാരനെ ഒന്ന് നോക്കൂ. അയാളുടെ പേര് അർജുൻ എന്നാണ്. അർജുന് ഇപ്പോൾ അവന്റെ ശരീരത്തേക്കാളും ഉയരമുണ്ട്. അർജുന്റെ കണ്ണുകളിൽ അവൻ ഒരു തീരുമാനം എടുത്തിരിക്കുന്നു.

അർജ്ജുൻ അടുത്തു കിടന്ന കമ്പിപ്പാര എടുത്തു. എന്നിട്ട് കനത്തിൽ വിളിച്ചു, കാർത്തിക്, ദിനു, ഗോരാ, ആർക്കാണോ വരാനിഷ്ടമുള്ളത് അവർ എന്നോടൊപ്പം വാ. വടിയോ, കുന്തമോ എന്താണെങ്കിലും എടുത്ത്, എന്നിട്ട് വാ..."

"അർജ്ജുൻ, നീ എന്തു ചെയ്യാനാ പോവുന്നത്? നീ എങ്ങോട്ട് ഈ കുതിക്കുന്നത്?" ഹരന്ദൻ പ്രയാസപ്പെട്ടു ചോദിച്ചു.

"നിങ്ങൾക്കും വരാം അങ്കിൾ. എല്ലാവർക്കും സ്വാഗതം. ഞങ്ങളിപ്പോൾ ആ ചുമര് തകർക്കും. ഇന്നു രാത്രി ഞങ്ങളവിടെ നമ്മുടെ വീടുകൾ പുതുക്കിപ്പണിയും. വാക്കുകൾ എല്ലാം വെറുതേയാണ്. ആരും നമ്മളെ സഹായിക്കില്ല. അവരെന്തു ചെയ്യും എന്ന് നമുക്ക് കാണാല്ലോ."

ആയുധം തിരഞ്ഞ് ഓട്ടം തുടങ്ങി. "പക്ഷേ പയ്യന്മാർ ഇതൊക്കെ എളുപ്പമാണോ? അവർ ഉറപ്പായും തടയും."

"അതൊന്നും ചിന്തിക്കാൻ നേരമില്ല. കൂടെ വരുന്നോ?"

"പക്ഷേ ക്രിമിനൽ കേസ് ഉണ്ടാവില്ലേ?"

"എങ്കിൽ ശരി നിങ്ങൾ വരേണ്ട."

ശാന്തിലത ഓടിവന്ന് അയാളുടെ കൈ പിടിച്ചു. "നീ എന്തു ഭ്രാന്താ അർജ്ജുൻ പറയുന്നത്. നീ പോവരുത്. നീ പോവില്ല."

"അമ്മേ.... പേടിക്കേണ്ട. ഞാൻ ഉറപ്പായും മടങ്ങിവരും" അയാൾ ശാന്തനായി പറഞ്ഞു.

"അർജ്ജുൻ ഞാൻ മരിക്കും. ഞാനിന്നു രാത്രി തന്നെ മരിക്കും. ഈ രാത്രി എന്നെവിട്ട് പോവരുത്. ഇവിടെ നിൽക്ക്. പ്ലീസ്."

"പേടിക്കണ്ട അമ്മേ.... ഞാൻ വരും."

"നമ്മൾ അവിടെ ഒരു യുദ്ധത്തിനല്ല പോവുന്നത്. ഓർമ്മവേണം. നമ്മൾ ആ ചുവര് തകർത്ത് അവിടെ നമ്മുടെ വീടുകൾ പുതുക്കി പണിയാനാണ് പോവുന്നത്. ആരും നമ്മളെ തടയാൻ നമ്മൾ സമ്മതിക്കില്ല. മനസിലായോ? എങ്കിൽ വരൂ."

അവർ പടികൾ ഇറങ്ങി, പോർച്ചുകടന്ന് തടാകത്തിനുനേരേ നടന്നു.

•

നായ ഓടിവന്ന് അർജ്ജുന്റെ കാലിൽ കെട്ടിപ്പിടിച്ചു. അർജ്ജുൻ അതിനെ വീട്ടിൽ പറഞ്ഞു വിടാൻ ശ്രമിച്ചു.

"പോ.... തിരിച്ചുപോ ബെച്ചുവാ. അമ്മയുടെ അടുത്തേക്ക് പോ."

പക്ഷേ നായപോയില്ല. പെട്ടെന്ന് അർജ്ജുൻ ലാബോണയെ കണ്ടു. അവൾ അവരുടെ നേരെ ഓടി വരികയായിരുന്നു. കിതയ്ക്കുന്നുണ്ട്, കൈയിൽ ഒരു കത്തിയും ഉണ്ട്.

"നീ എങ്ങോട്ടാ ലാബീ പോവുന്നത്?"

ലാബോണിയ അവനെ തറപ്പിച്ച് നോക്കി. "ഇതാണ് അവസാനം. ഇന്നു ഞനെല്ലാം നശിപ്പിക്കും."

അർജ്ജുൻ അവളെ തടയാൻ ശ്രമിച്ചു.

"നോ. ലാബി. ഭ്രാന്ത് നിർത്തി വീട്ടിൽപ്പോ."

പക്ഷേ ലാബോണിയ അവളുടെ കത്തി ഉയർത്തി, കത്തുന്ന നോട്ടത്തോടെ അവന്റെ നേരെ തിരിഞ്ഞു. "നീ ഇനി മിണ്ടരുത്. ഞാനിതെല്ലാം ഇന്ന് അവസാനിപ്പിക്കും."

"നീ എന്തിനാ ഞങ്ങൾക്ക് ബുദ്ധിമുട്ടുണ്ടാക്കുന്നത്? നീ പോവേണ്ട കാര്യം ഇല്ല."

"ഉണ്ട്. ഞാൻ പോവേണ്ട കാര്യമുണ്ട്."

ലാബോണിയ മുമ്പോട്ട് കുതിച്ചു. അർജുനും അവന്റെ കൂട്ടരും പിറകേ ഓടി. മതിലിന്റെ പിറകുവശത്തുനിന്ന് കുറേ തലകൾ മതിലിനു മീതെ പൊങ്ങിവന്നു. അർജുനും കൂട്ടരും അൽപ്പനേരം നിന്നു. ഇരുട്ടത്ത് മുഖങ്ങൾ തിരിച്ചറിയാൻ അവർ കുറച്ചുനേരം എടുത്തു. പിന്നെ അവൻ അലറി.

"മാറ് ദിബ്യാ... ഞങ്ങളീ മതിൽ പൊളിക്കുകയാണ്."

"ഫാക്ടറിയുടെ വസ്തുക്കൾ തകർക്കാൻ ഞാനാരെയും സമ്മതിക്കില്ല." ദിബ്യ പറഞ്ഞു.

"അത് ഫാക്ടറിയുടെ മുതലല്ലന്ന് നിനക്ക് ശരിക്കും അറിയാം."

ലാബോണിയ മുമ്പോട്ട് കുതിക്കാൻ കുതറി, പക്ഷേ അർജുൻ അവളെ പിറകോട്ട് വലിച്ചുപിടിച്ചു. പിന്നെ കാർത്തിക് ആണ് സംസാരിച്ചത്.

"ഇനിയും ഞങ്ങളെ തടഞ്ഞാൽ, നിന്റെ ഈ ഫാക്ടറി ഞങ്ങൾ തീയിടും."

"പോടാ പൊട്ടാ, ആവുന്നത് ചെയ്യ്."

കുറച്ചുകൂടി മുമ്പോട്ട് ചെന്നപ്പോൾ ദിബ്യക്കടുത്ത്, രാത്തൻ, ശംഭു, മറ്റ് രണ്ടു മൂന്നുപേർ ഒക്കെ നിൽക്കുന്നത് അർജുൻ കണ്ടു. കുറച്ചപ്പുറത്ത് കേൾസിങ്ങും നിൽപ്പുണ്ട്. എല്ലാവരുടെ കൈയിലും വടിയുണ്ട്. ഒരു അടി ഉറപ്പാണ്.

അർജുൻ പിന്നെയും ശ്രമിച്ചുനോക്കി.

"ദിബ്യാ,. നിനക്കെങ്ങനെയാണ് നമ്മുടെ ഇത്ര അധികം ആളുകളെ വീടില്ലാത്തവരാക്കാൻ കഴിഞ്ഞത്? ഇതൊക്കെ വെറും ഒരു ജോലിക്ക് വേണ്ടി ആയിരുന്നോ? നമുക്ക് ഫാക്ടറി ഉടമയുമായി ഒരു ധാരണയിലെത്താം?"

"വലിയ ആളാവാതെ നീ. വീട്ടിൽ പോയി അമ്മയുടെ പിറകിലൊളിച്ചിരിക്കടാ."

"ദിബ്യാ... ചുരുങ്ങിയത് അഞ്ചു കുടുംബങ്ങൾക്ക് കുറച്ച് ഭൂമിവീതമെങ്കിലും കൊടുക്ക്."

"ഷട്ട് അപ് ബാസ്റ്റഡ്"

"ദിബ്യാ, അവർ നിനക്കൊരു ചെറിയ ജോലിതന്നെന്നു കരുതി അതിനു നീ ഈ കൗശലക്കാരുടെ പക്ഷത്തേക്ക് മാറണമായിരുന്നോ? പ്ലീസ് മാറിനിൽക്ക്. ഞങ്ങളീ പ്രശ്നമൊന്ന് തീർത്തോട്ടെ."

"ആരെങ്കിലും ഈ മതിലിൽ തൊട്ടാൽ.... അവന്റെ കൈ ഞാൻ പൊട്ടിക്കും."

ലാബോണിയ വീണ്ടും അലറി.

"ഞാനിതെല്ലാം അവസാനിപ്പിക്കും. എല്ലാം."

"വരൂ അർജുൻ. ഇയാളോടിനിയും സംസാരിച്ചിട്ട് എന്താ ഗുണം? നമുക്ക് മുമ്പോട്ട് നീങ്ങാം." കാർത്തിക് പറഞ്ഞു.

പക്ഷേ പെട്ടെന്നുതന്നെ അർജുൻ ദുഃഖാർത്തനായി.

"വേണ്ട. അതിന്നു വേണ്ട. നമുക്ക് മടങ്ങിപ്പോവാം."

"മടങ്ങിപ്പോവുകയോ? നീ എന്താ ഈ പറയുന്നത്? നിനക്ക് ഭ്രാന്താണോ?"

"പിന്നെ എന്ത്? നമ്മൾ നമ്മുടെ ആൾക്കാരോടു തന്നെ അടികൂടുകയോ?"

അർജുൻ കമ്പിപ്പാര താഴെയെറിഞ്ഞ് കൈകൾകൊണ്ട് മുഖംപൊത്തി. ഭയാനകമായ ഒരു നിസഹായത അവനെ പൊതിഞ്ഞു. എത്രപേർ മരിക്കും, എത്ര പേർക്ക് പരിക്കേൽക്കും ആർക്കറിയാം...? ലോകം മുഴുവനും കീറിമുറിക്കാൻ മാത്രം വലിയൊരു വികാരം അവനുണ്ടായി. പക്ഷേ അവന്റെ ശക്തി ഉപയോഗിക്കേണ്ട ആളുകൾ ആരൊക്കെ ആണ്? ദിബ്യ, രാത്തൻ, ശംഭു... കോളനിയിൽ ഒപ്പം കളിച്ചു വളർന്ന അതേ കൂട്ടുകാർ... എത്രയോ തവണ അവരുടെ വീടുകളിൽ പോയി അവരുടെ അമ്മമാർ വെച്ചുവിളമ്പിയത് തിന്നിരിക്കുന്നു. മരിക്കും മുമ്പേ കുറേക്കാലം ദിബ്യയുടെ അമ്മ രോഗിയായി കിടന്നു. ആ സമയത്ത് ശാന്തിലതയാണ് അവനെ നോക്കിയത്. അക്കാലത്ത് ദിബ്യയും അർജുനും ഒരു ബെഡ്ഡിലാണ് കിടന്നുറങ്ങിയിരുന്നത്.

തന്റെ സുഹൃത്തുക്കളായ ഇവരോടാണ് താൻ അടികൂടേണ്ടത്. ഭൂമിക്ക് മനുഷ്യജീവനേക്കാളും വിലയുണ്ടടോ? സ്വന്തം ആളുകളെ കൊല്ലുന്നതേക്കാളും ഇനിയുള്ള കാലം പിച്ചയെടുത്ത് ജീവിക്കുന്നതല്ലേ നല്ലത്? അവനെന്ത് ചെയ്യും? എന്താണ് നല്ലതെന്ന് ഉപദേശിക്കാൻ പോലും അവിടെ ആരുമില്ല. പലരും പലതും പറഞ്ഞ് അവനെ ആശയക്കുഴപ്പത്തിലാക്കി.

"എന്താ കാര്യം അർജുൻ? നിനക്ക് സമനില തെറ്റിയോ?"

എന്നിട്ടും അർജുൻ മുഖത്തുനിന്നും കൈ എടുത്തില്ല. ലാബോണിയ വീണ്ടും വീണ്ടും എന്തോ പുലമ്പി. ഇപ്പഴും അർജുന് എന്തുചെയ്യണം എന്ന് തീരുമാനിക്കാനായില്ല. അവനാകെ വിറച്ചു.

അർജുനെ ലക്ഷ്യം വെച്ചെറിഞ്ഞ കല്ല് ബെച്ചുവിന്റെ തലയിലാണ് ചെന്നുകൊണ്ടത്. നായ തറയിലേക്ക് വീണു, വേദനകൊണ്ട് പുളഞ്ഞ് അത് നിലവിളിച്ചു.

രണ്ടാമത്തെ കല്ല് ദിനുവിന്റെ ചുമലിൽ വന്നു പതിച്ചു. "സൂക്ഷിക്ക്, അവരുടെ കൈയിൽ ബോംബുവരെ കാണും. അർജുൻ, അർജുൻ..." കാർത്തിക് പറഞ്ഞു.

അർജുൻ വീണ്ടും അവന്റെ കമ്പിപ്പാര എടുത്തു. ഇപ്പോഴവൻ എല്ലാ ഭയാനകതയെക്കാളും ഭയങ്കരനായിരുന്നു. ചാട്ടവാറുപോലെ മെലിഞ്ഞ അവന്റെ ശരീരം വില്ലുപോലെ വളഞ്ഞു...

"ഇനി എന്താ സൂക്ഷിക്കാൻ? കമോൺ... പൊട്ടിക്ക്... തകർക്ക്. അത് നിലത്തേക്കെടുത്തിടൂ."

കമ്പിപ്പാര തലയ്ക്കുമീതെ ചുറ്റിക്കൊണ്ട് അർജുൻ ചുമരിനുനേരെ കുനിഞ്ഞു. എന്നിട്ടു കരഞ്ഞു " കമോൺ, എന്നെ പിടിക്ക്, ചെറ്റകളേ. ഞാനിതൊക്കെ നശിപ്പിക്കുമിന്ന്."

പന്ത്രണ്ട്

ഞാനാരാണ്? അന്ന് .... ഞാനെല്ലാവരേയും വേദനിപ്പിച്ചു. അവരെന്റെ കൈകൾ ബെഡ്ഡിലേക്ക് ചേർത്ത് കെട്ടിയിട്ടുണ്ടോ? ഇല്ല. എന്റെ കൈകൾ സ്വതന്ത്രമാണ്. പക്ഷേ എനിക്കെന്റെ ഇടതുകൈ മാത്രമേ ഉയർത്താനാവുന്നുള്ളൂ. വലതുകൈ ഭയങ്കര കനംതോന്നുന്നു. എന്റെ തല—ഇല്ല ഇവിടെ ബാൻഡേജ് ഒന്നും ഇല്ല. ഓ, അവരിത്തവണ എന്റെ തലയിൽ ഇടിച്ചിട്ടില്ല. എന്റെ തലയ്ക്ക് കുഴപ്പമില്ല. എനിക്കെല്ലാം ഓർക്കാനാവുന്നുണ്ട്.

എന്റെ പേര് അർജുൻ റായ് ചൗധരി. എന്റെ അച്ഛൻ, എന്റെ സഹോദരൻ — ഉവ്വ്, എനിക്കവരുടെ പേരെല്ലാം ഓർമയുണ്ട്. എന്റെ അച്ഛന്റെ ശവമടക്കം ചെയ്ത സ്ഥലം എനിക്കറിയാം. ഏട്ടാ... ഞാനൊരിക്കൽ അവിടെ മടങ്ങിച്ചെല്ലും. ഞങ്ങൾക്ക് ഭൂമി വേണ്ട, ഞങ്ങൾ യുദ്ധത്തിനില്ല എന്നൊക്കെ ഞാനവരോട് പറയും. ഞങ്ങൾക്കതിന്റെ രണ്ടാമത്തെ ഭാഗമെങ്കിലും തന്നാൽമതി.. ചെറിയ കുടിൽ മാത്രം മതി — എന്റെ അമ്മ അത്രയ്ക്ക് സമ്മതിച്ചു. അമ്മയ്ക്കവിടെയേ സമാധാനം കിട്ടു. ഏട്ടാ, ഞാൻ വാക്കുതരുന്നു, ഞാനൊരിക്കൽ അവിടേക്ക് മടങ്ങിച്ചെല്ലും. അമ്മ തുളസിത്തറയിൽ വിളക്ക് കൊളുത്തും. പക്ഷേ ഞങ്ങൾക്ക് നിന്റെ നായയെ കൂടെക്കൂട്ടാൻ കഴിയില്ല. അവനെ ഒരിക്കലും ഓടിക്കരുതെന്ന് നീ പറഞ്ഞിരുന്നു. പക്ഷേ അവർ നിന്റെ ബെച്ചാറാമിനേയും കൊന്നുകളഞ്ഞു....

ഇനിയും മറ്റൊരു ഇഞ്ചക്ഷൻ. നേഴ്സ്.... നേഴ്സ്, എന്റെ ശരീരം വേദനയാണ്, ഇനിയും എന്നെ ഉപദ്രവിക്കരുത്. ഇത് ഏത് ആശുപത്രിയാണ്? എനിക്ക് ദാഹമുണ്ട്. ഇത്തിരിവെള്ളം കിട്ടുമോ? നേഴ്സ് നിന്റെ മുഖം സുന്ദരമാണ്, എന്റെ അമ്മയുടെതുപോലെ. പക്ഷേ നീ എന്റെ അമ്മയെപ്പോലെ അത്രക്ക് ശോകാർദ്രയല്ല. എന്റെ നെറ്റിയിൽ കുറച്ച്

നേരം കൈവെക്കുമോ... ഹാ... എന്ത് തണുപ്പ്... എത്ര മധുരമുള്ള തണുപ്പ്...

അവരെന്റെ വാരിയെല്ലിൽ കുത്തി. ഞാനും. ഞാനൊരാളെ കൊന്നോ? എനിക്ക് എല്ലാ നിയന്ത്രണവും നഷ്ടമായി. ഞാനെന്റെ തലക്കുമീതെ കമ്പിപ്പാര വീണ്ടും വീണ്ടും ചുഴറ്റി, അതേ എന്റെ മുമ്പിലേക്ക് വന്നു. അപ്പഴെന്റെ മനസിൽ ശക്തി തോന്നി. ഒരു മുഖം, കട്ടിയുള്ള, കറുത്ത നിറത്തോടുകൂടിയ മുഖം. ഞാനവന്റെ തലയിൽ ഇടിച്ചോ? പക്ഷേ അപ്പോൾ കേൾസിങ് എന്തിനാ ആദ്യം അയാളുടെ കത്തി എനിക്കു നേരെ നീട്ടിയത്? ഇല്ല, ഇനി ഞാൻ ആയുധമെടുക്കില്ലെന്ന് വാക്കുതരുന്നു. ആർക്ക്? നിങ്ങൾക്ക്... അമ്മേ.... നിങ്ങൾക്ക്. ഞാൻ മടങ്ങിവരും എന്നു വാക്കു തന്നിരുന്നു, എനിക്കത് സാധിക്കാനാവില്ലേ?

അതാരാണ്? ഹോ... വിശ്വനാഥൻ അങ്കിൾ. എനിക്ക് നിങ്ങളെ തിരിച്ചറിയാം. എനിക്കത്രക്ക് പരിക്കേറ്റിട്ടില്ല. എങ്ങനെ ഉണ്ട് ലാബോണയ്ക്ക്? അവൾ രക്ഷപ്പെട്ടോ... അവൾ വേഗം സുഖപ്പെട്ടെങ്കിൽ... ആ പാവം ഒരുപാട് സഹിച്ചു. എന്ത്? ലാബോണിയ ദിബ്യയുടെ കൈയിൽ കത്തി കൊണ്ട് കുത്തിയെന്നോ? ദിബ്യക്കും പരിക്കേറ്റുവെന്നോ? ഓ... അവന്റെ തുടയിൽ, എന്റെ... ഇല്ല, എനിക്ക് ദിബ്യയോട് വെറുപ്പില്ല. അവൻ മതിലിനിപ്പുറം ഞങ്ങൾക്കൊപ്പമാണ് നിന്നിരുന്നതെങ്കിൽ.... ഒരു വഴക്കും ഉണ്ടാവുമായിരുന്നില്ല. ഞാൻ മാപ്പു ചോദിക്കുന്നു. ദിബ്യാ, കേൾസിങ് എല്ലാവരോടും മാപ്പ്... എനിക്കാളുകളെ ഉപദ്രവിക്കുന്നതിഷ്ടമല്ല.

കാർത്തികിന് കുഴപ്പമില്ലല്ലോ? ഗോരക്ക്? വിശ്വനാഥനങ്കിൾ കുറച്ചു നേരം കൂടി നിൽക്കൂ... പോവരുത്. എന്റെ അമ്മയെ നോക്കിക്കോണം. അമ്മയെ ഭക്ഷണം കഴിക്കാൻ ആരെങ്കിലും നിർബന്ധിക്കണം. എനിക്ക് ആശുപത്രിയിൽ നല്ല ഭക്ഷണം, മരുന്ന്, ഗ്ലൂക്കോസ് എല്ലാം കിട്ടുന്നുണ്ടെന്ന് അമ്മയോട് പറയണം. എന്റെ വയറെപ്പോഴും നിറഞ്ഞിട്ടാണ്.

ഗവൺമെന്റ് ഒരു മാസത്തിനകം കോളനിക്കാർക്കെല്ലാം ഭൂമി സ്വന്തമായി പതിച്ച് കൊടുക്കാൻ പോവുകയാണെന്ന വിവരം വിശ്വനാഥൻ അർജുനെ അറിയിച്ചു. കേൾസിങ്ങിന്റെ ഭീഷണിക്കു മുമ്പിൽ വഴങ്ങിയിരുന്നെങ്കിൽ ഇപ്പോൾ മറ്റുള്ളവർക്കു കൂടി ഭൂമി നഷ്ടമായേനെ എന്നു അയാൾ പറഞ്ഞു.

“അങ്കിൾ, നിങ്ങൾ ലാബോണയോട് ഇനിയും ശ്രമിക്കാൻ പറയണം. ലാബോണിയ അവളുടെ ചുറ്റുപാടുകൾക്കും മീതേക്കുയരണം എന്നാഗ്രഹിച്ച കുട്ടിയാണ്. അവളുടെ പരാജയത്തിന്റെ വേദന.... എന്തിനാണെന്റെ ബെഡ്ഡിനു ചുറ്റും ഇങ്ങനെ ആൾക്കൂട്ടം? നഴ്സ് ആൾക്കൂട്ടത്തെ മാറ്റിനിർത്ത്. എനിക്ക് ശ്വാസം തിങ്ങുന്നു. എന്തൊരു ശബ്ദം. ആശുപത്രിയിലെങ്കിലും പതിയെ സംസാരിക്കണം എന്നിവർക്കറിഞ്ഞു കൂടേ? എന്ത്? ഇവരൊക്കെ പൊലീസുകാരാണോ? അവരെന്നെ ജയിലിലടയ്ക്കാൻ വന്നതാണോ? ആണോ? എങ്കിലടയ്ക്കട്ടെ. പക്ഷേ ഇപ്പോ അവർ മാറിനിൽക്കണം. അവർ ആശുപത്രി നിയമങ്ങളൊക്കെ നോക്ക

ട്ടെ. നിങ്ങളെന്താ പറയുന്നത് നേഴ്സ്? ആളുകളില്ലെന്നോ? ബഹളങ്ങളി ല്ലെന്നോ? പിന്നെ ഇതെന്താണ്? എനിക്ക് ഭ്രാന്താണോ? ശരി... എങ്കിൽ നിങ്ങളുടെ വിരൽ എന്റെ മുമ്പിലുയർത്തി പിടിക്കൂ. എത്ര എണ്ണം? മൂന്ന്. ശരിയല്ലേ? ഇപ്പോ എത്ര? ഒന്ന്. നോക്കൂ എന്റെ ബുദ്ധിശക്തിയും പ്രവർത്തിക്കുന്നുണ്ട്. നിങ്ങളെന്തിനാ.... മോതിരമണിഞ്ഞിരിക്കുന്നത്? നിങ്ങൾക്ക് വയറിനു പ്രശ്നമുണ്ടോ? ഹോ... നിങ്ങൾ ക്രിസ്ത്യൻ ആണല്ലേ? അപ്പോ ഇതു നിങ്ങളുടെ വിവാഹമോതിരമാണോ... പക്ഷേ ഇതൊക്കെ ആരു കേട്ടിരിക്കുന്നു? ഹോ ദൈവമേ... എന്നെ ചിരിപ്പിക്ക ല്ലേ... ഞാൻ ചിരിച്ചാൽ എന്റെ വയറുവേദനിക്കും.... കുറച്ച് ഉറങ്ങാമെന്നു തോന്നുന്നു."

"നിങ്ങളാണോ അബനിഷാദാ? ഇരിക്കൂ. എനിക്കിപ്പോ സുഖമുണ്ട്. എന്റെ തലയ്ക്ക് കുഴപ്പമൊന്നും ഇല്ല. നിങ്ങൾ മുമ്പ് വന്നിരുന്നൂന്നാണോ പറഞ്ഞത്? എന്ന്? ഇന്നലെയോ? ഞാനെത്ര ദിവസമായി ഇവിടെ ആയിട്ട്? ഇന്നെത്രയാ തീയതി? ഹോ.... ഞാനപ്പോ കുറേ സമയം വെറുതേ കള ഞ്ഞു. വീട്ടിൽ തിരിച്ചെത്തിയാലുടൻ ഞാൻ എന്റെ തീസിസ് മുഴുമി പ്പിക്കും."

"നിന്റെ പോക്കു കണ്ടിട്ട് നീ ഒരിക്കലും തീസിസ് തീർക്കില്ല എന്നാണ് തോന്നുന്നത്. നിനക്ക് സുഖപ്പെടാൻ എത്ര നാളെടുക്കും എന്നാർക്കറിയാം!"

"ഹോ.. ഇല്ല. അതോർത്ത് പേടിക്കേണ്ട. എനിക്ക് സുഖപ്പെടും. അവർക്ക് എന്നെ കൊല്ലണം. പക്ഷേ അവർ ഒരിക്കലും ജയിക്കില്ല. ഞാൻ ജീവിക്കും."

"അതാണു നീ പറയുന്നത് രണ്ടു മാസം മുമ്പ് ഇതുപോലെത്തെ രണ്ടു സാഹചര്യങ്ങളിൽ നീ പെട്ടു. നീ എന്തിനാ ഇത്തരം കാര്യങ്ങളി ലൊക്കെ ഇടപെടുന്നത്? നിനക്ക് നിന്റെ റിസർച്ചുമായി മുമ്പോട്ട് പോയാൽ പോരേ?"

"എന്താ ഗുണം എന്റെ ജീവിതം മുഴുവനും പുസ്തകങ്ങളും പഠ നവും തന്നെയായിരുന്നു. അതുകൊണ്ടെന്തു ഗുണം? ആർക്കെങ്കിലും എന്തെങ്കിലും ഗുണമുണ്ടായോ?

"എല്ലാർക്കും ഉണ്ടാവില്ല, പക്ഷേ ചിലർക്കുണ്ടാവും. നീ കെമിസ്ട്രി പഠിച്ചില്ലായിരുന്നെങ്കിൽ നിനക്കീ ലോകത്തെപ്പറ്റി ഇത്രയും അറിയാനാ വുമായിരുന്നോ?"

"പക്ഷേ എനിക്കു ചുറ്റുമുള്ള യഥാർഥ ലോകത്തുള്ള എല്ലാം അവ ഗണിച്ചിട്ട് എനിക്കെങ്ങനെ പുസ്തകങ്ങൾക്കിടയിൽ എന്നെ സ്വയം തട വിലാക്കാൻ കഴിയും?"

"നീ അങ്ങനെ ചെയ്യണം എന്നല്ല ഞാൻ പറഞ്ഞത്. പക്ഷേ സ്വന്തം കഴിവുകൾക്ക് ഏറ്റവും യോജിച്ചതെന്താണോ അതാണ് ഓരോരുത്തരും ചെയ്യേണ്ടത്. നിങ്ങളുടെ ഈ രാജ്യത്തിന് എല്ലാ കഴിവുകളും വേണം. കെമിസ്ട്രിയും, മെഡിസിനും പഠിക്കും പോലെതന്നെ പ്രധാനമാണ് ദാരിദ്ര്യം ഇല്ലാതാക്കാൻ സംഘടിച്ച് പ്രവർത്തിക്കുന്നതും."

“അതെ. പക്ഷേ പ്രശ്നങ്ങൾ വളരെ പെട്ടെന്നായിരുന്നു. ഒന്നും ചിന്തിക്കാൻ നേരം കിട്ടിയില്ല.”

“കുഴപ്പമില്ല. അതിനെപ്പറ്റി പറയുന്നതിൽ പ്രസക്തിയില്ല. ഗെറ്റ് വെൽ സൂൺ''

“ഓ.. ശരി. രണ്ടോ മൂന്നോ ദിവസത്തിനകം ഞാൻ....”

“നിന്റെ ശക്തിയെപ്പറ്റി വിലപേശണ്ട. അർജുൻ നിന്നെപ്പോലെ ഒരു പയ്യനെ നഷ്ടപ്പെട്ടാൽ, അതിന്റെ വിഷമം പറഞ്ഞാൽ തീരില്ല.

“ഇല്ല അബനിഷാദാ, ഞാൻ നിങ്ങളെ നിരാശനാക്കില്ല.”

“വെരി ഗുഡ്. സംസാരം നിർത്തി, ഉറങ്ങിക്കോളൂ. ഞാൻ നാളെ വന്നു കണ്ടോളാം. നാളെ മായയും വരാന്ന് പറഞ്ഞിട്ടുണ്ട്.”

എനിക്കെപ്പോഴും ഉറങ്ങുന്നതുപോലെയാണ് തോന്നിയത്. ഒരു സന്ദർശകൻ ഉണ്ടെങ്കിൽ, എനിക്ക് കുറച്ചെങ്കിലും സംസാരിക്കാം. അല്ലെങ്കിൽ ഇവിടെ ഇങ്ങനെ കിടക്കാം. നിങ്ങളെന്റെ വാരിയെല്ലിലാണ് കുത്തിയതെങ്കിൽ, പിന്നെ എന്റെ തലയിങ്ങനെ വേദനിക്കുന്നതെന്തിന്? ഒരു പക്ഷേ ഞാൻ കെമിസ്ട്രിക്കു പകരം മനുഷ്യശരീരത്തെക്കുറിച്ച് പഠിച്ചിരുന്നെങ്കിൽ ഭൂമിയിലെ സംഗതികളുടെ നിഗൂഢതയേക്കാളും എനിക്ക് മനഷ്യ ശരീരത്തിന്റെ നിഗൂഢതയിൽ താൽപ്പര്യം തോന്നിയേനെ. പക്ഷേ മെഡിസിൻ ഒക്കെ പഠിക്കാൻ ഒരു ഭാഗ്യം വേണം. കെമിസ്ട്രി പഠിക്കാനെളുപ്പമാണ് അതാണ് ഞാനതു തിരഞ്ഞെടുത്തത്. പക്ഷേ പലർക്കും അതറിയില്ല. താങ്ക് ഗോഡ്. അവർക്ക് എന്റെ ഇടതുഭാഗത്തിനു പകരം വലതുഭാഗത്തു കുത്തിക്കൂടായിരുന്നോ? എങ്കിൽ അതെന്റെ അവസാനമായേനെ. പക്ഷേ അവർക്കെന്നെ അത്ര എളുപ്പം കൊല്ലാനാവില്ല. ഇനിയും ആരാ എന്നെ കാണാൻ വരുന്നത്. ഇല്ല ആരും ഇല്ല. പക്ഷേ സന്ദർശകർ വരുന്നത് നല്ലതാണ്—സംസാരിക്കാം.

“ഹലോ. അക്താർ, വരൂ... ഓ എനിക്കു സുഖമായ്. എനിക്കെഴുന്നേറ്റിരിക്കാം. ശുക്ല വന്നില്ലേ കൂടെ? എന്ത്? ഓ അവൾ സുഹൃത്തിന്റെ കല്യാണത്തിരക്കിലാണ് എന്ന് അല്ലേ? ഏത് സുഹൃത്ത്? നന്ദിത? ഓ എനിക്ക് അസുഖമില്ലായിരുന്നെങ്കിൽ ഉറപ്പായും എന്നെക്കൂടി ക്ഷണിച്ചേനെ. ശുക്ലക്കെപ്പോഴും എന്തെങ്കിലും തിരക്കുണ്ടാവും.

നീ നാലു ദിവസത്തിനകം ജെർമനിയിൽ പോവുകയാണോ? അതു ശുക്ലയെ സങ്കടപ്പെടുത്തും എനിക്കുറപ്പാണ്. ഞാനെഴുന്നേറ്റെങ്കിൽ, എയർപോർട്ടിൽ നിന്നെ യാത്രയാക്കാൻ വന്നേനെ. നീ എത്രകാലം പുറത്തുണ്ടാവും? മൂന്നു വർഷം? വേണ്ട, എനിക്ക് ജർമിനിയിൽ പോവണ്ട. ഇപ്പോ എനിക്ക് ഡം ഡം കോളണിയിൽ ജീവിക്കുന്നതിനെക്കുറിച്ച് മാത്രമേ ചിന്തയുള്ളൂ.

പക്ഷേ നീ പോവുന്നതെന്തു കഷ്ടമാണ്. എനിക്കിനി നിന്റെ വീട്ടിൽ വന്ന് കബോബ്സ് കഴിക്കാൻ പറ്റില്ലല്ലോ. നിന്റെ അമ്മയുണ്ടാക്കിയ മട്ടൺ കബാബ്സ് നല്ല രുചിയായിരുന്നു. എനിക്കതിന്റെ രുചി ഇപ്പഴും ഓർമയുണ്ട്. ശരി. നീ ഇല്ലെങ്കിലും നിന്റെ വീട്ടിൽ ഞാൻ പോവും. നിന്റെ

അമ്മയുടെ അടുത്തുനിന്നു ഭക്ഷണം കഴിക്കും. ഓകേ, അക്തർ. മടങ്ങി വന്നിട്ടു കാണാം. ശുഭയാത്ര...!!"

●

ഹോ... ദൈവമേ. ഇതെന്തു വേദനയാ! എനിക്കൊരു ഭാഗത്തേക്ക് തിരിയാൻ വയ്യ, ഇടതുകൈ ഉയർത്താൻ വയ്യ. എല്ലാം മോശമാവുകയാണ്. നഴ്സ് നിങ്ങളെന്നെ മറന്നോ? ഈ ആശുപത്രിയിലെ എല്ലാവരും എന്നെ മറന്നുപോയാൽ എന്താവും സ്ഥിതി? ഒരു ശബ്ദംപോലും ഉണ്ടാക്കാതെ ഞാൻ മരിച്ചുപോയാൽ? ഓ... ദൈവമേ, ഈ വേദന എന്നെ കൊല്ലുന്നു. ആർക്കാണീ വേദന സഹിക്കാനാവുക? പക്ഷേ ഞാൻ സഹിക്കണം, ഞാൻ ജീവിക്കണം. എനിക്കിനിയും പലതും ചെയ്യാനുണ്ട്. എന്തിനാ വിശ്വനാഥ് അങ്കിൾ അത്രക്ക് വിമ്മിട്ടപ്പെട്ടതെന്ന് എനിക്ക് അതിശയം തോന്നുന്നു. ഡോക്ടേഴ്സ് ഞാൻ മരിച്ചുപോവും എന്നദ്ദേഹത്തോട് പറഞ്ഞുകാണുമോ? ഇല്ല.. ഇല്ല. അങ്ങനെ ഉണ്ടാവില്ല....

ഹരന്ദാ, നിങ്ങളെങ്ങനെയാണ് നിങ്ങളുടെ കൈ മുറിച്ചത്? നിങ്ങൾ അടിപിടിയിൽ ഞങ്ങൾക്കൊപ്പം ഉണ്ടായിരുന്നില്ലല്ലോ. ഓ... നിങ്ങളുടെ ടാക്സി അപകടത്തിൽപ്പെട്ടു അല്ലേ. നിസാരമാണെന്നു കരുതട്ടെ. ഞാൻ ചെയ്തതിൽ ഞാൻ ഖേദിക്കണം എന്നു നിങ്ങൾ കരുതുന്നുണ്ടോ? ഇല്ല. അതുപോലത്തെ ഒരു സാഹചര്യത്തിൽ ഇനി അകപ്പെട്ടാലും ഞാനതു തന്നെ ചെയ്യും.

"ഹരന്ദാ, നിങ്ങളെന്താ ഇത്ര പെട്ടെന്നു പോവുന്നത്? എന്ത്? ഒരു സ്ത്രീ കാണാൻ വരുന്നൂന്നോ? ഏതു സ്ത്രീ?"

"എനിക്കറിയാം ശുക്ല . എത്ര തിരക്കാണെങ്കിലും നീ വരും എന്നെനിക്കറിയാം."

"അതെങ്ങനെ അറിയാം?"

"അറിയാം. രാവിലെ അക്തർ വന്നിരുന്നു. നീ നന്ദിതയുടെ കല്യാണത്തിരക്കിലാണെന്നവൻ പറഞ്ഞു. എന്നാ അവളുടെ കല്യാണം?"

"മറ്റന്നാൾ അവൾ അക്തറിനെ കല്യാണം കഴിക്കും"

"എന്ത്? അക്തറിനെ? ആ തെമ്മാടി ഒരു വാക്കുപോലും പറഞ്ഞില്ല. നന്ദിതയും അവന്റെ ഒപ്പം ജർമനിയിലേക്ക് പോവുന്നുണ്ടോ?"

"അതെ"

"നോക്ക്.. ഒരുപൊട്ടനെപ്പോലെ നീ പോയാൽ ശുക്ലക്കു വിഷമമാവും എന്നൊക്കെ ഞാനവനോട് പറഞ്ഞു. ശരി. സത്യം പറയ്, നിനക്കു വിഷമമില്ലേ?'

"തീർച്ചയായും ഉണ്ട്. അതൊക്കെ വിട്."

ഇതിനൊക്കെ പോയതെന്തിന്? ഇതൊക്കെ ചെയ്യുംമുമ്പ് ഏട്ടനോടോ അച്ഛനോടോ അഭിപ്രായം ചോദിച്ചുകൂടായിരുന്നോ എന്നെല്ലാം ശുക്ല അർജുനെ ശകാരിച്ചു. പക്ഷേ താൻ രോഗിയാണ് വഴക്കുപറയരുത് എന്നൊക്കെയായിരുന്നു അർജുന്റെ മറുപടി.

"പറയ് ശുക്ല, നീ കഴിഞ്ഞ രണ്ടു മൂന്നു വർഷത്തിനടിയിൽ എപ്പഴെങ്കിലും കരഞ്ഞിട്ടുണ്ടോ? ഞാൻ നിന്നെ എപ്പഴും സന്തോഷവതിയായേ കണ്ടിട്ടുള്ളൂ. നീ കരയുമ്പോ എങ്ങനെ ഇരിക്കും എന്നു കാണാൻ എനിക്കാഗ്രഹമുണ്ട്."

"നീയതു കണ്ടിട്ടില്ല, കാരണം നിനക്കതു കാണാൻ കണ്ണുണ്ടായിട്ടില്ല. എല്ലാ മനുഷ്യരും കരയുന്നത് ഒരുപോലെ അല്ല."

എന്താണെനിക്ക് പറ്റിയത്? എനിക്ക് മറുപടി പോലും പറയാനാവുന്നില്ല. അവളെന്താ പെട്ടന്നിങ്ങനെ പറയാൻ? അവളുടെ ശബ്ദം ഇത്ര പതിഞ്ഞ് ഒരിക്കലും കേട്ടിട്ടേ ഇല്ല.

"ശുക്ലാ .. എന്നതാ വിഷയം? എന്നോട് പറയൂ."

"ഒന്നുമില്ല. ഒരുപക്ഷേ നിനക്കൊരിക്കലും മനസ്സിലാവില്ല.

"ഞാൻ നിന്നെ അറിയാതെ വിഷമിപ്പിച്ചു? നീ ഇന്നെന്നോട് ദേഷ്യപ്പെട്ടു. പക്ഷേ നിന്നെ ഏതെങ്കിലും വിധത്തിൽ വിഷമിപ്പിക്കാൻ എനിക്കാവില്ല. ഞാൻ നിന്റെ ലോകത്തുനിന്നും എത്രയോ അകലെയാണ്. നിന്റെ ജീവിതം മനോഹരമാണ് അവിടെ എനിക്കൊരു സ്ഥാനവും ഉണ്ടാവില്ലാ എന്നെനിക്കറിയാം."

"അതെ. അതറിയാവുന്നതുകൊണ്ടാണല്ലോ നിങ്ങളിങ്ങനെ ഒക്കെ ചെയ്യുന്നത്. തലപൊട്ടിക്കുക വാരിയെല്ലിൽ കുത്ത് വാങ്ങുക. എന്നിട്ടിങ്ങനെ ആശുപത്രിയിൽ കിടക്കുക. ആ സമയത്തൊക്കെ ഞാനെത്ര പീഢനം അനുഭവിക്കുന്നുണ്ടെന്ന് നിനക്കൂഹിക്കാനാവില്ല. എനിക്കൊന്നും ആസ്വദിക്കാനാവില്ല. എവിടെയും പോവാൻ തോന്നില്ല, ആരെയും കാണാൻ തോന്നില്ല. രാത്രി ഉറങ്ങാൻ പോലും കഴിയില്ല."

"അതെന്താ ഇങ്ങനെ ഒക്കെ തോന്നാൻ?"

"എനിക്കറിയില്ല."

"എനിക്കറിയാം അതെന്താണെന്ന്. നീയൊരു മൃദുലഹൃദയയാണ്. മറ്റുള്ളവരുടെ വേദനകൾ കേൾക്കുമ്പോൾ നിനക്കു താങ്ങാനാവില്ല. നിന്നെ ഇത്തരത്തിൽ വിഷമിപ്പിക്കുന്നതിൽ എനിക്കു സങ്കടമുണ്ട്."

"അതുമതി. ഒറ്റ കാര്യം ഓർത്തോളൂ. എനിക്കാരോടും കടപ്പാടുണ്ടാവുന്നതിഷ്ടമല്ല."

"നീ എന്താ ഉദ്ദേശിച്ചത്?"

"ഞാൻ പറഞ്ഞതുതന്നെ."

പ്ലീസ് ശുക്ലാ, എന്നോടിത്ര കഠിനയാവല്ലേ. എനിക്കു ശരീരമാസകലം വേദനയാണ്. എന്റെ തലവരെ ശരിയല്ല ഇന്ന്. എനിക്കൊന്നും മനസിലാവുന്നില്ല. നീ എന്താ കടപ്പാട് എന്നതു കൊണ്ടുദ്ദേശിച്ചതെന്നൊന്നു പറയ്... പ്ലീസ്."

"ഞാൻ മുങ്ങാൻ പോയപ്പോ നീ എന്നെ രക്ഷിച്ചു. ഇപ്പോ നീ അതുപോലെ അങ്ങു മരിച്ചാൽ ഞാൻ കാലാകാലം ആ കടപ്പാടും പേറി ജീവിക്കണ്ടേ?"

"അങ്ങനെ ഒന്നും പറയാതെ. അതൊന്നും ഇല്ല. ഞാനല്ലങ്കി മറ്റാരെങ്കിലും നിന്നെ രക്ഷിച്ചേനെ. അവിടെ എന്തു കടപ്പാട്?

നിരത്തിലെ ഏതെങ്കിലും ഒരു പിച്ചക്കാരന് ഒരു പൈസ കൊടുക്ക് അപ്പോ തീരും എല്ലാ കടപ്പാടും."

"ശരി. നിനക്കെന്നെ ഇങ്ങനെ ചുറ്റിക്കുന്നത് ഇനിയും കുറേനാൾ തുടരാനാവില്ലടാ കൊച്ചു തെമ്മാടി.."

"നോക്കൂ ശുക്‌ലാ എന്റെ ആ നായയില്ലേ ബെച്ചുവാ... അതും ചത്തു."

"അർജുൻ നീ കരയുകയാണ്. വെറും ഒരു നായക്കുവേണ്ടി."

"എന്റെ സഹോദരനതിനെ വലിയ ഇഷ്ടമായിരുന്നു. എന്റെ ഏട്ടൻ..."

"അതൊന്നും ഇപ്പോ ഓർക്കണ്ട. കുറച്ച് ഉറങ്ങ്. ഞാനിപ്പോ പോവാം..."

"വേണ്ട. നിൽക്ക്. കഴിഞ്ഞ തവണ നീ ഒന്നിലധികം തവണ ആശുപത്രിയിൽ വരാത്തതിന് ഞാൻ നിന്നോട് പിണങ്ങി. അത് ശരിയാണ്. എനിക്കു വല്ലതും പറ്റിയാലല്ലാതെ നിന്നെ എനിക്കു മാത്രമായിട്ട് കാണാൻ കിട്ടില്ല... പക്ഷേ, ഇനി നീ എന്നെ കാണാൻ വരേണ്ട. വരരുത്."

"എന്തുകൊണ്ട്?"

"നീ എന്തിനിങ്ങനെ സമയം കളയണം. മാത്രവുമല്ല നിനക്കെപ്പഴും തിരക്കുണ്ടാവും. അക്തറും നന്ദിതയും പോവുകയല്ലേ? അവർ നിന്റെ അടുത്ത സുഹൃത്തുക്കളല്ലേ?"

"ഞാൻ ഇന്നലെയും, മിനിയാന്നും ഒക്കെ നിന്നെ കാണാൻ വന്നിരുന്നു. അപ്പഴൊന്നും നിനക്കു ബോധമില്ലായിരുന്നു. ഞാൻ നാളെ വരും, രാവിലെ, വൈകുന്നേരം...... മറ്റന്നാൾ, രാവിലെ വൈകിട്ട്, അടുത്ത ദിവസം... അതിനടുത്ത ദിവസവും...."

"എന്തുകൊണ്ട്?"

"എനിക്കതല്ലാതെ പറ്റില്ല. നിനക്കങ്ങനെ തോന്നുന്നതുകൊണ്ട്."

"ഹാ... ജീവിച്ചിരിക്കുക എത്ര നല്ലതാണ്."

"എന്തു സന്തോഷം" എന്തിനാണു പിന്നെ മനുഷ്യർ കൂടെയുള്ളവരെ കൊല്ലുന്നത്. നേഴ്സ് ... എന്നെ ഒന്നിരിക്കാൻ സഹായിക്കൂ. ഇപ്പോ എന്റെ നെഞ്ചിൽ വേദനയില്ല. തല ശരിയായിട്ടുണ്ട്. ഞാൻ ജീവിച്ചു. എനിക്കു ജീവിക്കാനിഷ്ടമാണ്. അവർക്കെന്നെ കൊല്ലണം, പക്ഷേ ഞാൻ മരിക്കില്ല.

ചെറുപ്പംതൊട്ടേ പലതവണ മരണം എന്റെ അടുത്തെത്തിയിട്ടുണ്ട്. ഞങ്ങൾ ഞങ്ങളുടെ രാജ്യംവിട്ടപ്പോൾ, ആ യാത്രക്കിടക്ക് പലതവണ ഞാൻ മരിക്കേണ്ടതായിരുന്നു. കൽക്കട്ടയിൽവെച്ച് രണ്ടുപേർ എന്റെ അമ്മയെ ഉപദ്രവിക്കാൻ ശ്രമിച്ചപ്പോൾ, കുറേ കുട്ടികൾ കോളറാ വന്ന് ഈച്ചകളെപ്പോലെ മരിച്ചപ്പോൾ കോളനിയിൽ വന്നിട്ടുപോലും...

ഇക്കഴിഞ്ഞ രണ്ടുതവണയും അവർ എന്നെ കൊല്ലാൻ നോക്കി. പക്ഷേ അവർ വിജയിച്ചില്ല. ഒരിക്കലും, ഒരിക്കലും.... ഞാൻ രക്ഷപ്പെടും... അതെ.. ഉറപ്പായും രക്ഷപ്പെടും.